D1679990

க்ரியாவின்

பொன்விழா ஆண்டு வெளியீடு

திருநீறு சாமி

திருநீறு சாமி

இமையம்

க்ரியா

க்ரியா

பொன்விழா ஆண்டு வெளியீடு

Thiruneeru Sami, *a Short Stories in Tamil by* ***Imaiyam***

© *Imaiyam*

First Edition: June 2023

Published by:
Cre-A:
No. 58, TNHB Colony,
Sanatorium,
Tambaram,
Chennai – 600 047.
Mobile: 72999 05950
Email: creapublishers@gmail.com
Website: www.crea.in

Printed at:
Sudarsan Graphics Pvt. Ltd.,
Chennai - 600 041.

ISBN: 978-81-954584-9-3

Price: Rs. 350

1. திருநீறு சாமி	9
2. மனமுறிவு	42
3. காதல்	61
4. கொல்லிமலை சாமி	83
5. பிணத்துக்குச் சொந்தக்காரி	101
6. ஆண்டவரின் கிருபை	112
7. எஸ் சார்	126
8. வீட்டை எரிக்கும் விளக்கு	137
9. சாம்பன் கதை	158
10. பிழைப்பு	183

திருநீறு சாமி

கணினியில் வேலைபார்த்துக்கொண்டிருந்த அண்ணாமலையிடம், ''ஒரு மணி நேரமா கம்ப்யூட்டர்ல என்ன செஞ்சிகிட்டு இருக்கிங்க? ஞாயிற்றுக் கிழமயிலயும் வேலதானா?'' என்று வர்ஷா பாண்டே கேட்டாள். அதற்கு அவன் எந்தப் பதிலும் சொல்லவில்லை. அவளை நிமிர்ந்து பார்க்கவு மில்லை. ''பையன் எங்கம்மாகூட இருக்கான். நீங்க போயி அழச்சிக் கிட்டு வர்றிங்களா? நான் போகட்டுமா?'' வர்ஷா கேட்டாள். அதற்கும் அவன் வாய்த் திறக்கவில்லை. ''மதியம் என்ன சாப்பாடு? வீட்டுல சாப்புடுறமா, வெளியில எங்கியாவது போறோமா?'' அதற்கும் அவன் பதில் சொல்லவில்லை. அப்போது படுக்கை அறையிலிருந்து குழந்தை அழுகிற சத்தம் கேட்டது. எழுந்து வேகமாகச் சென்று குழந்தையைத் தூக்கிக்கொண்டு வந்தாள். குழந்தையின் அழுகையை நிறுத்துவதற்காக ஏதேதோ சொன்னாள். குழந்தைக்கு பிஸ்கட் ஊட்டினாள். தண்ணீர் கொடுத்தாள். பாலைக் காய்ச்சி, பாட்டிலில் ஊற்றிக் கொடுத்தாள். விளையாட்டுப் பொருட் களை எடுத்து விளையாட்டுக்காட்ட ஆரம்பித்த வர்ஷா, ''குழந்தையப் பாத்துக்க முடியுமா? நான் மதியத்துக்குச் சமைக்கணும்'' என்று சொன்னாள்.

''நான் கொஞ்சம் பிஸியா இருக்கன்'' என்று மட்டும்தான் சொன்னான். அப்போதும் அவன் வர்ஷாவையோ, குழந்தையையோ நிமிர்ந்துகூடப் பார்க்கவில்லை.

''நான் சமைக்க வேணாமா?'' கேட்டுக்கொண்டே வந்து அவனுக்குப் பக்கத்தில் உட்கார்ந்தாள். குழந்தை கணினியை நோக்கித் தாவியது.

''இன்னிக்கி ஞாயிற்றுக்கிழமதான? கொஞ்சம் லேட்டாவுட்டும்.'' அப் போதும் அவனுடைய கண்கள் கணினியின் திரையில்தான் பதிந்திருந்தன.

''ரொம்ப அவசரமான வேலயா?''

''ஆமாம்.''

''ஒரு அர மணி நேரம் கழிச்சிச் செய்யக் கூடாதா?'' கெஞ்சுவது மாதிரி கேட்டாள்.

''டென் மினிட்ஸ் இரு வர்ஷா. வந்துடுறன். டிக்கெட் போட்டுக்கிட்டு இருக்கன். முடிச்சிடுறன்.''

''என்ன டிக்கெட்?'' என்று கேட்ட வர்ஷா, ''கம்ப்யூட்டரத் தொடக் கூடாது. அப்பாவத் தொந்தரவு பண்ணக் கூடாது'' என்று குழந்தையிடம் சொன்னாள். அவள் சொன்னதைக் குழந்தை கேட்கவில்லை. ஓயாமல் கணினியை நோக்கித் தாவிக்கொண்டே இருந்தது.

''ஊருக்குப் போறம் வர்ஷா.''

''எந்த ஊருக்கு? டூரா?''

''தமிழ்நாட்டுக்குப் போறம். எங்க குலதெய்வம் கோயிலுக்கு.'' அண்ணா மலையினுடைய வாய்தான் பேசியது. அவனுடைய மனமும் பார்வையும் கணினியின் திரையில்தான் இருந்தன.

''என்ன திடீர்னு?'' கேட்டுக்கொண்டே குழந்தையைத் தூக்கிக்கொண்டு எழுந்து நின்றாள் வர்ஷா. அப்போதும் குழந்தை கணினியை நோக்கித் தாவுவதை நிறுத்தவில்லை.

''கொழந்தைங்களுக்குப் பிறந்தமுடி எடுத்து, காது குத்தி, பேரு வைக் கிறதுக்கு.''

''அதுக்கு அங்கதான் போகணுமா?''

''ஆமாம்.'' அழுத்தம்திருத்தமாகச் சொன்னான். குழந்தைக்கு விளை யாட்டுக்காட்டிக் கொண்டே, ''இங்கியே செஞ்சிக்கக் கூடாதா?'' என்று கேட்டாள்.

''குலதெய்வம் கோயில்லதான் செய்யணும் வர்ஷா.''

''இதுக்காக இவ்வளவு தூரம் போகணுமா?''

''ஆமாம்.''

''என்னால இவ்வளவு தூரம் வர முடியாது.''

குழந்தை அண்ணாமலையிடம் தாவியது. குழந்தையை வாங்கிகொண் டான்.

''தெரிஞ்சிதான் செய்யிறிங்களா?''

''தெரிஞ்சதாலதான் செய்யிறன்'' என்று சொல்லிவிட்டுக் குழந்தைக்கு முத்தம் கொடுத்தான்.

கோபத்தில், ''முட்டாள்தனத்துக்கும் ஒரு எல்ல உண்டு'' என்று சொன் னாள்.

அண்ணாமலை எதுவும் பேசவில்லை. அவனுடைய கவனம் குழந்தை யைக் கொஞ்சுவதில் இருந்தது. ''டீ குடிக்கிறிங்களா?'' என்று கேட்ட வர்ஷா,

அவன் பதிலை எதிர்பார்க்காமல் எழுந்து சமையலறைக்குச் சென்று டீ போட ஆரம்பித்தாள்.

கணினியை நிறுத்திவிட்டுக் குழந்தையோடு விளையாட ஆரம்பித்தான். வர்ஷா இரண்டு கப்புகளில் டீ கொண்டுவந்து ஒரு கப்பை அண்ணாமலை யிடம் கொடுத்தாள். பிறகு, சோபாவில் உட்கார்ந்துகொண்டு தன்னுடைய டீயைக் குடிக்க ஆரம்பித்தாள்.

''டிக்கெட் போட்டாச்சா?''

''ஆமாம்.''

''எனக்கு அவசரமான வேல இருக்கா இல்லியான்னு கேக்க வேணாமா?''

''நான் தப்பான காரியம் எதுவும் செய்யலியே.''

''எனக்குத் தப்புன்னு தோணுது.'' கோபமான குரலில் சொன்னாள்.

''நீ டில்லியில பொறந்த பொண்ணு. சில விஷயங்க ஒனக்குத் தெரியாது.''

''மொட்ட போடுறது சரி. அதுக்காக ஒங்க ஊருக்குப் போறதுதான் தப்பு.''

வர்ஷாவின் குரலில் முன்பிருந்ததைவிட வேகம் கூடியிருந்தது. அவ ளுடைய குரலும், முகமும் அவள் கோபத்தில் இருக்கிறாள் என்பதைத் தெளிவாகக் காட்டின. அவன் கோபப்படவில்லை. உண்மையைச் சொன் னால் அவன் சந்தோஷமாக இருந்தான். குலதெய்வம் கோயிலுக்குப் போகப் போகிறோம் என்ற சந்தோஷம். ''சில விஷயங்கள்ல சரி தப்புன்னு பாக்கக் கூடாது. குழந்தைகளுக்கு ஒரு முறதான் பிறந்தமுடி எடுக்கப்போறம், காது குத்தப்போறம், பேரு வைக்கப்போறம். அதெக் குலதெய்வம் கோயில்ல வச்சி செய்யுறதுதான் நல்லது. அதுதான் வழக்கம்.''

''எல்லா சரி. அதுக்காக இவ்வளவு தூரம் போகணுமா? அதுதான் என் கேள்வி.''

''ஏழு கடல் தாண்டியிருந்தாலும் போயித்தான் ஆகணும்.''

''டில்லியிலியே தமிழ்நாட்டோட கோயிலுங்க எத்தனயோ இருக்கு. அதுல ஒண்ணுத்துல வச்சிப் பண்ணிடலாம்.''

''பணம் செலவு ஆகும்னு சொல்றியா?''

''முட்டாள்தனமாப் பேசாதிங்க. அலையணுமேங்கிறதுக்காகத்தான் சொல்றன்.''

''நாலு நாள்தான். டில்லியிலிருந்து மெட்ராஸ் போக பிளைட். அப்பறம் டிரெயின். அதுக்கப்பறம் கார்ல போறம். வேல முடிஞ்சதும் திரும்பிடுறம்.''

''முடிவு பண்ணியாச்சா?''

''ஆமாம்.''

அண்ணாமலை தீர்மானமாகச் சொன்னதைக் கேட்டதும் வர்ஷா அடுத்து ஒரு வார்த்தைகூடப் பேசவில்லை. சட்டென்று எழுந்து சமையலறைக்குள் சென்று மதியச் சாப்பாட்டுக்கான வேலைகளைச் செய்ய ஆரம்பித்தாள்.

குழந்தையோடு விளையாடிக்கொண்டிருந்தாலும் வர்ஷா கோபமாக இருக்கிறாள், அவளைச் சமாதானம் செய்ய வேண்டும் என்ற எண்ணம் அவனுக்கு இருந்துகொண்டே இருந்தது. உடனே பேசினால் கோபமாகிக் கத்துவாள். ஒரு நாள் விட்டுப் பேசலாம் என்று நினைத்தான். வர்ஷா முனகிக்கொண்டே வேலை செய்வது தெரிந்தது. பாத்திரங்களைப் போட்டு உடைக்கிற சத்தமும் கேட்டது. நாளைவரை பேசாமல் இருந்தால் இன்னும் கோபமாகிவிடுவாள். அதனால் இப்போதே பேசிவிடலாம் என்று நினைத்து, குழந்தையைத் தரையில் விளையாட விட்டுவிட்டுச் சமையலறைக்குச் சென்று, ''ஏதாவது ஒதவி செய்யணுமா?'' என்று கேட்டான்.

''தேவயில்ல.'' மொட்டையாகச் சொன்னாள்.

தமிழ்நாட்டு விஷயங்களைச் சொன்னால் அவளுக்குப் புரியாது என்பதால் பல விஷயங்களை அவன் சொல்வது இல்லை. மீறிச் சொன்னாலும் அவள் புரிந்துகொள்ள முயல்வதில்லை. பொதுவாகத் தமிழ்நாட்டு விஷயத்தைச் சொன்னாலே காதுகொடுத்துக் கேட்க மாட்டாள். குலதெய்வம் கோயிலில் தான் பிறந்தமுடி எடுத்து, காதுகுத்த வேண்டும் என்பதை எப்படிச் சொல்லி அவளுக்குப் புரியவைப்பது என்று யோசித்தான்.

''எங்க குடும்பத்தில எந்த நல்ல காரியம் நடந்தாலும் அது குலதெய்வம் கோயில்ல வச்சித்தான் நடக்கும். நம்ப கல்யாணம் மட்டும்தான் அங்க நடக்கல. நம்ப கல்யாணத்துக்கே ஒங்க வீட்டுல ஒத்துக்கல. இதுல ஊர்ல, குலதெய்வம் கோயில்ல கல்யாணம்னா சுத்தமா ஒங்க வீட்டுல ஒத்துக்க மாட்டாங்கன்னுதான் டில்லியில கல்யாணம் செஞ்சிக்க ஒத்துக்கிட்டன். அதனால எங்க வீட்டுச் சனங்களுக்கு எம்மேல கோவம். குலதெய்வம் கோயில்ல கல்யாணம் கட்டாததே பெரிய தப்பு தெரியுமா?''

''என்னெக் கல்யாணம் கட்டுனதா?'' வெடுக்கென்று கேட்டாள். அதற்கு என்ன பதில் சொல்வதென்றே அவனுக்குப் புரியவில்லை. சிறிதுநேரம் ஒன்றும் பேசாமல் எரிந்துகொண்டிருந்த அடுப்பைப் பார்த்தான். மும்முரமாக வேலை செய்வது மாதிரி பாவனை செய்துகொண்டிருந்த வர்ஷாவைப் பார்த்தான். அவன் தன்னையே பார்த்துக்கொண்டிருக்கிறான் என்பது அவளுக்குத் தெரியும். ஆனாலும், ஒரு முறைகூட அவனைத் திரும்பிப் பார்க்கவில்லை.

''ஆறு, ஏழு தலமுறயா எங்க வீட்டுல நடந்த எல்லாக் கல்யாணமும் அந்தக் கோயில்லதான் நடந்தது.''

''கோயில் பெருசா இருக்குமா?''

''ஒரு வீடு அளவுக்குத்தான் இருக்கும். திருநீறு சாமி சமாதியான எடம்தான் கோயில்ங்கிறது.''

குக்கரை இறக்கி வைத்துவிட்டுக் காயை வேக வைப்பதற்கான பாத்திரத்தை எடுத்து அடுப்பில் வைத்துவிட்டு, ''குலதெய்வம்னு நீங்க சொல்றது சாமி இல்லியா?'' என்று கேட்டாள்.

''சராசரி மனுஷனா பிறந்து, வளந்து, சராசரி மனுஷனா வாழாம பல அதிசயமான காரியங்களச் செஞ்சவரு. தனக்குன்னு சாப்பிடுற தட்டக்கூடச் சொந்தமா வச்சிக்காம வாழ்ந்த மனுசன். ஒனக்கு ஏற்கனவே பல முற சொல்லிருக்கன், மறந்திட்ட.''

''ஓ'' என்று வர்ஷா சொன்னாள். அவள் 'ஓ' என்று சொன்னது அவனுக்குக் கோபத்தை உண்டாக்கியது. தன்னுடைய குலதெய்வத்தை ஏளனம் செய்கிற விதமாகச் சொன்னாளோ என்ற சந்தேகம் வந்தது. ''நீங்க இவ்வளவு பிடிவாதமாக இருக்கிறதால அது பெரிய கோயிலா இருக்குமோன்னு நெனச்சேன். இப்பத்தான் தெரியுது அது ஒரு ஆளோட சமாதின்னு'' என்று சொல்லிவிட்டுக் காய்களை நறுக்க ஆரம்பித்தாள். வர்ஷாவினுடைய பேச்சும் செய்கையும் ஊருக்குப் போவது அவ்வளவு முக்கியமான விஷயமில்லை, குலதெய்வம் கோயிலுக்குப் போக வேண்டிய அவசியமுமில்லை என்று வெளிப்படையாகக் காட்டின.

''நான் சொல்றதப் புரிஞ்சிக்க. ஏழெட்டு தலைமுறைக்கு முன்னால 1541ல பிறந்தவர்தான் அவரு. சின்ன வயசிலியே வீட்டவிட்டு ஓடிப் போயிச் சித்தர் ஆயிட்டாரு. அவரத்தான் நாங்க குலதெய்வமாக் கும்புட்டுக்கிட்டு வர்றோம்.'' அவன் சொன்னதைக் காதில் வாங்காத வர்ஷா, ''குழந்த அழுவுது போயித் தூக்குங்க'' என்று அதிகாரமாகச் சொன்னாள். அழுதுகொண்டிருந்த குழந்தையைத் தூக்கிக்கொண்டு சமையலறைக்கு வந்தான். வர்ஷாவைக் கண்டதும் குழந்தை அவளிடம் தாவியது. குழந்தையை வாங்காதது மட்டுமல்ல, குழந்தை தன்னை நோக்கித் தாவுவதையும் பார்க்காத மாதிரி வேலை செய்துகொண்டிருந்தாள். குழந்தை தொடர்ந்து தும்மிக்கொண்டே இருந்தது.

''ஹாலுக்குத் தூக்கிக்கிட்டுப் போங்க.''

அண்ணாமலை குழந்தையைத் தூக்கிக்கொண்டு ஹாலுக்கு வந்தான். ஜன்னல் திரையை விலக்கி இருபது மாடி, முப்பது மாடி என்று வரிசையாக இருந்த குடியிருப்புக் கட்டடங்களைக் குழந்தைக்குக் காட்டினான். சிறிது நேரம் கழித்துதான் தும்மல் நின்றது. ஜன்னலின் திரைச்சீலையை இழுத்து மூடிவிட்டு சோபாவில் வந்து உட்கார்ந்தான். தொலைக்காட்சியைப் போட்டான். அப்போது சமையல் வேலைகளைப் பாதியிலேயே விட்டுவிட்டு வந்த வர்ஷா அண்ணாமலையின் பக்கம் பார்க்காமல் வேண்டுமென்றே தொலைக்காட்சியைப் பார்த்தவாறு உட்கார்ந்தாள். தன்னை நோக்கித் தாவிய குழந்தையையும் அவள் வாங்கிக்கொள்ளவில்லை. அவளையே வைத்த கண் வாங்காமல் பார்த்தான். பிறகு, சலிப்படைந்த குரலில் சொன்னான்:

''ஒனக்குச் சித்தர்களப் பத்தித் தெரியல.''

''சித்தர்னா என்ன? மாயமந்தரம் செய்யிறவங்களா?''

''இல்ல. சித்தர்ங்கிறது ஒரு வாழ்க்க முற. எதுவும் தனக்கில்லன்னு ஒதறித் தள்ளிட்டுப்போறது'' என்று ஆரம்பித்து சித்தர்களைப் பற்றி, அவர்கள் வாழ்ந்த விதம்பற்றி ஒரு பத்து நிமிடங்களுக்கு மேல் விளக்கமாகச் சொன்னான். அவன் சொன்ன எதுவுமே வர்ஷாவை ஆச்சரியப்படுத்தவில்லை. 'அப்படியா?' என்றுகூட அவள் கேட்கவில்லை. அதற்காக அவன் வருத்தப்படவில்லை. வடநாட்டுக்காரி. சித்தர்களுடைய கதைகள் அவளுக்குப் புரியாது என்று நினைத்துக்கொண்டான்.

வர்ஷா என்ன நினைத்தாளோ நிதானமாகக் கேட்டாள்: ''ஒங்க குல தெய்வம் கோயிலுக்குப் போயே ஆகணும்னு உறுதியா இருக்கிங்களா?''

''எங்க திருநீறு சாமியப் பத்தி முழுசா தெரிஞ்சா இந்தக் கேள்வியக் கேக்க மாட்ட.''

''நீங்க சொல்றது சாமி இல்ல. சாதாரண ஆளு.'' வர்ஷா அப்படிச் சொன்னதில்கூட அவனுக்குக் கோபம் வரவில்லை. ஆனால், 'சாதாரண ஆளு' என்று சொல்லும்போது அவளுடைய குரலிலிருந்த ஏளனம்தான் கோபத்தை உண்டாக்கியது.

''நீ பெரிய மகான்னு சொல்லிக்கிட்டுப் போறியே, அந்தச் சாமியாருக்கு இந்தியாவிலயும், வெளிநாட்டுலயும் எத்தன கோடிக்குச் சொத்து இருக்குன்னு தெரியுமா? கார்ப்பரேட் நிறுவனம் மாதிரி நாட்டுக்கு நாடு கிளை வச்சிருக்கான். சொத்து வச்சிருக்கான். கோடிகோடியாச் சொத்து சேத்து வைக்கிறவனா சாமி? திருநீறு சாமி யாரு தெரியுமா? 'ஓம் மனசுதான் சாமி. அது சொல்றபடி செய். கல்ல சாமின்னு சொல்லிக்கிட்டுத் திரியாத. என் செந்நா பொய் பேசாது'ன்னு சொன்ன ஆளு. தங்களுக்கின்னு பேரு கூட வச்சிக்காதவங்கதான் சித்தருங்க. திருநீறு சாமின்னு பேர் வச்சதுகூடச் சனங்கதான். எவ்வளவோ அற்புதங்களச் செஞ்சும் எந்த அடையாளமும் இல்லாம போனவங்க. அடையாளமே கூடாதுன்னு சொன்னவங்கதான் சித்தருங்க.''

அண்ணாமலை சொன்ன எல்லாவற்றையும் பொறுமையாகக் கேட்ட வர்ஷா, ''எனக்குச் சமைக்கிற வேல இருக்கு'' என்று மிக நிதானமாகச் சொல்லிவிட்டுச் சமையலறைக்குள் போனாள். அண்ணாமலை கோபத்தில் மடியிலிருந்த குழந்தையை இறக்கித் தரையில் விளையாடவிட்டான். தொலைக்காட்சியைப் பார்க்க முயன்றான். மனம் ஒன்றவில்லை. எழுந்து சென்று ஜன்னல் திரைச்சீலையை விலக்கிப் பார்த்தான். கண்ணுக்கு எட்டிய தூரம்வரை இருபது மாடி, முப்பது மாடிக் கட்டடங்களாகவே தெரிந்தன. ஒவ்வொரு கட்டிடமாகப் பார்த்தான். பார்த்த எதுவும் மனதில் பதியவில்லை. வர்ஷாவினுடைய செயல், பேச்சு நெருப்புத்துண்டு மாதிரி

மனதிற்குள் எரிந்துகொண்டிருந்தது. தொடர்ந்து பேசினால் வாக்குவாதம் வந்து சண்டை வருமே என்று நினைத்தான். மறுநொடியே, ''வரட்டும்'' என்று சொல்லிவிட்டுச் சமையலறைக்குப் போனான். போன வேகத்திலேயே, ''நீ நினைக்கிற மாதிரி திருநீறு சாமி ஒண்ணும் சாதாரண ஆளில்ல. ஊர்க்காரங்க, 'நீ சாமின்னா இந்தச் சுடாத மண்சட்டியில சோறாக்குப் பாக்கலாம்'ன்னு கொடுத்திருக்காங்க'' என்று அவன் சொல்லி முடிப் பதற்குள் வர்ஷா குறுக்கிட்டு, ''சமைச்சாரு அதான?'' என்று கேட்டாள். 'ஆமாம்' என்று தலையாட்டினான். திடீரென்று வர்ஷாவின் மூக்கை உடைக்க வேண்டும் என்ற எண்ணம் வந்தது. உடனே சொன்னான், ''ஆறு நெறயா தண்ணி போகயில, 'ஆத்த கடந்து வா பாக்கலாம்'ன்னு சொல்லி யிருக்காங்க'' அவன் முடிக்கவில்லை அதற்குள் முந்திக்கொண்டு, ''ஒங்க சாமி வெள்ளத்தில இந்தப் பக்கத்திலிருந்து அந்தப் பக்கம் போயிட்டு வந்திட்டாரு அதான? இதெ நான் பல முற கேட்டாச்சு.'' சிரித்துக்கொண்டே சொன்னாள்.

''நீ சொல்ற மாதிரி இல்ல. தக்க மாதிரி தண்ணிமேலயே நடந்து போயி, திரும்பி நடந்து வந்திருக்காரு. அப்போதிலிருந்துதான் ஊர் சனங்க அவர அதிசயமான ஆளு, சித்து வேலயெல்லாம் செய்யுறார்னு சொல்லிக் கும்புட ஆரம்பிச்சியிருக்காங்க.''

''நாம ரெண்டு பேரும் எய்ம்ஸ்ல சயின்டிஸ்ட்டா இருக்கோம்கிறத மறந் திட்டுப் பேசக் கூடாது.''

வர்ஷாவின் பேச்சும் முகபாவனையும் அவனுக்கு எரிச்சலை உண் டாக்கியது. அவளுக்கு எப்படிப் புரியவைப்பது என்று யோசித்தான். அப் போது குழந்தை தவழ்ந்து வருவது தெரிந்ததும் குழந்தையைத் தூக்கிக் கொண்டு, ''வேல முடிய இன்னும் எவ்வளவு நேரமாகும்?'' என்று கேட்டான்.

''டென் மினிட்ஸ்.'' குழந்தை தன்னை நோக்கித் தாவுவதைப் பார்த்ததும், ''ஹாலுக்குத் தூக்கிக்கிட்டுப் போங்க. வந்திடுறன்'' என்று சொன்னாள். அவள் சொன்னதைச் செய்யாமல், ''நான் திருநீறு சாமியப் பத்திச் சொல்றது பொய்ன்னு நெனைக்கிறியா?'' என்று கேட்டான். அதற்குப் பதில் சொல்லாமல் சமையல் வேலைகளில் மும்முரமாக இருந்தாள். அதைப் பொருட்படுத்தாமல், ''அது சாதாரண கோயில் இல்ல. இரட்டைத் தலை நாகம் எப்பவும் அந்தக் கோயிலச் சுத்தி வரும். அதெப் பாத்து யாரும் பயப்பட மாட்டாங்க. அதெ அடிக்கவும் மாட்டாங்க. திருநீறு சாமிதான் பாம்பு ரூபத்துல வர்றார்னு சொல்றாங்க. ராத்திரி நேரத்தில கோயில்லருந்து மணி ஓசயும், உடுக்க சத்தமும் கேக்குமாம். சப்த கன்னிகளும், பரிவார தேவதைகளும் கோயிலச் சுத்தி நடனமாடுறதாச் சொல்றாங்க. சாமி உயிரோடிருந்தப்ப குளிச்ச எடத்தில ஒரு கிணறு வெட்டி வச்சிருக்காங்க. முந்நூறு, நானூறு வருஷத்து கிணறு. பூமி எவ்வளவு வறட்சியா இருந்தாலும் அந்தக் கிணத்துல ஒருநாளும் தண்ணி இல்லாம இருந்ததே இல்ல. சாமி கும்பிடப் போற எல்லாரும் முதல்ல அந்தக் கிணத்துக்குப் போயித் தண்ணி எறைச்சிக் குளிச்சிட்டுத்தான் கோயிலுக்குள்ள அடிவைப்பாங்க. அந்தக்

கிணத்துத் தண்ணியக் குடிச்சா இளநீர் குடிச்ச மாதிரி இருக்கும்'' என்று சொன்னான்.

அண்ணாமலை பேசி முடிக்கும்வரை அமைதியாக வேலைகளைப் பார்த்துக்கொண்டிருந்த வர்ஷா, ''எனக்கு வேல இருக்கு'' என்று சொல்லி விட்டுப் பாத்திரங்களைக் கழுவ ஆரம்பித்தாள். அவனுக்குக் கடுமையாகக் கோபம் வந்தது. கோபத்தை வெளிக்காட்டாமல் நிதானமாகச் சொன்னான்:

''நீ அந்தக் கோயிலுக்கு வந்து பாத்தாத்தான் நான் சொல்றதெல்லாம் உண்மன்னு புரியும்.''

பந்தயம் கட்டினது மாதிரி அவன் பேசி முடிக்கும்வரை அமைதியாக இருந்த வர்ஷா, ''பாட்டிங்ககூட இவ்வளவு அருமையாக் கதெ சொல்ல மாட்டாங்க'' என்று சொன்னாள்.

வர்ஷாவின் பேச்சிலும் குரலிலும் திமிரும் தடித்தனமும் இருந்தன. அதை அவன் பொருட்படுத்தாமல் அவளுக்குப் புரிய வேண்டும் என்ற எண்ணத்தில், ''ஒனக்குச் சந்தேகம்னா என் ஷெல்பில திருநீறு சாமியப் பத்தி எழுதியிருக்கிற புத்தகங்க இருக்கு. எடுத்துப் படிச்சிப் பாரு, ஒனக்கே புரியும். எத்தன முற அந்தப் புத்தகங்கள எடுத்துப் பாருன்னு சொல்லி யிருக்கன். நீ ஒரு முறகூட நான் சொல்றதச் செய்யுறதில்ல'' என்று சொன்னான்.

''எனக்குத் தமிழ் தெரியுமா?''

''நான் சொல்றது, தமிழ்நாட்டுப் பொண்ணாயிருந்தா இந்நேரம் எல்லாம் புரிஞ்சிருக்கும்.''

''தமிழ்நாட்டு பொண்ணக் காதலிச்சிக் கல்யாணம் பண்ண வேண்டியது தான? எப்பப் பாரு தமிழ்நாட்டுப் பொண்ணு, தமிழ்நாட்டுப் பொண்ணுன்னு சொல்லிக்கிட்டு.'' கடுமையான குரலில் கத்தினாள்.

''வடநாட்டுக்காரிகளுக்குத் தமிழ்ப் பொண்ணுங்கனாலே கோபம் வந்திடும்.'' அண்ணாமலை சொன்னதைக் கேட்ட வர்ஷா, ''இப்ப என்ன சொன்னிங்க?'' என்று கேட்டாள். ''ஒண்ணும் சொல்லல'' என்று சொல்லி மழுப்பினான். குழந்தையைத் தூக்கிக்கொண்டு ஹாலுக்கு வந்து சோபாவில் உட்கார்ந்தான். ''தமிழ்ல எவ்வளவோ நல்ல விஷயம் சொல்றன். அதெல்லாம் அவளோட செவிட்டுக் காதில விழ மாட்டங்குது. தமிழ் புரிய மாட்டங்குது. திட்டுறது மட்டும் நல்லாப் புரியுது.'' மெதுவாகத்தான் சொன்னான். அது எப்படியோ அவளுக்குக் கேட்டுவிட்டது. வேகமாக வந்து, ''என்னெத் தமிழ்ல திட்டிக்கிட்டுத்தான இருந்திங்க'' என்று கோபமாகக் கேட்டாள். அதற்கு அவன் கோபப்படவில்லை. சிரித்தான். ''தமிழ்ல நான் சொல்ற நல்ல விஷயம் எதுவும் ஒனக்குப் புரிய மாட்டங்குது. ஆனா, திட்டினா மட்டும் எப்படித் தெளிவாப் புரியுது?'' என்று கேட்டுச் சிரித்தான்.

''ஒங்களோட கறுத்துப்போன மூஞ்சியப் பாத்தே கண்டுபுடிச்சிடுவன்.'' பல்லைக்கடித்துக்கொண்டே சொன்னாள். ''ஒரு விஷயமும் இல்லாம

எதுக்குக் கோபப்படுற? ஒக்காரு'' என்று சொன்னதோடு அவளுடைய கையைப் பிடித்து இழுத்துப் பக்கத்தில் உட்கார வைத்தான். ''நீங்க என்ன செஞ்சாலும், என்ன சொன்னாலும் நான் அந்தக் கோயிலுக்கு வந்து அலயப் போறதில்ல.''

''டிக்கெட் போட்டாச்சி. இனி மாத்த முடியாது.''

''மொட்ட போடுறதுக்காக யாராவது இவ்வளவு தூரம் போவாங்களா?'' சிடுசிடுப்பாகக் கேட்டாள்.

''என்ன பேசுற நீ?''

''நான் வரல. நீங்க போயிட்டு வாங்க. நான் தடுக்கல.''

''குடும்பத்தோட போகணும். அதான் முற.''

''என்னெ விட்டுடுங்க'' என்று சொன்னதோடு குழந்தையைத் தூக்கிக் கொண்டு படுக்கை அறைக்குள் போனாள். அவளைச் சமாதானப்படுத்திச் சம்மதிக்க வைக்க வர்ஷாவுக்குப் பின்னாலேயே அவனும் போனான். குல தெய்வம் கோயிலுக்குப் போக வேண்டியதன் அவசியத்தைப் பத்து நிமிடங் களுக்கு மேல் விளக்கிச் சொன்ன பிறகு, மனம் இறங்கியது மாதிரி சொன்னாள்:

''ஆன்லைன்லியே செய்ய முடியுமான்னு பாருங்க.''

''என்ன பேசுற? முட்டாள் மாதிரி.''

''அமெரிக்காவுல இருக்கிற இந்தியாக்காரங்க திதி கொடுக்கிறது மாதிரி யான பல காரியங்கள ஆன்லைன்லதான் செய்றாங்க.''

''ஆன்லைன்ல பொடவ வாங்குறாங்க. பீர், பிராந்தி, பிரியாணி எல்லாம் ஆர்டர் பண்றாங்க. குலசாமி கும்பிடப் போறதும் அந்த மாதிரியா?'' என்று கேட்ட அண்ணாமலை, ''நீயும் நானும் தொடர்ந்து பேசினா சண்டதான் வரும். நான் ஒங்கம்மாவ வரச் சொல்லி அவங்ககிட்டப் பேசிக்கிறன்'' என்று சொன்னான்.

''திருப்பதிக்குக் கூப்பிடுங்க வர்றன். ஆனா, அந்த மயிரு சாமி கோயி லுக்கு மட்டும் வர மாட்டன்'' என்று சொன்னதுதான், ''மயிரு சாமியா?'' என்று கேட்டுக் கொஞ்சம்கூட யோசிக்காமல் வர்ஷாவின் கன்னத்தில் ஓங்கி அறைந்தான். மறுநொடியே என்ன இப்படிச் செய்துவிட்டோம் என்று நினைத்து வருத்தப்பட்டான்.

''என்ன காரியம் செஞ்சிட்டிங்க?'' திரும்பத்திரும்பக் கேட்டாள். அழு தாள். என்ன நினைத்தாளோ செல்போனை எடுத்துத் தன்னுடைய அம்மா வுக்கு போன் போட்டு, ''ஓடனே வா'' என்று அழுதுகொண்டே சொன்னாள். வர்ஷா அழுததால் குழந்தையும் அழுதது. சட்டென்று எழுந்து ஹாலுக்கு வந்தான். மறுநொடியே கதவைச் சாத்திக்கொண்டாள்.

அண்ணாமலைக்குக் குழப்பமாகவும் கோபமாகவும் இருந்தது. நான்காண்டுகளுக்குப் பிறகு, முதன்முதலாக வர்ஷாவைத் திருமணம் செய்துகொண்டது சரியா என்ற எண்ணம் எழுந்தது. எம்.எஸ்ஸி., வேதியியல் முடித்துவிட்டு பிஎச்.டி., படிப்பதற்காக டில்லிக்கு வந்தபோதுதான் வர்ஷா அறிமுகமானாள். அவளும் பிஎச்.டி. படிப்பதற்காகத்தான் வந்திருந்தாள். இரண்டு பேருக்கும் பழக்கமானது. உறவானது. வேலை கிடைத்த பிறகுதான் திருமணம் என்ற முடிவில் இருவரும் இருந்தார்கள். வேலை கிடைத்ததும் விஷயத்தைச் சொன்னபோது அவளுடைய வீட்டில்தான் அதிகம் பிரச்சினை செய்தார்கள். அவனுடைய வீட்டில், 'வடநாட்டுக்காரி நம்ப குடும்பத்துக்கு ஒத்துவருமா?' என்று கேட்டதோடு, 'கல்யாணம் மட்டும் நம்ப குலசாமி கோயில்லதான் நடக்கணும்' என்று நிபந்தனை போட்டார்கள். வர்ஷாவின் பிடிவாதத்தால்தான் அவளை, அவளுடைய வீட்டார்கள் அவனுக்குக் கல்யாணம் செய்துவைத்தார்கள். பையனுக்கு இரண்டரை வயது, பெண் குழந்தைக்கு ஒரு வயது. கல்யாணமானதிலிருந்து இதுவரை இருவருக்கும் சண்டை என்று பெரிதாக வந்ததில்லை. அவன் ஒரு முறைகூட அவளைத் திட்டியதில்லை. முறைத்ததில்லை. அவளுடைய விருப்பத்திற்கு எதிராக நடந்ததில்லை. அவள்தான் அதிகம் பேசுவாள். அதிகம் அடம்பிடிப்பாள். சொன்னதையே சொல்லிக்கொண்டிருப்பாள். எப்போதும் தன்னுடைய விருப்பத்தை, காரியத்தை மட்டும்தான் பேசுவாள். விட்டுக்கொடுத்துப் போவது என்பது அவளுடைய இயல்பிலேயே இல்லை. அவளை அடித்தது சரியா என்று தனக்குள்ளேயே கேட்டு, வருத்தப்பட்டான். அப்போது காலிங் பெல் அடிக்கிற சத்தம் கேட்டது. எழுந்து சென்று கதவைத் திறந்தான். வர்ஷாவினுடைய அம்மா நவநீதா பாண்டே நின்றுகொண்டிருந்தாள். ''வாங்க'' என்று சொன்னான். அதற்கு அவள் எந்தப் பதிலும் சொல்லவில்லை. முகம் கடுகடுவென்றிருந்தது. விர்ரென்று வேகமாகப் படுக்கை அறைக்குள் சென்றாள். மறுநொடியே கதவு சாத்தப்பட்டது.

சோபாவில் உட்கார்ந்து தொலைக்காட்சியைப் பார்த்துக்கொண்டிருந்த அண்ணாமலையின் மனதில் குழப்பமான எண்ணங்கள் ஓடிக்கொண்டிருந்தன. வர்ஷாவினுடைய வீட்டுச் சனங்களைப் பற்றி, தன்னுடைய வீட்டுச் சனங்களைப் பற்றி யோசித்துக்கொண்டிருந்தான். அப்போது அரை மணி நேரத்திற்கு மேல் படுக்கை அறைக்குள் பேசிக்கொண்டிருந்துவிட்டு வெளியே வந்த நவநீதா பாண்டே, அண்ணாமலை உட்கார்ந்திருந்த சோபாவிற்கு நேரெதிரே இருந்த சோபாவில் உட்கார்ந்துகொண்டு, ''ஓங்க மேல இருந்த மரியாதயே போயிடிச்சி. கேக்கறதுக்கே அசிங்கமா இருக்கு.'' படபடவென்று பேசினாள்.

''ஐம்பது ரூபா கொடுத்தா பார்பர் ஷாப்ல கிளீன் பண்ணிட்டுப் போறான். இதுக்கு எதுக்குச் சண்ட?'' நவநீதா பாண்டேவின் குரல் உயர்ந்திருந்தது. ''எதுக்காக அடிச்சிங்க, பதில் சொல்லுங்க?''

''பிறந்தமுடிய பார்பர் ஷாப்ல எடுக்கக் கூடாது.''

''கோயில்லதான் செய்யணும்னா, இங்க எத்தன கோயிலுங்க இருக்கு, அதுல ஒரு கோயிலுக்குப் போயிக் காரியத்த முடிக்க வேண்டியதுதான?'' நவநீதா பாண்டேவிற்குக் கோபம் கூடியதே தவிர, குறையவில்லை.

''மத்த கோயில்கள்ல செய்யக் கூடாது.''

''அதுக்காக அவ்வளவு தூரம் போக முடியுமா?''

''போய்த்தான் ஆகணும்.''

''பைத்தியக்காரத்தனமா இருக்கு. எந்தக் காலத்தில இருக்கிங்க?'' நவநீதா சத்தமாகவே கேட்டாள்.

''பெரியவங்க நீங்க. ஒங்களுக்குத் தெரியும்னு நெனச்சன்.''

''நீங்க சொல்றது கோயிலே இல்லியாம். யாரோ ஒருத்தர் செத்துப் போன எடமாமே.''

''யாரோ ஒருத்தர் இல்ல. எங்களோட மூதாதையர்.''

''யாரா இருக்கட்டும். ஒருத்தரோட சமாதியிலப் போயா நல்ல காரியம் செய்வாங்க?'' கடுமையான குரலில் கேட்டாள் நவநீதா.

''ஒங்களுக்குத் தமிழ்நாட்டோட பழக்கம் தெரியல.''

''ஒங்க பிடிவாதத்தால லீவ் போடணும். அலயணும், நாலு நாளைக்குக் குழந்தைங்க தாங்குமா? இங்க மழ சீசன் இன்னும் முடியல. ரெண்டும் சின்னப் பிள்ளைங்க. இடம் மாறும்போது ஒடம்புக்கு முடியாம போனா என்ன செய்விங்க?'' அதிகாரமாகக் கேட்டாள்.

''எதுவும் ஆகாது.''

''எப்படிச் சொல்றிங்க?''

''திருநீறு சாமி பாத்துக்குவார்.''

''யாரு அது?''

''எங்க குலசாமி.''

''அப்படி ஒரு சாமியா?''

நவநீதா லேசாகச் சிரித்தாள். அவளுடைய சிரிப்பில் ஏளனமும் இளக்காரமும் நிறைந்திருந்தது. முகத்தில் அலட்சியம் நிறைந்திருந்தது.

''சிரிக்காதிங்க.''

அண்ணாமலையின் குரலிலிருந்த மாற்றத்தைக் கண்டதும் நவநீதாவின் முகம் மாறியது. நான்காண்டில் அவன் இவ்வளவு கடுமையாகப் பேசி அவள் கேட்டதே இல்லை. அவனை ஆச்சரியமாகப் பார்த்தாள். கோபமாக இருக்கிறான் என்பது வெளிப்படையாகவே தெரிந்தது. ''நான் சாதாரணமாத்தான் சிரிச்சன். தப்பா எடுத்துக்காதிங்க'' என்று நவநீதா சொன்னதைக் கேட்காமல் தீர்மானமாகச் சொன்னான்:

''என்னோட பிள்ளைங்களுக்கு எங்க குலதெய்வம் கோயில்லதான் பிறந்த முடி எடுப்பன்.''

''யோசிச்சி செய்யிங்க. இங்க எத்தனயோ கோயிலுங்க இருக்கு.'' நவநீதாவின் குரலில் பழைய வேகம் இல்லை. அண்ணாமலையைப் பார்ப்பதைத் தவிர்க்க விரும்பியது மாதிரி தொலைக்காட்சியைப் பார்த்தாள். ஆனாலும், அவன் நவநீதாவைப் பார்த்துச் சொன்னான்:

''ஒரே முடிவுதான். யோசிக்கிறதுக்கு ஒண்ணுமே இல்ல.'' அப்போது படுக்கையறையிலிருந்து எழுந்து வந்த வர்ஷா கேட்டாள், ''நான் வரலன்னா என்ன செய்விங்க?''

''நானும், என்னோட பிள்ளைங்களும் போவோம்.''

''பாப்பாவுக்கு ஒரு வயசுதான் ஆகுது. அவளத் தூக்கிக்கிட்டுப் போயிடு விங்களா?''

''நிச்சயமா?''

''நானும் வர மாட்டன். பிள்ளைங்களையும் அனுப்ப மாட்டன்.'' தீர் மானமாக வர்ஷா சொன்னதைக் கேட்ட அண்ணாமலை அவளுடைய முகத்தில் அடித்தாற்போல் சொன்னான்:

''ஒனக்கு டைவர்ஸ் கொடுத்திட்டுத் தூக்கிக்கிட்டுப் போவன்.''

அண்ணாமலை எடுத்த வேகத்திலேயே அந்த வார்த்தையைச் சொல்வான் என்று வர்ஷா மட்டுமல்ல நவநீதாவும் எதிர்பார்க்கவில்லை. இருவருக்கும் அதிர்ச்சியும் கோபமும் ஒரே நேரத்தில் உண்டாயின. வர்ஷா வைத்த கண் வாங்காமல் அவனையே பார்த்தாள். கோபத்தைக் குறைப்பதற்காக நவநீதா தொலைக்காட்சியையும் வீட்டிலுள்ள மற்றப் பொருட்களையும் பார்த்தாள். வர்ஷாவுக்கு என்ன தோன்றியதோ, ''ஆர் யூ ஷ்யூர்'' என்று கேட்டாள். அவள் கேட்ட வேகத்திலேயே அவனும் பதில் சொன்னான்: ''ஷ்யூர்.''

வர்ஷாவுக்கும் நவநீதாவுக்கும் இப்போதுதான் கூடுதலான அதிர்ச்சி உண்டாயிற்று. தெரியாமல் சொல்லிவிட்டேன், வாய்தவறி வந்துவிட்டது என்று சொல்வான் என்றுதான் இருவரும் எதிர்பார்த்தார்கள். அவன் அப்படிச் சொல்லவில்லை. அவசரமோ பதட்டமோ இல்லாமல், நிதான மாகத் தீர்மானமான குரலில்தான் சொன்னான். அதுதான் அவர்கள் இரு வரையும் எரிச்சலடையச் செய்தது. கன்னத் தசைகளும் உதடுகளும் துடிக்க வர்ஷா சொன்னாள்:

''அதையும் பாத்திடலாம்.''

''டைவர்ஸ் செய்யத்தான் எம் பொண்ணக் கல்யாணம் கட்டுனிங்களா?'' நவநீதா சத்தமாகக் கேட்டாள்.

''இல்ல.''

''அப்பறம் எதுக்குச் சொன்னிங்க.''

அண்ணாமலை பதில் சொல்லாமல் அமைதியாக உட்கார்ந்திருந்தான். அவனைப் பார்க்கப்பார்க்க வர்ஷாவுக்கு எரிச்சல் பற்றிக்கொண்டுவந்தது. தன்னை அடித்தது மட்டுமில்லாமல் டைவர்ஸ் தருவேன் என்றும் சொல் கிறான். அதையும் தன்னுடைய அம்மாவின் முன்னால் சொல்லிவிட்டானே என்ற ஆத்திரம் அவளுடைய கண்களில் கண்ணீராக வழிந்தது. அவள் அழுததைப் பார்த்ததும் நவநீதாவிற்கும் அழுகை வந்துவிட்டது. தன்னுடைய அம்மா அழுததைப் பார்த்ததும் வர்ஷாவுக்குக் கட்டுப்படுத்த முடியாத அளவுக்குக் கோபம் வந்தது. ''நீங்க கூப்புடுற கோயிலுக்கு நான் வரலனதும் என்னெ டைவர்ஸ் செஞ்சிடுவன்னு சொல்றிங்க. நம்ப அப்பார்ட் மண்டுக்கு வர்ற வழியில இருக்கிற ஹனுமன் கோயிலுக்கு வரச் சொல்லி நான் எத்தன முற கூப்பிட்டிருக்கன். ஒரு முறையாவது வந்திருக்கிங்களா?''

''இத்தன வயசுவர எங்க குலசாமி கோயிலத் தவிர நான் வேற எந்தக் கோயிலுக்கும் போனதில்ல.''

''ஹனுமனவிட ஒங்க சாமி பெருசா?''

''சாமியில பெரியசாமி, சின்னசாமின்னு இருக்கா?''

''நிச்சயம் இருக்கு.''

''அப்படின்னா எங்க குலசாமிதான் பெருசு. காரணம் என்னன்னா, 'நீதான் சாமி. ஒம் மனசுதான் சாமி. அதுக்குமேல வேற சாமி இல்ல'ன்னு சொன்னவரு. ஒருமுற, யாரோ ஒருத்தர் அவர திருச்செந்தூர் கோயிலுக்குக் கூப்பிட்டிருக்காங்க. அதுக்கு, 'நான்தான் அவன். அவன்தான் நான். என்னயே நான் கும்பிட்டுக்கணுமா? மனுசன்தான் தன்னயே சாமின்னு சொல்லிக் கும்புட்டுக்குவான். நான் வரல'ன்னு சொல்லிட்டாராம்.''

''நீங்க சொல்றதயெல்லாம் நம்புற மாதிரி இல்ல. கதெ மாதிரிதான் இருக்கு.''

''நான் சொல்றது கதென்னா நீ கும்புடுற ஹனுமனும் கதெதான். ராமனும் சீதையும் கதெதான். வால்மீகியும் கம்பனும் உருவாக்கின கதைங்க. சாமிங்க.''

''இல்ல, இல்ல'' என்று கத்திய வர்ஷா, ''ஜெய் ஹனுமன்'' என்று சொல்லிக் கன்னத்தில் போட்டுக்கொண்டாள். அப்போது நவநீதா, அண்ணா மலையை எரித்துவிடுவது மாதிரிப் பார்த்துக்கொண்டே சொன்னாள்:

''மனுசங்களப் பத்திக்கூடத் தப்பாப் பேசிடலாம். ஆனா, கடவுளப் பேசக் கூடாது.''

''நான் தப்பாப் பேசல. வடநாட்டுல வால்மீகியும் தமிழ்நாட்டுல கம்பனும் உருவாக்கினதுதான் ராமனும் ஹனுமனும். காவியத்த எழுதின ரெண்டு பேருக்கும் ராமனும் ஹனுமனும் கடவுள் இல்ல. சாதாரண கதாபாத்திரம் மட்டும்தான்.''

வர்ஷாவும், நவநீதாவும் ஒரே நேரத்தில் கத்தினார்கள்.

''அப்படிச் சொல்லாதிங்க.''

அவன் பதில் பேசவில்லை. வர்ஷாவையும், நவநீதாவையும் அவன் பார்க்க விரும்பாதவன் மாதிரி உட்கார்ந்திருந்தான். ஆனால், அவர்கள் அவனை எரித்துச் சாம்பலாக்கிவிடுவது மாதிரி பார்த்தார்கள். நவநீதா சொன்னாள்:

''புது அண்ணாமலைய இன்னிக்கித்தான் பாக்குறன். அமைதியா இருக்கிற ஆள நம்பக் கூடாதுன்னு சொன்னது சரியாத்தான் இருக்கு. மதராஸிங்க பொதுவாச் சாதுவான குமாஸ்தாக்களா இருப்பாங்கன்னுதான் டில்லியில சொல்வாங்க. அது பொய்யின்னு இப்பத்தான் தெரியுது.''

அவன் வாயைத் திறக்கவில்லை. வர்ஷாவையும் நவநீதாவையும் பார்க்க வில்லை.

''இங்கியே ஏதாவது ஒரு கோயில்ல காரியத்த முடிங்க. குழந்தைகளுக்கு மொட்ட போடாம, பேரு வைக்காம இருக்கிறது நல்லதில்ல'' என்று நவநீதா சொன்னதை முழுமையாக ஏற்றுக்கொள்வது மாதிரி சொன்னான்:

''பையன் பிறந்தப்பவே போயிருக்கணும். அப்ப வர்ஷா வெளிநாட்டுக்கு மூணு மாசம் ட்ரெயினிங்குக்குப் போனதால போக முடியல. ரெண்டாவது பாப்பா பிறந்துடுச்சி. அதனால ஒரு வருஷம் ஆகட்டும்னுதான் காத்திருந்தன். இப்ப பாப்பாவுக்கும் ஒரு வயசு ஆயிடிச்சி. இனிமே லேட் பண்ணக் கூடாதுன்னுதான் டிக்கெட் போட்டன். அதுதான் வர்ஷாவுக்குப் பிடிக்கல.''

நவநீதாவுக்கும் வர்ஷாவுக்கும் அண்ணாமலை கிறுக்கனாக இருப்பானோ என்ற சந்தேகம் வந்தது. சொன்னதையே சொல்கிறான். தான் சொன்னது தான் சரி என்று சொல்கிறான். என்ன ஆள் இவன் என்ற குழப்பம் இரு வருக்கும் ஏற்பட்டது. திடீரென்று நினைவுக்கு வந்ததுபோல் வர்ஷா கேட்டாள்:

''பையன் பிறந்தப்ப ஆஸ்பிட்டல்ல பேரக் கேட்டப்பவும், பேரு சொல்லுங்கன்னு நான் சொன்னப்பவும், அப்பறமாப் பாத்துக்கலாம்னு சொன்னது இதுக்காகத்தானா?''

''ஆமாம். இதெப் பத்தி ஒங்கிட்ட பல முற சொல்லியிருக்கன். ஒனக்குத் தெரியும். நீ இப்ப மாத்திப் பேசுற.''

''வீணா அலயாதிங்க. காரியத்த இங்கியே முடிக்கப் பாருங்க'' நவநீதா சொன்னாள்.

''ஊர்ல போய்த்தான் செய்வன். வேற எங்கியும் செய்ய மாட்டன்.''

''படிச்சவங்க மாதிரி நடந்துக்குங்க'' நவநீதா சொன்னதும் அவனுடைய முகம் மாறிவிட்டது.

''நான் படிச்சது மனுசங்கள இல்ல. மனுசங்களோட கதய இல்ல. நான் படிச்சது தகவல்கள, புள்ளி விவரங்கள, அதான் பிரச்சன.''

''எங்கம்மா சொன்னதே வேற.'' வர்ஷா முகத்தைக் கோணிக்காட்டினாள். அதை அவன் பார்க்கவில்லை.

''புரியுது வர்ஷா. ஒங்க பார்வயில நான் முட்டாளா இருந்திட்டுப் போறன். ஆனா, என் முடிவு மட்டும் மாறாது.'' உறுதியாகச் சொன்னான்.

''இதுக்குமேல நான் என்ன சொல்றது?'' நவநீதா மிகவும் அலுப்பாக வர்ஷாவிடம் சொன்னாள்.

பிறகு, ''பையனுக்கு ஒங்க சாமி பேர வச்சிடாதிங்க'' என்று கிண்டலாகச் சொன்னாள்.

''பையனுக்கு முறைப்படி அண்ணாமலைன்னுதான் பேர் வைக்கணும். எனக்கு அந்தப் பேரு இருக்கிறதால அதெ வைக்க முடியாது. அருணா சலம்னு வைக்கலாம். ஆனா, நீங்க ஒத்துக்க மாட்டிங்க. அதனால அருணாசலஸ்வரன்னு வைக்கப்போறன்.''

வர்ஷாவின் முகமும், நவநீதா பாண்டேவின் முகமும் சுருங்கிப்போயின. வாந்தி வருவது மாதிரி வர்ஷா முகத்தைச் சுளித்தாள். ஆனாலும், அவனைச் சீண்டுவது மாதிரி, ''பாப்பாவுக்கு என்ன பேரு?'' என்று கேட்டாள்.

முகத்தைக் காட்டுங்கள், கோணிக்காட்டுங்கள் அதனால் எனக்கொன்றும் இல்லையென்பது மாதிரி அவன் சொன்னான்:

''திருநீறு சாமியோட அம்மா பேரு உண்ணாமல. முறைப்படிப் பாத்தா அதத்தான் வைக்கணும். டில்லியில் இருக்கிறதால அந்தப் பேர வைக்க முடி யாது. அதனால எங்கம்மா பேரு உமையாள். உண்ணாமலயோட இன்னொரு பேரு அது. எம் பொண்ணுக்கும் அதே பேருதான்.''

''நாட்டுல வேற பேரே இல்லியா?'' நவநீதா கிண்டலாகக் கேட்டாள்.

''எனக்கு இந்தப் பேர்தான் வைக்கணும்.''

''எனக்குப் புடிக்கல.'' வெறுப்பாகச் சொன்னாள் வர்ஷா.

''அப்படின்னா ஒங்கப்பா, ஒங்கம்மா பேர வையி. ஒங்க தாத்தா, பாட்டி பேர வையி. நான் தடுக்கல.''

''மாடர்ன் பேருதான் வைக்கணும். ஒங்க பேரே எனக்குப் புடிக்கல.'' முகத்தைக் கோணிக்கொண்டு வர்ஷா சொன்னாள்.

''புடிக்காட்டிப் பரவாயில்ல. திருநீறு சாமியோட பேரு அண்ணாமலங் கறதால எங்க வீட்டுல மட்டுமில்ல, எங்க ஊர்ல, எங்க சுத்துவட்டாரத்தில வீட்டுக்கு வீடு ஒருத்தருக்காவது அந்தப் பேரு இருக்கும். சில வீட்டுல பெரிய அண்ணாமல, சின்ன அண்ணாமல, நடு அண்ணாமலன்னுகூட இருக்கும்.''

‘‘ஒங்க ஊர்ல ஆம்பளக்கி மட்டும்தான் அந்தப் பேரா, பொம்பளைக் குமா?’’ என்று நவநீதா கேலியாகக் கேட்டாள். அவளுடைய கிண்டலை அவன் பொருட்படுத்தவில்லை. முகத்தில், குரலில் எந்த மாற்றத்தையும் காட்டாமல் சொன்னான்:

‘‘உண்ணாமல.’’

‘‘எல்லா வீட்டுலயுமா?’’ ஆச்சரியமாகக் கேட்டாள் நவநீதா.

‘‘வீட்டுக்கு ஒரு உண்ணாமலயாவது இல்லாம இருக்காது.’’

‘‘இதெத் தெரிஞ்சிக்கிறதுக்காகவே நான் ஒங்க ஊருக்கு வரணும்னு நெனைக்கிறன்’’ என்று நவநீதா சொன்னாள்.

அப்போது வர்ஷா, ‘‘ஒங்க ஊர்ல யாருக்கு வேணும்னாலும் என்ன பேர் வேணும்னாலும் இருந்திட்டுப் போவட்டும். என்னோட பிள்ளைகளுக்குப் பழங்காலத்துப் பேர, அதுவும் தமிழ்நாட்டோட பேர நான் வைக்க மாட்டன். வச்சாலும் ஒத்துக்க மாட்டன். தமிழ்நாட்டுல இப்ப எல்லாரும் வடநாட்டுப் பேரத்தான வைக்கிறாங்க?’’ என்று சொன்னாள்.

‘‘வர்ஷா நீ எதெ வேணும்னாலும் சொல்லு கேக்குறன், செய்யுறன். குழந் தைகளோட பேரு விஷயத்தில மட்டும் தயவுசெஞ்சி என்னிஷ்டத்துக்கு விட்டுடு. ப்ளீஸ்’’ என்று கெஞ்சுவது மாதிரி கேட்டான்.

‘‘நீங்க வைக்கிற பேர நான் கூப்பிட மாட்டன்.’’ முகத்தைத் திருப்பிக் கொண்டு பிடிவாதமாகச் சொன்னாள். அதற்கு, ‘‘உன் இஷ்டம்’’ என்று மட்டும் சொன்னான்.

‘‘நான்தான் பேரு வைப்பன். நான் வைக்கிற பேரத்தான் கூப்பிடுவன்.’’

‘‘நீ என்ன பேருன்னாலும் வை. எப்படி வேணும்னாலும் கூப்பிட்டுக்க. சர்டிபிகேட்டுல மட்டும் நான் வைக்கிற பேர்தான் இருக்கணும்.’’

‘‘நீங்க சொல்றதெல்லாம் ஒரு பேரா?’’ நவநீதா கேட்டாள்.

‘‘ஆமாம். நல்ல பேரு. இந்த மாதிரி அமையுறது கஷ்டம்.’’

‘‘நீங்க சொல்ற அண்ணாமல, உண்ணாமலங்கிறதெல்லாம் என்ன மயிரு பேரு?’’ என்று வர்ஷா சொன்னதுதான் தாமதம், பைத்தியம் பிடித்தவன் போல் சட்டென்று ஓங்கி அவளுடைய கன்னத்தில் அறைந்தான். ‘‘இப்ப சொன்ன வார்த்தயத் திரும்பவும் சொன்னா உயிரோட இருக்க மாட்ட. முன்னோர்கள மறக்கக் கூடாதுங்கிறதுக்காகத்தான் சாமியாக் கும்பிடுறது. பேரு வைக்கிறது. புரியுதா?’’ என்று சொல்லிக் கத்தினான்.

ஒரே நாளில் இரண்டு முறை தன்னை அறைந்துவிட்டான் என்பதைவிடத் தன்னுடைய அம்மாவின் முன்னால் அடித்துவிட்டானே என்ற ஆத்திரம் வர்ஷாவுக்குத் தலைகால் புரியாத அளவுக்குக் கோபத்தை உண்டாக்கியது. தன் அம்மாவின் முகத்தைப் பார்ப்பதைத் தவிர்க்க விர்ரென்று எழுந்து படுக்கை அறையை நோக்கி ஓடினாள். கதவைத் தாழிட்டுக்கொண்டு அழ ஆரம்பித்தாள்.

''எம் முன்னாலியே எம் பொண்ண அடிப்பியா? எம் பொண்ணு அழுது கிட்டுப் போறா பாத்தல்ல. இதுதான் தமிழ்நாட்டோட பழக்கமா?'' என்று கேட்டு நவநீதா கத்தினாள். எதற்கும் அண்ணாமலை பதில் பேசாத தால் வேகமாகச் சென்று படுக்கை அறையின் கதவைத் தட்டினாள். வர்ஷா திறக்கவில்லை. பல முறை தட்டிக் கத்திய பிறகுதான் கதவைத் திறந் தாள். ''வா வீட்டுக்குப் போகலாம்'' என்று சொல்லி நவநீதா, அவளுடைய கையைப் பிடித்து இழுத்தாள். அப்போது தூங்கிக்கொண்டிருந்த குழந்தை விழித்துக்கொண்டு அழ ஆரம்பித்தது. வர்ஷா குழந்தையைத் தூக்கப் போனாள். நவநீதாவும் அறைக்குள் போனாள். மறுநொடியே படுக்கை அறையின் கதவு படாரென்று அறைந்து சாத்தப்பட்டது. மூடப்பட்டிருந்த கதவையே பார்த்துக்கொண்டிருந்தான். பிறகு, தெற்கு புறச் சுவற்றில் மாட்டப்பட்டிருந்த கல்யாண போட்டோவைப் பார்த்தான். அதைக் கழற்றித் தூக்கியெறிய வேண்டும்போல் ஆத்திரம் வந்தது.

எழுந்து சென்று ஜன்னலுக்கு வெளியே பார்த்தான். கண்ணில் பட்ட குடியிருப்புகள் வெறும் கட்டடங்களாகவே தெரிந்தன. எத்தனையோ கட்ட டங்களைப் பார்த்தான், அபார்ட்மண்டின் முனையில் நின்றுகொண்டிருந்த பீகார் ரைிக்ஷாக்காரர்களைப் பார்த்தான், எதுவுமே அவனுடைய மனதில் பதியவில்லை. கண்கள் மட்டும்தான் பார்த்துக்கொண்டிருந்ததே தவிர, அவன் மனம் திருநீறு சாமி கோயிலைச் சுற்றிவந்துகொண்டிருந்தது. சிறு வயதில் அவன் அப்பாவின் தோளில் உட்கார்ந்துகொண்டு திருநீறு சாமி கோயிலுக்குப் போனது, அக்காவின் கையைப் பிடித்துக்கொண்டு நடந்து போனது, ஊர்ச் சனங்களோடு மாட்டு வண்டியில் போனது, பத்து, பன்னிரண்டாம் வகுப்பு களின்போதும் இளங்கலை அறிவியல், முதுகலை அறிவியல் படிக்கும்போதும், ஒவ்வொரு தேர்விற்கு முன்னும் ஹால்டிக்கெட்டை எடுத்துக்கொண்டு போய் வைத்துக் கும்பிட்டது, பிஎச்.டி.க்கான விண்ணப்பத்தை வைத்துப் படைத்தது, வேலை கிடைத்ததும், வேலைக்கான ஆணையை வைத்துப் படைத்தது, கல்யாணப் பத்திரிகையை வைத்துப் படைத்தது என்று ஒவ்வொன்றாக நினைவுக்கு வந்தன. தான் எழுதிய பரீட்சைகள் எல்லாற்றிலும் பாஸான தற்குத் திருநீறு சாமிதான் காரணம் என்று முழுமையாக நம்பினான். அவனுக்கு நடந்த எல்லா நல்ல காரியங்களும் திருநீறு சாமியால்தான் நடந்தன என்று வீட்டார் மட்டுமல்ல, ஊர்க்காரர்களும் சொல்வார்கள். ஒவ்வொரு முறை கோயிலுக்குப் போகும்போதும் படிக லிங்கத்தைப் பார்த்த வாறு உட்கார்ந்திருப்பான். அப்போது உடலே இல்லாதது மாதிரி, உயிரே இல்லாதது மாதிரி இருக்கும். இவற்றையெல்லாம் ஒவ்வென்றாக நினைக்க நினைக்க வர்ஷாவின் மீது கடுமையான கோபம் உண்டாயிற்று. அதோடு டில்லியின் மீதும் கோபம் வந்தது. டில்லிக்குப் படிக்க வந்தது, டில்லியிலேயே வேலைக்குச் சேர்ந்தது, வர்ஷாவைக் காதலித்தது, கல்யாணம் கட்டிக் கொண்டது எல்லாமே தவறு என்று நினைத்தான்.

'வடநாட்டுக்கு வேலக்கிப் போயிட்டா ஊர்ப் பக்கம் வர்றது நின்னுடுமே. நீ படிச்ச படிப்புக்கு தமிழ்நாட்டிலியே வேல கிடைக்காதா?' என்று வருத்தத்தோடு தன்னுடைய அக்கா உண்ணாமலை கேட்டது நினைவுக்கு வந்தது. வர்ஷாவைக் கல்யாணம் செய்துகொள்ளப்போகிறேன் என்று சொன்னபோது அவள் அழுததும் நினைவுக்கு வந்தது. 'வடநாட்டுப் பொண் ணக் கட்டுனா நீ எப்படி ஊருக்கு வர முடியும்? சாதிசனம்னு அடிக்கடி பாக்க வர முடியாதே. எனக்கு இருக்கிறது நீ ஒரு தம்பிதான? ஒன் னெயும் வடநாட்டுக்காரிகூட அனுப்பிட்டு இந்த மண்ணுல என்னால ஊசுரோட இருக்க முடியுமா?' என்று கேட்டு எவ்வளவோ கெஞ்சிப் பார்த்தாள். தமிழ்நாட்டிலேயே ஒரு பெண்ணைப் பார் என்று வற்புறுத்தி னாள். தன்னுடைய அக்காவும் சொந்தக்காரர்களும் சொன்ன எதையும் கேட்காமல் பிடிவாதம் செய்ய வைத்தது எது என்று யோசித்தான். அவன் அக்கா கெஞ்சிப்பார்த்துவிட்டுக் கடைசியாக, 'எதெ மறந்தாலும், யார மறந்தாலும், நம்ப குடிசாமிய மட்டும் மறந்துடாத. நம்ப சுத்துவட்டாரத்தி லேயே நீதான் பெரிய படிப்பு படிச்சிருக்க. பெரிய வேலையில இருக்க. இதெல்லாம் நம்ப குடிசாமி காட்டுன வழிதான். அதெ மட்டும் மறந்துடாத' என்று சொல்லிவிட்டு அழுதுகொண்டே போனதை நினைத்துப் பார்த்ததும் அவனுக்குக் கண்கள் கலங்கிவிட்டன. தன்னுடைய அப்பா, அம்மா உயிரோடு இருந்திருந்தால் டில்லியில் வேலையில் சேர்வதற்குச் சம்மதித் திருந்தாலும் வர்ஷாவைக் கல்யாணம் கட்டிக்கொள்வதற்குச் சம்மதித் திருக்க மாட்டார்கள். திருநீறு சாமி கோயிலுக்கு வர மாட்டேன் என்று வர்ஷா சொல்வதைக் கேட்பதற்கு அவர்கள் உயிரோடு இல்லாததே நல்லது என்று நினைத்தான். அவள் ஏன் இவ்வளவு பிடிவாதமாக இருக்கிறாள்? இதற்கு முன் இவ்வளவு அதிகமாகப் பிடிவாதம் பிடித்ததோ, திமிராகப் பேசியதோ கிடையாது. அவளைப் பற்றி நினைக்கநினைக்கக் குழப்பம் உண்டாயிற்று. குழப்பம் கூடக்கூடக் கோபம் கூடியது. கோபத்தைத் தணிப்பதற்காகக் கிழக்கில் ஸ்ரீ அரபிந்தோ மார்க்குக்குச் செல்லும் வழியில் இருந்த ரிங்ரோட்டைப் பார்த்தான். எறும்புகள் மாதிரி வரிசையாக கார்கள் செல்வது தெரிந்தது. அப்போது காலிங் பெல் அடிக்கிற சத்தம் கேட்டது. யாராக இருக்கும் என்று யோசித்துக்கொண்டே கதவைத் திறந்தான். வர்ஷாவின் அண்ணன் அலோக் பாண்டே நின்றுகொண்டிருந் தார். ''ப்ளீஸ் கம்'' என்று சொன்னான். பாண்டே லேசாகச் சிரித்தார். அந்தச் சிரிப்பில் உயிர் இல்லை. இருவரும் வந்து எதிரெதிர் சோபாக்களில் உட்கார்ந்தபோது படுக்கை அறையில் வர்ஷாவிடம், அவளுடைய அம்மா கத்திக்கொண்டிருப்பது தெளிவாகக் கேட்டது.

''மதராஸிக்காரன் சரிவர மாட்டான்னு நான் அப்பவே சொன்னன். நீ கேட்டியா? அடம்புடிச்ச, அழுத, செத்திடுவன்னு சொன்ன, இப்ப என்ன ஆச்சி? எம் முன்னாலியே ஒன்னெ அடிக்கிறான். இப்ப என்ன செய்யப்

போற? டில்லியில இருக்கிற பசங்களையெல்லாம் ஒனக்குப் புடிக்கல. இப்ப அடிவாங்கி சாகிற.'' வர்ஷாவோடு சேர்ந்துகொண்டு நவநீதாவும் அழுகிற சத்தம் கேட்டதும் பாண்டே பதறிப்போனார். ''என்ன நடந்துச்சி'' என்று கேட்டார். அண்ணாமலை எதுவும் பேசவில்லை. சட்டென்று எழுந்து சென்று படுக்கை அறையின் கதவைத் தட்டினார். நவநீதா கதவைத் திறந்தாள். பாண்டேவைப் பார்த்ததும் அவளுக்கு என்ன தோன்றியதோ அழ ஆரம்பித்தாள். பாண்டே படுக்கை அறைக்குள் போனதும் கதவு சாத்தப் பட்டது. அண்ணாமலையைக் காதலித்ததற்காக, கல்யாணம் கட்டிக்கொண் டதற்காக நவநீதா, வர்ஷாவைத் திட்டுவது தெளிவாகக் கேட்டது. எல்லா வசைகளையும் கேட்டவாறு அமைதியாக நின்றுகொண்டிருந்தான்.

அரை மணி நேரம் கழிந்திருக்கும், கதவைத் திறந்துகொண்டு வெளியே ஹாலுக்கு வந்த அலோக் பாண்டே சோபாவில் உட்கார்ந்தார். ஜன்னலின் வழியே கட்டடங்களைப் பார்த்துக்கொண்டிருந்த அண்ணாமலையைக் கூப்பிட்டு, ''எங்கிட்ட ஒரு வார்த்த சொல்லக் கூடாதா?'' என்று கேட்டார்.

''...''

''ஒங்களுக்கு இவ்ளோ கோவம் வரும்னு நான் நெனைக்கவே இல்ல.''

''...''

''ஒங்க ஊர் தெரியாது. வீடு தெரியாது. மொழிகூடத் தெரியாது. ஒங்க ளோட படிப்ப இல்ல, நடத்தய வச்சிதான் நம்பி பொண்ணக் கொடுத்தோம்.''

''...''

''வர்ஷாவும் அழுவுறா, எங்கம்மாவும் அழுவுறாங்க. பாக்கறதுக்கு ரொம்ப கஷ்டமா இருக்கு அண்ணாமல'' பாண்டேவின் முகம் மட்டுமல்ல, குரலும் மாறிவிட்டது.

''சின்ன விஷயம் விடுங்க'' ரொம்பவும் மனம் கசந்து சொன்னான்.

படுக்கை அறையிலிருந்து வேகமாக வந்த வர்ஷா, ''எது சின்ன விஷயம்?'' என்று கேட்டுக் கத்தினாள்.

நான்கு வருடங்களாக அண்ணாமலையின் மீது இருந்த குற்றச்சாட்டுகளை எல்லாம் மொத்தமாகக் கொட்டித் தீர்த்தாள். எதற்குமே அவன் வாயைத் திறக்கவில்லை. வர்ஷா கத்தியது போதாதென்று நவநீதாவும் வந்து கத்தினாள்.

''நான் பேசுறன் இருங்க'' என்று பாண்டே சொன்னதை வர்ஷாவும் கேட்கவில்லை, நவநீதாவும் கேட்கவில்லை. பொறுத்துப்பொறுத்துப் பார்த்த பாண்டே, ''நீங்க பேசுறதுக்கு, கத்துறதுக்கு என்னெ எதுக்குக் கூப்பிட்டிங்க?'' என்று கத்திய பிறகுதான் இரு பெண்களின் வாயும் கொஞ்சம் மட்டுப்பட்டது.

''நான் பேசிட்டுச் சொல்றன். நீங்க போங்க'' இருவரையும் படுக்கை அறைக்குள் அனுப்பிய பிறகுதான் பாண்டேவிற்கு நிதானமாக மூச்சுவிடவே முடிந்தது.

''என்ன நடந்தது'' என்று பாண்டே கேட்டார்.

''எங்க குலதெய்வம் கோயில்ல முடி எறக்கணுமின்னு டிக்கெட் போட்டன். அங்க வர மாட்டன்னு சொல்லித் தகராறு. என்னெ முரடனாவும் முட்டாளாவும் மாத்துறாங்க.''

படுக்கை அறையிலிருந்து வந்த வர்ஷா, ''வர மாட்டன்னு சொன்னதுக்காக ரெண்டு முற அடிப்பிங்க. டைவர்ஸ் பண்ணிடுவன்னு சொல்விங்களா?''

''வர மாட்டன்னு சொன்னதுக்காக அடிக்கல, டைவர்ஸ் தருவன்னு சொல்லல. தப்பாப் பேசக் கூடாது.''

''பின்ன எதுக்காக அடிச்சிங்களாம்? சொன்னிங்களாம்?'' அடித்துவிடுவது மாதிரிக் கத்தினாள்.

''எங்க குலதெய்வத்த மயிரு சாமி, மயிரு பேருன்னு சொன்னதுக்காக.''

''இப்பவும் சொல்றன். அடிப்பிங்களா?''

''நிச்சயமா'' உறுதியாகச் சொன்னான்.

''அப்படியா?'' என்று கேட்டு வர்ஷா கத்தினாள். அப்போது ஹாலுக்கு வந்த நவநீதா, வர்ஷாவைவிட வேகமாகச் சத்தம்போட்டாள்.

''நீ எதுக்குக் கோபப்பட்டுக் கத்துற?'' என்று பாண்டே கேட்டார். அவருடைய பேச்சை வர்ஷாவும், நவநீதாவும் காதுகொடுத்துக் கேட்கவில்லை. ஆனாலும், பாண்டே அவர்களைச் சமாதானப்படுத்த முயன்றார்.

''நீ இதுவர தமிழ்நாட்டுக்குப் போனதில்ல. இதயே காரணமா வச்சி போய்ப் பாத்திட்டு வா.''

''இதெச் சொல்லத்தான் வந்தியா? ஒனக்கென்ன பைத்தியம் புடிச்சிடிச்சா?'' வர்ஷா கத்தினாள்.

''முதல்ல கத்தறத நிறுத்து. அவர் அடிச்சது தப்பு. டைவர்ஸ் தருவன்னு சொன்னதும் தப்பு, நீ அவர்கூடப் போக மாட்டன்னு சொல்றதும் தப்பு.''

''அப்படின்னா நீயே போயிக்க.'' வீம்பாகச் சொன்னாள்.

''நான் சொல்றதப் புரிஞ்சிக்க.''

''நீ போ கூட.'' அழுதுகொண்டே சொன்னாள் வர்ஷா.

''கோயிலுக்குத்தான போலாங்குறாரு. அதுல தப்பு என்ன இருக்கு?''

''என்ன பேசுற? முட்டாளா நீ?'' என்று நவநீதா கேட்டாள். அவர் பதில் சொல்வதற்கு முன்பாகவே நவநீதா சொன்னாள்:

''பேசாம இருந்தே நல்ல ஆளுங்கிற பேர வாங்க முடியும், மத்தவங்கள ஏமாத்த முடியுங்கிறத இப்பத்தான் பாக்குறன். ரெண்டாயிரத்தி பதினாறுலயும் முடி எடுக்கிறதுக்காக ரெண்டாயிரம், மூவாயிரம் கிலோமீட்டர் தூரம் தாண்டிப் போவன்னு சொல்றத இப்பத்தான் கேள்விப்படுறன்.''

பாண்டே பேசினார். வர்ஷா பேசினாள். நவநீதா பேசினாள். எதற்கும் அண்ணாமலை வாயைத் திறந்து ஒரு வார்த்தை பேசவில்லை. வேற வழி இருக்கா? என்று கேட்டு மூன்று பேரும் கட்டாயப்படுத்திய பிறகுதான் அவன் நிதானமாகச் சொன்னான்:

''தமிழ்நாட்டுல எந்த மாமியாரும் சோபாவுல ஒக்காந்து கால்மேல கால் போட்டுக்கிட்டு மருமகன்கிட்ட கேள்வி கேட்க மாட்டாங்க. பேச மாட்டாங்க.''

பாண்டேவுக்கு, வர்ஷாவுக்கு மட்டுமல்ல நவநீதாவுக்கும் இதற்கு என்ன பதில் சொல்வது என்று தெரியவில்லை. ''ஒவ்வொரு வார்த்தையும் விஷமா இருக்கு'' என்று சொல்லிவிட்டு நவநீதா எழுந்து படுக்கை அறைக்குள் சென்றுவிட்டாள். தன்னுடைய அம்மா கோபித்துக்கொண்டு போனதைப் பார்த்த வர்ஷாவுக்கு கடுமையான கோபம் வந்தது.

''எப்பவும் தமிழ்நாட்டுப் பெருமைதானா? மத்தவங்கள மதிக்கத் தெரியல. வெக்கமில்லாம நெனச்சதுக்கெல்லாம் ஒய்ஃப அடிக்கிறதுதான் தமிழ்நாட்டுப் பெருமையா? நீங்க என்ன அடிச்சது, எதிர் பிளாட்டுக்காரங்களுக்கு, பக்கத்து பிளாட்டுகாரங்களுக்குத் தெரிஞ்சா என்ன நெனைப்பாங்க?'' வாய் ஓயாமல் வர்ஷா கேள்வி கேட்டுக்கொண்டிருந்தாள். கடைசியாக, ''நீங்க என்ன தர்றது? நானே தர்றன் டைவர்ஸ்'' என்று சொல்லிவிட்டுக் கையெழுத்துப் போட்டுத் தருவதற்காகக் காகிதத்தைத் தேட ஆரம்பித்தாள்.

''உள்ளப் போயி ஒக்காரு. நான் பேசிக்கிறன்'' என்று சொல்லிக் கட்டாயப் படுத்தி அவளைப் படுக்கை அறைக்குள் அனுப்பினார் பாண்டே. பிறகு நிதானமாகக் கேட்டார்:

''ஒங்க பிளான் என்ன?''

டில்லியிலிருந்து விமானம் மூலம் சென்னை, அங்கிருந்து ரயிலில் போவது, ஸ்டேசனிலிருந்து வாடகை காரில் ஊருக்குப் போவது, தன் அக்காவை அழைத்துக்கொண்டு கோயிலுக்குப் போவது, காரியம் முடிந்ததும் நேராக ரயில்வே ஸ்டேசனுக்கு வருவது, பிறகு சென்னை. அங்கிருந்து டில்லி. நான்கு நாள் பயணத்திற்கானத் திட்டத்தைத் தெளிவாகச் சொன்னான். எல்லாவற்றையும் பொறுமையாகக் கேட்ட பாண்டே, ''ஒங்க குலதெய்வம் கிருஷ்ணனா, சிவனா?'' என்று கேட்டார்.

''ரெண்டுமில்ல.''

''சிதம்பரம் நடராஜர், மதுரை மீனாட்சி அம்மன் கோயிலுங்க மாதிரி இருக்குமா?''

''அப்படியெல்லாம் இருக்காது.''

''ஓ'' என்றார் பாண்டே. அவருடைய குரலில் மகிழ்ச்சியுமில்லை, இளக்காரமுமில்லை. திடீரென்று நினைவுக்கு வந்ததுபோல், ''ஒங்க சாமியோட போட்டோ இருக்கா?'' என்று கேட்டார்.

''அப்போ ஏது போட்டோ, வீடியோவெல்லாம்?'' லேசாகச் சிரிக்க முயன்றான். வர்ஷாவும் நவநீதாவும் போட்ட சத்தத்தில் ஏற்பட்ட இறுக்கத்திலிருந்து இப்போது அவனுடைய முகம் கொஞ்சம் இயல்பாகியிருந்தது.

''அவர் எழுதின சுலோகம், பாட்டு, புத்தகம், அருள்வாக்குன்னு ஏதாவது இருக்கா?''

'எதுவுமில்லை' என்பது மாதிரி உதட்டைப் பிதுக்கிக்காட்டினான்.

''அப்பறம் எப்படிச் சாமிங்குறிங்க?'' அலுப்பான குரலில் பாண்டே கேட்டார்.

''எதுவுமே இல்லாததாலதான் அவர் சாமி.''

''வேற எங்கியாச்சும் பிராஞ்ச் இருக்கா?''

''இதென்ன ஐடி கம்பனியா? பேங்க்கா, இல்ல துணிக் கடயா, ஹோட்டலா? ஊர்ஊருக்கு பிராஞ்ச் வைக்கிறதுக்கு?''

அண்ணாமலையின் பேச்சால் பாண்டேவின் முகம் மாறியது. பேச்சை முடித்துக்கொள்ளலாம் என்று நினைத்தாலும், ''குருகுலம், டிரஸ்ட், மடம், யோகா பயிற்சி மையம், தியான மண்டபம்னு ஏதாவது இருக்கா?'' என்று மேலும் தொடர்ந்தார்.

''எதுவுமே இல்ல. 'தானே தனக்குச் சும, தன்னோட மனசே தனக்குச் சத்ரு, கொல்லுகொல்லு மனசக் கொல்லு, கொல்லுகொல்லு மனப் பேயக் கொல்லு'ன்னு சொல்லியே வாழ்ந்தவரு. அவருக்கு நீங்க சொல்ற மாதிரியான விஷயங்க எதிலயும் விருப்பம் இருந்ததில்ல.''

''அருள்வாக்கு சொல்லி இருக்காரா?''

அண்ணாமலைக்கு அலுப்பாக இருந்தது. என்ன இப்படியெல்லாம் கேள்வி கேட்கிறார் என்று பாண்டேவின் மீது எரிச்சல் வந்தது. வர்ஷாவும், நவநீதாவும் ஒருவிதமாகத் தொல்லை தந்தார்கள் என்றால் இவர் வேறுவிதமாகத் தொல்லை தருகிறாரே என்று யோசித்தான். அதே நேரத்தில் திருநீறு சாமி ஏன் இப்படியெல்லாம் செய்யவில்லை என்ற எண்ணமும் முதன்முதலாக அவனுக்குத் தோன்றியது. ஆனாலும், திருநீறு சாமி சொன்ன வார்த்தைகளைச் சொன்னான்:

''வாயக்கட்டு வாயக்கட்டு. வயித்தக்கட்டு, வயித்தக்கட்டு. சும்மாயிரு சும்மாயிரு. இதுதான் அவர் சொன்னது.''

''ஓ.''

''தான் சாகப்போற நாள முன்கூட்டியே சொல்லி இருக்காரு.''

''அப்படியா?'' ஆச்சரியமாகக் கேட்டார் பாண்டே.

''நான் வந்த வேல முடிஞ்சிப்போச்சி. எனக்கு உத்தரவு ஆயிடிச்சி. என்னோட கர்மவென முடிஞ்சதால நான் இந்த ஒடலவிட்டு நீங்கப்

போறன். புரட்டாசி மாசம், உத்திரட்டாதி நட்சத்திரம், பௌர்ணமி அன்னிக்கி, புறப்பாடு நடக்கும். குழிய வெட்டுங்கன்னு சொல்லியிருக்காரு. அதே மாதிரி குறிப்பிட்ட நாளில தானே போயிக் குழியில எறங்கிக்கிட்டு, பெரிய பாராங்கல்ல வச்சி தானே மூடிக்கிட்டாராம். அவர் ஏற்கனவே சொன்னபடி ஒரு வருஷம் கழிச்சி அதே நாள்ல தோண்டிப் பாத்திருக்காங்க. அழுகின உடலோ, எலும்புக்கூடோ இல்லாம படிக லிங்கம் மட்டும் இருந்துச்சாம். அதெ எடுத்து வச்சிக் கோயில் கட்டிக் கும்புட்டிருக்காங்க. அது தான் இப்ப திருநீறு சாமி.''

''நீங்க சொல்றது ஆச்சரியமா இருக்கு.''

''தமிழ்நாட்டுல இருந்த சித்தருங்க அதிசயமான ஆளுங்க சார். ஏழாம் நூற்றாண்டிலிருந்தே இருந்திருக்காங்க. திருமூலர்ல ஆரம்பிக்குது சித்தர் மரபு. அப்பவே, 'தன்னை அறிந்து ஒழுகுவோர் தன்னை மறப்பர். தன்னை அறியாதவரே தன்னைக் காட்டுவர்'ன்னு எழுதி வச்சிருக்காங்க.''

''நீங்க சொல்றதயெல்லாம் கேக்கும்போது எனக்கு ஆச்சரியமா இருக்கு. அதே நேரத்தில, நீங்க சித்தர் ஆயிடுவிங்களோன்னு பயமாவும் இருக்கு'' வாய்விட்டுச் சிரித்தார் பாண்டே. ஆனால், அவனுக்குச் சிரிப்பு வரவில்லை. அமைதியாக உட்கார்ந்திருந்தான். அவனுடைய முகத்தையே கூர்ந்து கவனித்த பாண்டே ஏதோ சொல்ல வந்தார், பிறகு ஒன்றும் சொல்லாமல் எழுந்து சென்று பிரிட்ஜிலிருந்த தண்ணீர் பாட்டிலை எடுத்துக் கொஞ்சம் குடித்தார். திரும்ப வந்து உட்கார்ந்துகொண்டு கிண்டலாகச் சொன்னார்:

''சொல்லுங்க சித்தர்.''

''சித்தர் ஆவறதுக்கான மனசு எங்கிட்ட இல்ல. என்னோடது எலி வளை. சித்தர் ஆவறதுக்குக் கடலவிடப் பெரிய மனசு இருக்கணும். தான் கடல் இல்லன்னு தெரிஞ்சிக்கிற மனசும் அறிவும் இருக்கணும். அது எல்லாருக்கும் வாய்க்காது. 'ஆற்றில் கிடந்தும் துறையறியாமல் அலைகின்றாயே மட நெஞ்சே, இருப்பது பொய், போவது மெய்'ன்னு சொல்றதுதான் சித்தர் மரபு. 'தன்னை அறியத் தனக்கொரு கேடில்லை'ன்னுதான் கோயில் வாசப் படியிலேயே எழுதியிருக்கு.''

''கோயில் பெருசா இருக்குமா?''

''இருக்காது.''

''சீடருங்க யாராச்சும் இருக்காங்களா?''

''சித்தர்களோட வாழ்க்கயில சீடனுமில்ல, குருவுமில்ல. கொடுக்கிறது மில்ல, வாங்குறதுமில்ல. வேதபாடம் கேக்கிறதுமில்ல. தீர்த்தயாத்திர போறதுமில்ல. தியானம் செய்யுறதுமில்ல. மடங்கள, ஆதீனங்கள, குரு குலங்கள உண்டாக்குறதுமில்ல. மடாதிபதியா, ஆதீனமா, குருவா, ஆன்மீக பெரியவரா ஆகணும்னு நெனைக்கிறதுமில்ல. அப்படி ஆனதுமில்ல. தீட்ச வாங்குறதுமில்ல, தீட்ச கொடுக்கிறதுமில்ல. சந்நியாசம் வாங்குறதில்ல, காவி

உடை உடுத்துறதுமில்ல. 'அன்ன விசாரம் அதுவே விசாரம்'ன்னு சொன்னவங்க. புளியம் பழத்தில ஓடு இருக்கிற மாதிரிதான் அவங்க வாழ்க்க.''

''நீங்க சொல்றதெல்லாம் புதுசா இருக்கு.''

''திருநீறு சாமிங்கிறது எங்க குலதெய்வத்தோட பேர் இல்ல. அவர் பேரு அண்ணாமல. சாது தரிசனம் சாப விமோசனம்னு சனங்களாத்தான் அவரச் சாமின்னாங்க. சித்தர்னாங்க, அவர் ஒருநாளும் நான் சாமி, நான் சித்தர்னு சொல்லிக்கிட்டது கெடயாது. 'ஒன்னோட சாமியும், ஒன்னோட சுடுகாடும் ஒங்கிட்டதான் இருக்கு'ன்னு சொன்னவரு. இவர் மட்டுமில்ல, சொந்தப் பேரக்கூட வெளிய சொல்லாதவங்கதான் சித்தருங்க. அவங்க என்ன செஞ்சாங்களோ, எப்படி வாழ்ந்தாங்களோ அதுதான் அவங்களோட பேரா, அடயாளமா ஆயிருக்கு. அதுகூடச் சனங்களா வச்ச பேருதான். அடயாளம்தான். இப்பகூட, தலயாட்டிச் சித்தர், காரைச் சித்தர், சுரைக் காய்ச் சித்தர், மதகுச் சித்தர், ஆத்து சாமி, தீப்பெட்டி சாமி, மாடி சாமின்னு பல பேரு இருக்காங்க. அந்தக் காலத்தில பாம்பாட்டிச் சித்தர், சிவவாக்கியர், பத்திரகிரியார்ன்னு பல பேரு இருந்திருக்காங்க. இந்தப் பேரு கூட அவங்களாத் தங்களுக்கு வச்சிக்கிட்டது கெடயாது. நான் சொல்றத நம்பலன்னா தமிழ்நாட்டுல இப்ப இருக்கிற சதுரகிரி மல, மகேந்திர மல, சுருளி மல, கொல்லிமல, நம்பி மல, பச்ச மலப் பக்கம் போயிப் பாருங்க. எத்தினியோ சித்தருங்க இருக்கிறதப் பாக்கலாம். அங்க சந்நியாசிப் பாறைனே ஒண்ணு இருக்கு.''

''நீங்க சொல்றது புதுசா இருக்கு.''

''சார் நமக்குத் தெரிஞ்ச வாழ்க்க வேற. நாம தேடுற வாழ்க்க வேற. நாம வாழற வாழ்க்கயும் வேற. நிஜமான சித்தர்களோட வாழ்க்கமுற, தன்னையே இல்லன்னு சொல்றது. தன்னோட காலடித் தடத்தத் தானே அழிச்சவங்க. தன்னோட நிழலயே சுமைன்னு கருதினவங்க, தன்னோட மரணத்தயே கொண்டாடுனவங்க, செத்துப்போறது மட்டும்தான் அவங்க விருப்பமா, வாழ்க்கயா இருந்திருக்கு.''

பாண்டே, அண்ணாமலையை வினோதமாகப் பார்த்தார். அவனுடைய பேச்சும் முகபாவமும் புதுவிதமாக இருந்தன. பேச்சிலும் குரலிலும் எந்தப் பதட்டமுமில்லை. வரலாற்றுப் பேராசிரியர்கள் மாதிரி வாய் ஓயாமல் இவ்வளவு பேசுவான் என்பதையே அவரால் நம்ப முடியவில்லை. பொதுவாக அவன் அதிகம் பேசிப் பார்த்ததில்லை. அதிலும் வர்ஷா குடும்பத்தினரிடம் அவன் அதிகம் பேச்சு வைத்துக்கொள்ள மாட்டான். எவ்வளவு முடியுமோ அவ்வளவு குறைத்துப் பேசுவான். கேட்டால் கேட்ட கேள்விக்கு மட்டும்தான் பதில் சொல்வான். அதையும் சத்தமாகவோ அதிர்ந்தோ சொல்ல மாட்டான். தானாகவே பதில் சொல்கிற பழக்கம் அவனிடம் இல்லை. எதைச் சொன்னாலும் சரி என்றுகூடச் சொல்ல மாட்டான்.

சரி என்பது மாதிரி தலையைத்தான் ஆட்டுவான். ஒரு விஷயத்தைச் சொன்னால், தான் சொன்னதுதான் சரி என்பது மாதிரி வாதித்துப் பேச மாட்டான். மற்றவர்களிடம்தான் குறைத்துப் பேசுவான் என்றில்லை, வர்ஷா விடம்கூட அளவாகத்தான் பேசுவான். அவனுடைய குணத்திற்காகத்தான் தமிழ்நாட்டுக்காரனாக இருந்தாலும், கறுப்பாக இருந்தாலும் பெண் தரலாம் என்று அவளைக் கட்டிக்கொடுத்தார்கள். பாண்டேவையும், அவருடைய அப்பாவையும் எப்போதும் 'சார்', 'சார்' என்றுதான் கூப்பிடுவான். வர்ஷாவை அடித்திருக்கிறான். அதுவும் தன்னுடைய அம்மாவின் முன்னாலேயே அடித்திருக்கிறான். டைவர்ஸ் தருவேன் என்று சொல்லியிருக்கிறான். ஒவ் வொன்றாக நினைத்துப் பார்த்தார்.

'அவனைத் திட்டி, கண்டித்து, குலதெய்வம் கோயிலுக்கு வர முடியாது என்று சொல்லிவிடு' என்று வர்ஷாவும், நவநீதாவும் சொன்னதையெல்லாம் படிப்படியாக மறந்துவிட்டார் பாண்டே.

''ஒங்க சாமி என்னதான் சாப்பிட்டார்?''

''அவரப் பாக்க வர்றவங்க பழம் கொண்டுவந்து கொடுப்பாங்களாம். அதெ அவர் திரும்பிக்கூடப் பாக்க மாட்டாராம். காக்கா, குருவின்னு பறவைங்கதான் வந்து கொத்தித் திங்குமாம். அவர் முன்னால வச்ச பழத்தில ஈ, எறும்புகூட மொய்க்காதாம். அதே மாதிரி எத்தன நாள் ஆனாலும் அழுகியும் போகாதாம்.''

''ரியலி?'' ஆச்சரியமாகக் கேட்டார் பாண்டே.

''அட்டமா சித்திகள், மந்திர சித்திகள், யோக சித்திகள்னு பலதும் அவருக்குத் தெரிஞ்சியிருக்கு. ஒரே நேரத்தில ஆலமரத்து கீழயும் இருப்பா ராம். திருச்செந்தூர் முருகன் கோயில்லயும் இருப்பாராம், கூடுவிட்டுக் கூடு பாய்வாராம், இந்த மாதிரி சித்துவேலகளச் செய்யுறதாலதான் அவருக்குச் சித்தர்னு பேரு.''

''இப்பிடி இருக்கிற சாமியாருங்ககிட்ட எனக்கு அது வேணும், இது வேணும். எனக்கு அது நடக்கணும், இது நடக்கணும்னு கேட்டுக் கூட்டம் வருமே. அவங்களுக்கெல்லாம் என்ன செஞ்சாரு?''

''அப்படி வர்றவங்ககிட்டயெல்லாம், 'கடலும் என்னுதில்ல, காத்தும் என்னுதில்ல, மண்ணும் என்னுதில்ல, மலயும் என்னுதில்ல, நீரும் என்னு தில்ல, நிலமும் என்னுதில்ல, இந்த ஊரும் என்னுதில்ல, இந்த உலகமும் என்னுதில்ல, இந்த ஒடலும் என்னுதில்ல, உயிரும் என்னுதில்ல'ன்னு சொல்லிக்கிட்டே, 'இந்த அரசமரத்தச் சுத்திக்கிட்டு வா'ன்னு சொல்லு வாராம். அவர் சொல்றதக் கேட்டு, 'இது என்ன கிறுக்குச் சாமியா இருக்கு'ன்னு சொல்வாங்களாம். இதனால அவருக்குக் கிறுக்குச் சாமிங்கிற பேரும் இருந்திருக்கு. 'வியாபாரம் பெருகணும், வீடு கட்டணும், தொழில்

செய்யணும் ஆசி சொல்லுங்க சாமி'ன்னு கேட்டு வர்றவங்ககிட்ட, 'ஒன்னோட சாமிதான் நெறஞ்சி இருக்கே, அப்பறம் எதுக்கு ஒனக்கு இதெல்லாம்?'ன்னு கேப்பாராம். அவர் சொல்றது புரியாம, 'என்ன சாமி சொல்றிங்க?'ன்னு கேட்டா, 'ஒன்னோட வயித்தத்தான் சொன்னன். அதுதான் எந்தக் குறயும் இல்லாம இருக்கே. அப்பறமென்ன? ஒலகத்திலியே பெரிய சாமி வயிறுதான். அது நெறஞ்ச பின்னால மத்ததெல்லாம் எதுக்கு? வயிறுதான் சாமி. அதுக்கு மட்டும் வழியப் பாரு. கும்பித் தீய மட்டும் அண. வயித்துச் சுமதான் பெரிய சும. அதெ மறந்திடு. ஒலகம் மறந்திடும். எல்லாத் தொந்தரவும் போயிடும்'ன்னு சொல்லிடுவாராம். கிறுக்குச் சாமின்னு சொன்னாலும் அவரப் பாக்குறதுக்கு எப்பவும் கூட்டம் வந்துகிட்டே இருக்குமாம். 'குழந்த பாக்கியம் இல்ல சாமி'ன்னு கேக்குறவங்ககிட்ட, 'காத்த கையிலப் புடிச்சிக் கொடு, சூரிய வெளிச்சத்தக் கையிலப் புடிச்சிக் கொடு. நீ கேட்டதக் கொடுக்கிறன்'னு சொல்லிடுவாராம். சொந்தக்காரங்க, ஊர்க்காரங்கன்னு போனா, 'வீழ்ந்தவன் மேல மாடு ஏறி மிதிக்கிற மாதிரி எதுக்கு எங்கிட்ட வர்றிங்க? இது அச்சாணி இல்லாத வண்டி. இதுல ஒங்க பாரத்த ஏத்தாதிங்க'ன்னு சொல்லிடுவாராம்.''

அண்ணாமலையின் பேச்சைக் கேட்கக்கேட்க பாண்டேவுக்கு திருநீறு சாமிபற்றித் தெரிந்துகொள்ள வேண்டும் என்ற ஆசை உண்டாயிற்று. அதே நேரத்தில் பசியாகவும் இருந்தது. வர்ஷாவும் நவநீதாவும் படுக்கை அறைக்குள் பேசிக்கொண்டிருக்கிறார்கள். எதிரில் அண்ணாமலை வாய் ஓயாமல் பேசிக்கொண்டிருக்கிறான். இந்த நேரத்தில் மதியச் சாப்பாடுபற்றிப் பேசினால் சரியாக இருக்குமா என்று யோசித்தார். எழுந்து தன்னுடைய வீட்டிற்குப் போய்விடலாமா என்று யோசித்தார். எதிரில் ஒரு ஆள் முழு ஈடுபாட்டுடன் பேசிக்கொண்டிருக்கும்போது எழுந்து போவது சரியா என்ற குழப்பம் வந்தது. ஆனாலும், திருநீறு சாமிபற்றி அறிந்துகொள்ளும் ஆர்வத்தில், ''ஒங்க சாமி சின்ன வயசிலியே சாமியாரா ஆயிட்டாரா? கல்யாணமான பிறகு சாமியாரா ஆனாரா?'' என்று பாண்டே கேட்டார்.

''கல்யாணம் கட்டக் கட்டாயப்படுத்தியிருக்காங்க. 'ஒரு கம்பத்தில ரெண்டு யானையக் கட்டக் கூடாது. ஒலகமே தன்னோட சந்ததிக்காகத்தான் வாழுது. அந்த வாழ்க்க எனக்கு வேண்டாம்'னு சொல்லிட்டாராம். கல்யாணம் கட்டியே தீரணும்னு வீட்டுல அடம்புடிச்சப்பதான் வீட்ட விட்டு ஓடிப்போயிட்டாரு. கடசிவர வீடு திரும்பல. ஊர்ப் பக்கம் வரல.''

''அவர் எந்த ஊரு?''

''நான் பிறந்த ஊர்தான். ஆண்பிள்ளை பிறந்தான்.''

''ஆச்சரியமான பேரு.'' பசியோடு இருந்தாலும் பாண்டே வாய்விட்டுச் சிரித்தார்.

''அவர் போயித் தங்கி, வாழ்ந்து மறைந்த ஊரக் கேட்டா இன்னும் சிரிப்பிங்க.''

''என்ன ஊரு?''

''வாழ்வாங்கி.''

பாண்டே சத்தம் போட்டுச் சிரித்தார். பிரமாதமான பெயர் என்று சொன்னார்.

''அன்னிபெசன்ட் அந்தக் கோயிலுக்கு வந்திருக்காங்க. சொந்தச் செலவில ஒரு ஆர்ச் கட்டியிருக்காங்க. விவேகானந்தர் வந்து ஐஞ்சி நாள் தங்கி தியானம் செஞ்சிருக்காரு. எங்க மாவட்டத்தோட கலெக்டரா இருந்த ஐடன் தொர வந்துட்டுப் போயிருக்காரு. ரமண மகரிஷி வந்து வணங்கிட்டுப் போயிருக்காரு. தமிழ்நாட்டோட மாடர்ன் பொயட் பாரதி, திருநீறு சாமியப் பத்தி ஒரு பாட்டு எழுதியிருக்காரு சார்.''

அண்ணாமலை சொன்னதைக் கேட்ட பாண்டே வியப்பின் உச்சிக்கே போனார். ''ஒரு நிமிஷம்'' என்று சொல்லிவிட்டு உற்சாக மிகுதியில் எழுந்து படுக்கை அறையை நோக்கி ஓடினார். வர்ஷாவிடமும், நவநீதாவிடமும், திருநீறு சாமி கோயிலுக்கு யார்யாரெல்லாம் வந்திருந்தார்கள் என்பதைப் படபடப்பாகச் சொன்னார். எல்லாவற்றையும் நிதானமாகவும் பொறுமையாகவும் கேட்ட வர்ஷா, பாண்டேவின் மொத்த உற்சாகத்தையும் ஒரே வார்த்தையில் அடித்து நொறுக்கினாள்: ''கதைக்குக் காலுமில்ல, வாலுமில்ல.''

''அண்ணாமலை பொய் சொல்ல மாட்டார்னு நம்புறன்'' பாண்டே சொன்னார்.

''பொய் சொல்ல மாட்டார். ஆனா, கதெ சொல்வார். அதுவும் கட்டுக் கதயா'' வர்ஷாவினுடைய ஒவ்வொரு வார்த்தையும் அவள் அண்ணாமலை மீது எவ்வளவு கோபமாக இருக்கிறாள் என்பதைக் காட்டியது. அதனால் அவளிடம் பேச்சுக்கொடுக்க வேண்டாம் என்று நினைத்தார். தன்னுடைய அம்மாவிடம், ''சாப்பிட வேண்டாமா? மணி ஆச்சே'' என்று கேட்டார்.

''எம் பொண்ண என் கண்ணு முன்னாலியே அடிச்சிட்டான். அதெ என்னான்னு கேட்டு அவன அதட்டாம, அவன் சொன்ன கதயக் கேட்டுட்டு வந்து எங்கிட்ட சொல்றியே, ஒனக்கு அசிங்கமா இல்ல?'' நவநீதா பொரிந்துத்தள்ளினாள்.

அண்ணாமலையின் மீது வர்ஷா கடும் கோபத்தில் இருக்கிறாள் என்றால், நவநீதா அதைவிடப் பல மடங்கு கோபத்தில் இருக்கிறாள் என்பது தெரிந்தது. ஒன்றும் பேசாமல் திரும்பி ஹாலுக்கு வந்து சோபாவில் உட்கார்ந்தார். அண்ணாமலை சொல்வது பொய்யாக, கட்டுக்கதையாக, வெறும் வாய்மொழிக் கதையாக இருக்குமோ என்ற சந்தேகம் வந்தது. நேரிடையாகக் கேட்டால் தவறாக நினைக்கலாம் என்ற எண்ணம் இருந்தாலும் மனம் பொறுக்காமல் கேட்டுவிட்டார்:

''நீங்க சொல்றதெல்லாம் நிஜமா?''

பாண்டேவிற்குப் பதில் சொல்லாமல் எழுந்து சென்று தன்னுடைய ஷெல்பில் இருந்த இருபது, முப்பது புத்தகங்களை அள்ளிக்கொண்டு வந்து சோபா மீது வைத்தான். அதிலிருந்து ஒரு புத்தகத்தை எடுத்து அதில் அச்சிடப்பட்டிருந்த புகைப்படங்களைக் காட்டினான். விவேகானந்தர், ரமண மகரிஷி, பாரதி, கே.பி. சுந்தராம்பாள், அன்னிபெசன்ட், ஐடன் துரை நிற்கும் புகைப்படங்களைக் காட்டினான். ஒவ்வொரு படமாகப் பார்த்த பாண்டே ஆச்சரியத்தில், ''ஓ கிரேட்'' என்று சொன்னார்.

''திருநீறு சாமி கோயிலுக்கு வந்திட்டுப் போனவங்களோட போட்டோஸ் இன்னொரு புத்தகத்திலேயும் இருக்கு, பாக்குறிங்களா? தமிழ் நாட்டுல உள்ள அரசியல்வாதிங்க, பெரிய மனுசங்க எல்லாம் இருப்பாங்க'' என்று சொன்னதோடு அந்தப் புத்தகத்தை எடுத்துக் கொடுத்தான். ஆவலோடு புத்தகத்தை வாங்கி போட்டோக்களை மட்டும் பார்த்தார் பாண்டே.

''திருநீறு சாமியப் பத்திச் சொல்றதுக்கு நூத்துக்கணக்கான விஷயங்க இருக்கு. சொன்னா நீங்க யாருமே நம்ப மாட்டிங்க.''

''நான் நம்புறன்'' என்று அடித்துச் சொன்னார் பாண்டே. அண்ணா மலை கொடுத்த இரண்டு புத்தகங்களையும் எடுத்துச் சென்று வர்ஷா விடம், ''இங்க பாத்தியா, இங்க பாத்தியா?'' என்று உற்சாக மிகுதியில் சொல்லிக்கொண்டே, விவேகானந்தர், அன்னிபெசன்ட், ஐடன் துரை இருந்த புகைப்படங்களை ஒவ்வொன்றாகக் காட்டினார். பாண்டேவின் ஆர்வத்தைப் பார்த்து வர்ஷா, ''அவரோட பித்து ஒனக்கும் புடிச்சிடிச்சா அண்ணா'' என்று கேட்டாள்.

அதைக் காதில் வாங்காமல், ''நீங்க ரெண்டு பேரும் பாத்துக்கிட்டு இருங்க வர்றன்'' என்று சொல்லிப் புத்தகத்தைக் கொடுத்துவிட்டு பாண்டே, அண்ணாமலையிடம் வந்தார்.

''உண்மையாவே ஆச்சரியமான விஷயம்தான்.''

''இதெல்லாம் பெரிசில்ல. அவர் செஞ்ச சித்து விளையாட்டுங்கதான் பெருசு. பச்சத் தண்ணிய ஊத்தி விளக்க எரியவிட்டிருக்காரு. செப்புத் தகடத் தங்கமா மாத்தியிருக்காரு. சுடாத மண் பானையில சோறாக்கிக் காட்டியிருக் கார். நோய்னு வர்றவங்க வாயில ஒரு சிட்டிக மண்ண அள்ளிப் போடு வாராம். அது மறுநொடியே அது திருநீரா மாறிடுமாம். அதுவே அவர் பேராயிடுச்சி. வயித்துவலி, தலவலி, காய்ச்சல் எல்லாமே கொஞ்ச நேரத் திலியே காணாம போயிடுமாம். அவராலதான் அந்த ஊரோட, சுத்து வட்டாரத்தோட கதெ பேசப்படுது. அவரு இல்லன்னா அந்த ஊருக்கும், சுத்து வட்டாரத்துக்கும் கதெ ஏது? வெறும் வாழ்வாங்கிங்கிற பேராவே இருந்திருக்கும். அவரோட சின்னச்சின்ன விஷயங்ககூடக் கதயாயிடிச்சி. வரலாறாயிடிச்சி. தலமுறதலமுறயாக் கதெ தொடர்ந்துகிட்டே வருது. அழியல. வாழ்வாங்கியில சாராயக் கட கெடயாது. போலீஸ் ஸ்டேஷன்,

சினிமா தியேட்டர்னு எதுவும் கெடையாது. போலீஸ் ஸ்டேஷன், கோர்ட்டுன்னு இதுவர யாரும் போனதில்ல. எந்தப் பிரச்சனயா இருந்தாலும், அந்த ஊர்ல இருக்கிற எல்லாச் சாதிக்காரங்களும் ஒண்ணாக் கூடிப் பேசி முடிவு சொல்லுவாங்க. அதெ இதுவர யாரும் மீறினதில்ல.''

''நீங்க சொல்றதயெல்லாம் கேக்கும்போது பிரமிப்பா இருக்கு.''

''சராசரி மனுஷ வாழ்க்கயிலிருந்து மாறினவங்க, விலகுனவங்கதான் வரலாறாகுறாங்க. தனிவீடு, தனிரூம், தனிகம்யூட்டர், தனிசெல்போன், தனித்தனின்னு வாழற நமக்கு, என்னுது, என்னுதுன்னு சொல்ற நமக்கு எதுவுமே சாத்தியமில்ல. கோயிலோட வாசல்ல, 'தவஞ்செய்வார் தங்கருமம் செய்வார், மற்றல்லார் அவஞ்செய்வார் ஆசையுட்பட்டு'ன்னு எழுதியிருக்கு சார்.''

''அப்படின்னா என்ன?'' பாண்டே ஆர்வமாகக் கேட்டார். அந்தப் பாட்டுக்கான விளக்கத்தை இந்தியில் சொன்னான். அதைக் கேட்ட பாண்டே சிரித்துக்கொண்டே, ''எங்களவிட இந்தி நல்லாப் பேசுறிங்க'' என்று சொன்னார். அப்போதுதான் நினைவுக்கு வந்த மாதிரி கேட்டார்:

''திருப்பதி கோயிலுக்கு வர்ற தங்கத்த டெபாசிட் செய்யிறாங்களே, அந்த மாதிரி ஏதாவது இருக்குமா? வருஷத்துக்கு எவ்வளவு வசூல் ஆகும்.''

''அந்தக் கோயில்ல உண்டியலே கெடயாது.''

''வாட்? சொத்து இல்லாம எப்படிக் கோயில் இயங்குது?''

''அவர் உயிரோட இருந்திருந்தா இந்தக் கோயிலகூடக் கட்டச் சொல்லியிருக்க மாட்டார். 'சாமிங்கிறது காத்துடா, பூமிடா, ஆகாயம்டா, நீருடா, சூரியன்டா, அதுக்குக் கோயில் கட்டுறிங்களா'ன்னு கேட்டிருப்பாரு. இப்ப கோயில் இருக்கிற எடம் அந்தக் காலத்திலயிருந்த ராசா தானமாக் கொடுத்தது.''

''அப்படியா?''

''அது ஒரு பெரிய கதெ'' என்று களைப்படைந்த மாதிரி சொன்னான் அண்ணாமலை.

பாண்டே கட்டாயப்படுத்தவே திருநீறு சாமி கோயிலுக்கு நிலம் வந்த கதையைச் சொன்னான்:

''அந்தக் காலத்தில எங்க பகுதிய ஆண்ட ராசாவுக்குக் கடுமையான வயித்து வலி இருந்திருக்கு. பல வைத்தியம் செஞ்சிப் பாத்திருக்காங்க. எதுலயும் வலி நிக்கல. அப்ப யாரோ ஒரு ஆள் இவரப் பத்திச் சொல்லியிருக்கான். 'ஒடனே அழச்சிக்கிட்டு வா'ன்னு ராசா சொல்லிட்டாரு. ஆளுங்க வந்து கூப்பிட்டிருக்காங்க. அதுக்கு, 'தாகமெடுத்தா கன்னுக்குட்டிதான் குளத்துக்குப் போகணும். குளம் கன்னுக்குட்டி இருக்கிற எடத்துக்கு வராது'ன்னு சொல்லிட்டாராராம்.''

‘‘பியூட்டிஃபுல். அப்பறம்?’’ சிறு குழந்தை மாதிரி பாண்டே கதையைக் கேட்டார்.

‘‘ஆளுங்க போயி விஷயத்தச் சொன்னதும் ராசா கோபமாகி, ‘ஆளக் கட்டித் தூக்கிக்கிட்டு வாங்க’ன்னு உத்தரவு போட்டிருக்காரு. பத்து, இருவது பேர் போயிக் கூப்பிட்டிருக்காங்க. அவர் வர முடியாதுன்னு சொல்லியிருக்காரு. ஆளத் தூக்கறதுக்குப் பாத்திருக்காங்க. முடியல. ‘காத்த எவன்டா தூக்க முடியும். கடல, மலய, எவன்டா தூக்க முடியும்’ன்னு சொல்லிச் சிரிச்சிருக்காரு. இருவது பேரால அவர அசைக்கக்கூட முடியலங் கிறத ராசாகிட்ட சொல்லியிருக்காங்க. கோபத்தில சிரச்சேதம் செய்யச் சொல்லி உத்தரவு போட நினைத்த ராஜா, வயித்துவலி தீரனுமேன்னு அவரே நேர்ல போயிப் பாத்திருக்காரு. திருநீறு சாமி ஒரு சிட்டிக மண்ண எடுத்து ராசாவோட வயித்தில பூசியிருக்காரு. மறுநிமிஷமே வயித்துவலி இருந்த எடம் தெரியாம போயிருக்கு. ‘எந்த நாட்டு வைத்தியனாலயும் போக்க முடியாத வயித்துவலியப் போக்கிட்ட. ஒனக்கு என்ன வேணும் கேளு’ன்னு சொல்லியிருக்காரு. அதுக்கு, ‘காத்துக்கு நீ என்ன தருவ, கடலுக்கு என்ன தருவ, ஆகாயத்துக்கு, பூமாதேவிக்கு, சூரியனுக்கு என்ன தருவ? போடா போ’ன்னு சொல்லிட்டாராம். அதெக் கேட்ட ராசா, ‘வேணாம்னு சொல்றது ஒங் குணம். கொடுக்காம போறது எங் குணமில்ல’ன்னு சொல் லிருக்காரு. அப்ப, ‘அங்க பாரு ஆகாய மார்க்கமா பட்டினத்தாரும், சிவவாக்கியரும், பத்திரகிரியாரும், பாம்பாட்டிச் சித்தரும் போறாங்க. நான் அவுங்ககூடப் பேசணும். நீ எட்ட போ’ன்னு சொல்லிட்டு வானத்தப் பாத்துக் கும்பிட்டுக்கிட்டே இருந்தாராம்.’’

‘‘‘சித்தனும் சரி, பித்தனும் சரி யாரு சொன்னாலும் கேக்க மாட்டானுவ. நீ வேணாமின்னாலும் கொடுக்காம போறது எனக்கு மரியாத இல்ல. இப்ப இந்தக் குதிரய அடிச்சித் துரத்தப்போறன். குதிர ஓடிக் களச்சிப் போயி எந்த எடத்தில நிக்குதோ அந்த எடம்வர ஒனக்குத் தானம்’ன்னு சொல்லி ராசா குதிரயச் சவுக்கால அடிச்சி விரட்டிவிட்டாராம். ஓடிக் களச்சிப்போன குதிர ஒரு எடத்தில நின்னுருக்கு. அந்த எடத்த அடையாளம் குறிச்சிக் கிட்டாங்க. ஆத்தங்கர அரசமரத்திலிருந்து அடையாளம் குறிச்ச எடம்வர திருநீறு சாமிக்குத் தானம்னு அப்பவே பட்டயம் எழுதிக் கொடுத்திட்டாராம்.’’

‘‘ஆச்சரியமா இருக்கு. அந்த எடம் இப்பவும் பயன்பாட்டுலதான் இருக்கா?’’

‘‘ஆமாம்.’’

‘‘கோயில யார் கட்டுனது?’’

‘‘‘எனக்கொரு ஆலயத்த எழுப்பு’ன்னு திருநீறு சாமி கனவுல வந்து சொன்னதாச் சொல்லி புன்னைவனம் செட்டியார் கட்டினதுதான் இப்ப இருக்கிற கோயில்.’’

''ஒங்க குடும்பத்திலிருந்து எதுவும் செய்யலியா?''

''சாமியாக் கும்புட்டிருக்காங்க. அவ்வளவுதான்.''

''அந்தச் செட்டியாரு யாரு?''

''வியாபாரம் செய்யுற ஆளு. அப்பவே கடல்வழியா வியாபாரம் செஞ்சி ருக்காரு. வியாபாரத்தில பெரிய அடி விழுந்திருக்கு. ஒருநாள் அந்த வழியா வந்து ஆத்தில குளிச்சிட்டு அரசமரத்துக்கு வந்திருக்காரு. திருநீறு சாமியப் பாத்ததும் மனசுல என்ன தோணிச்சோ, 'சாமி வியாபாரம் போயிடிச்சி'ன்னு சொல்லி அழுதிருக்கார். சாமி ஒருபுடி மண்ண அள்ளிக் கொடுத்து, 'எடுத்துக் கிட்டுப் போ'ன்னு சொல்லியிருக்கார். அது பூராவும் தங்கமா மாறி இருக்கு. அதெ வச்சி வியாபாரம் செஞ்சி பெரிய கோடீஸ்வரனா ஆனவர்தான் புன்னைவனம் செட்டியார். வியாபாரத்தில பணம் கொட்ட ஆரம்பிச்சதும் மூணு, நாலு சாக்கு நிறைய பணத்தக் கொண்டாந்து சாமியோட காலடியில கொட்டியிருக்காரு. 'இந்தக் குப்பய எதுக்கு இங்க கொண்டாந்த? இதனால தான் ஒலகத்தில எல்லாக் கெட்டதும் நடக்குது. அடுப்புக்கரியக்கூடக் காசாக் கிற ஒலகம். அள்ளி ஆத்தில கொட்டிட்டுப் போ'ன்னு சொன்னாராம். சாமி சொல்லிடிச்சேன்னு செட்டியாரும் நாலு சாக்குப் பணத்த அள்ளி ஆத்தில கொட்டிட்டாராம்.''

''மிராக்கிள்.'' ஆச்சரியத்துடன் சொன்ன பாண்டே, ''சாமி பெரியாளா, செட்டியாரு பெரியாளான்னு புரியல'' என்று சொன்னார். திடீரென்று நினைவுக்கு வந்த மாதிரி கேட்டார், ''இதெல்லாம் ஒங்களுக்கு எப்படித் தெரியும்?''

''அவரோட இருந்தவங்க, பழகுனவங்க, நேர்ல பாத்தவங்க சொன்னது தான். பின்னால கதயா, வரலாறா ஆயிடிச்சி. செட்டியாருக்கு மட்டுமில்ல, இன்னிக்கும் அந்தக் கோயிலுக்குப் போயித் தன்னுடைய மனக்குறைய சொல்றவங்களுக்குப் பிரச்சன தீந்திடும். கேக்குறவங்களுக்குக் கல்யாண பாக்கியம், குழந்தை பாக்கியம் எல்லாம் உண்டாகும்.''

''இப்பவுமா?''

''ஆமாம்'' என்று சொன்ன அண்ணாமலை, ''இப்ப நான் சொல்லப் போற விஷயத்தக் கேட்டா நம்பவே மாட்டிங்க. அந்தக் கோயில்ல திருநீறு தர்றது ஒரு முஸ்லிம்'' என்று சொன்னான்.

''வாட்?'' அதிர்ச்சியில் பாண்டே எம்பிக் குதிக்காத குறைதான்.

''உண்மதான் சார், அந்தக் காலத்தில வெத்தலபேட்ட அலாவுதீன்னு ஒருத்தர் இருந்திருக்கார். அவருக்குப் பதிமூணு புள்ளைங்க. வெத்தல வியா பாரம் செஞ்சிருக்காரு. ரொம்பக் கஷ்டப்படுற குடும்பம். ஊர்ஊராப் போயி வெத்தல வித்திட்டு வரும்போது அரசமரத்து நிழல்ல வந்து ஒக்கார்ந்திருக் காரு. சாமியயே பாத்துக்கிட்டு இருந்திருக்காரு. என்ன மனசுல பட்டதோ தன்னோட கஷ்டத்தச் சாமிக்கிட்ட சொல்லியிருக்காரு. சாமி எதுவும் பேசாம

ஒரு கைப்புடி மண்ண அள்ளிக் கொடுத்து, 'போ'ன்னு சொல்லியிருக் காரு. அதுக்கு மறுநாளிலிருந்து அலாவுதினுக்கு வியாபாரம் நல்லா நடந் திருக்கு. இலங்கைக்கு, கும்பகோணம் சீவல், நாகப்பட்டினம் சுருட்டு, தஞ்சாவூர் வெத்தல, திருச்செந்தூர் சில்லுக் கருப்பட்டி, கொட ரோடு கொடி முந்திரி, மலநாட்டு வாழப்பழம், பேரிக்கா, சோழவந்தான் துளிர் வெத்தலன்னு ஏற்றுமதி செய்யுற அளவுக்கு வளந்திட்டாரு. எல்லாம் சாமியாலதான் நடந்ததுன்னு நம்பி, நாள் தவறாம சாமிய வந்து பாப்பா ராம். சாமி சமாதியானதிலிருந்து ஒவ்வொரு மாச பௌர்ணமிக்கும் அவரு தான் வந்து திருநீறு கொடுத்திருக்காரு. அவருக்குப் பின்னால அவரோட மனைவி ஆயிஷா பீவி கொடுத்திருக்காங்க. அப்பறம் அவங்களோட மூத்த மகன் காஜா மைதீன் கொடுத்திருக்காரு. அப்பறம் காஜா மைதீனோட பெரிய மகன் ஜமால் முகமது, இப்ப ராஜா முகமது கொடுத்துக்கிட்டிருக் காரு. மத்த பௌர்ணமி நாட்களவிட, ஆவணி மாச பௌணர்மி அன்னிக்குத் தான் கூட்டம் அதிகம் வரும். திருநீறு கொடுப்பாங்க. சாமிக்குச் சொந்தக் காரங்களா இருந்தாலும் நாங்களும் அவங்ககிட்டதான் திருநீறு வாங்கணும்.''

''எப்படி இது நடந்துச்சி?''

''தெரியல. அந்தக் காலத்திலிருந்து இதுதான் நடமுற.''

''சண்ட வரலியா?''

''எதுக்காக?''

''முஸ்லிம் குடும்பம் திருநீறு கொடுக்கிறதுக்காக.''

''இதுவர வந்ததில்ல.''

''திருநீறு கொடுக்கிறவங்க எந்தச் சாமியக் கும்புடுறாங்க?''

''அல்லாவத்தான்.''

''அந்தக் கோயிலுக்கு எப்ப கடைசியாப் போனிங்க?''

''கல்யாணத்துக்கு முன்னாடி.''

''அப்ப யார் திருநீறு கொடுத்தாங்க?''

''ராஜா முகமதுதான்.''

''இதுவர ஒரு முறகூடச் சண்ட வந்ததே இல்லியா?''

''மனுசனுக்கு மனுசன் இடையில சண்டய, கலவரத்த உண்டாக்குறதுக்கா சாமி, கடவுளு?''

''பியூட்டிஃபுல். இருங்க வர்றன்'' என்று சொல்லிவிட்டு எழுந்து வேக மாகத் தன்னுடைய அம்மாவிடமும், தங்கையிடமும் போய் திருநீறு சாமி கோயிலில் முஸ்லிம் திருநீறு தருகிற செய்தியைச் சொன்னார். பாண்டேவி னுடைய உற்சாகத்தையும், மகிழ்ச்சியையும் பார்த்த நவநீதா முகத்தைத் திருப்பிக்கொண்டாள். வாய்க்குள்ளாகவே, ''லூசு'' என்று சொன்னாள்.

‘‘கதெ முடிஞ்சிடிச்சா இன்னும் இருக்கா? நாலு வருஷமா நான் கேட்ட கதெதான்.’’ வர்ஷா கேலியாகச் சொன்னாள்.

‘‘கதென்னு நெனைக்கிறியா?’’

‘‘இல்ல, கட்டுக்கதென்னு நெனைக்கிறன்’’ வர்ஷாவினுடைய முகம் சிவந்துபோயிற்று. என்ன சொல்வது என்று தெரியாமல் நின்ற பாண்டே விடம், ‘‘பொண்டாட்டிய அடி, டைவர்ஸ் செய்யின்னும் அவங்க சாமி சொல்லிச்சாமா?’’ என்று ஆக்ரோஷமாகக் கேட்டாள்.

ஏதாவது பேச வேண்டுமே என்று, ‘‘சாப்பிடுங்க. மணி ஆயிடிச்சி’’ என்று சொல்லிவிட்டு அண்ணாமலையிடம் வந்தார்.

‘‘நான் அந்தக் கோயில ஒரு முற பாக்கணுமே.’’

‘‘முறப்படி பாத்தா தாய்மாமன் மடியில வச்சித்தான் முடி எறக்கணும். காது குத்தணும். பேரு வைக்கணும். நீங்க வடநாட்டுக்காரங்க சொன்னா வர மாட்டிங்கன்னுதான் சொல்லல. மொத்த செலவையும் நீங்கதான் செய்யணும்.’’

‘‘அப்படியா? எல்லாச் செலவயும் நானே செய்யிறன். எம் மடியில வச்சே எல்லாக் காரியத்தயும் செய்யிங்க. வெரிகுட். அதெப் பத்தி நெனைக்கும் போதே சந்தோஷமா இருக்கு. எனக்கும் டிக்கெட் போடுங்க’’ என்று பாண்டே சொன்னார். சோபாமீது கிடந்த புத்தகங்களை எல்லாம் எடுத்துப் பார்த்துவிட்டு, ‘‘இதெல்லாம் ஒங்க சாமி எழுதினதா?’’

‘‘இல்ல. அவரப் பத்தி மத்தவங்க எழுதினது.’’

‘‘சரி டிக்கெட்டப் போடுங்க. சாப்பிடப் போவோம்.’’ பாண்டே அவசரப் படுத்தினார். எழுந்து வர்ஷாவிடம் சென்று, ‘‘கோபத்த விடு. நானும் வர்றேன். அம்மாவும் வரட்டும். போயிட்டு வந்திடலாம். இதெல்லாம் எங்களோட கடமதான?’’ என்று சொன்னார்.

‘‘அம்மா முன்னாலியே என்ன அடிச்சிட்டு, டைவர்ஸ் தந்திட்டுப் பிள்ளைங்களத் தூக்கிக்கிட்டுப் போறன்னு சொல்லிட்டாரில்ல, நான் செத்தாலும் வர மாட்டன்’’ வர்ஷா அழுதுகொண்டே சொன்னாள். அதைக் கேட்ட அண்ணாமலை நிதானமாகவும் தீர்க்கமாகவும் சொன்னான்:

‘‘திருநீறு சாமியே நேர்ல வந்து சொன்னாலும் கேக்க மாட்டன். என் னோட குழந்தைகளுக்கு எங்க குலதெய்வம் கோயில்லதான் பிறந்தமுடி எறக்கணும், காது குத்தணும், பேரு வைக்கணும்.’’

•

உயிர்மை, ஜனவரி 2017

மனமுறிவு

கதவைத் திறந்துகொண்டு வீட்டுக்குள் வந்த சங்கீதா தோள்பையை சோபாவில் வைத்துவிட்டுக் கழிப்பறையை நோக்கிப் போகும்போது, ''நான் கொஞ்சம் வெளியே போயிட்டு வர்றன் சங்கீதா'' என்று அசோக் சொன்னதும், கழிப்பறைக்குப் போகாமல், ''எப்ப ஆபிஸிலிருந்து வந்திங்க?'' என்று கேட்டாள்.

''ஜஸ்ட் டென் மினிட்ஸ் பிஃபோர்'' என்று அசோக் சொன்னான். பிறகு, ''கொஞ்சம் அவசர வேல'' என்று ஷூவைப் போட்டுக்கொண்டே சொன்னான்.

அசோக்கையே ஏற இறங்க பார்த்த சங்கீதா, ''தினமும் சாயங்காலமானா ஒங்களுக்கு அவசர வேல வந்துடுது'' என்று சொல்லி முகத்தை நொடித்துக் காட்டினாள்.

''போயிட்டு வந்திடுறேன், அப்பறமாப் பேசிக்கலாம்'' என்று சொன்ன அசோக், மோட்டார் பைக்கின் சாவியைத் தேடினான்.

கொஞ்சம் அவசர வேலை என்று அசோக் எதற்காகச் சொல்கிறான் என்பது சங்கீதாவுக்குத் தெரியும். போனால் நிதானம் இல்லாத அளவுக்குக் குடித்துவிட்டு வீட்டுக்குத் திரும்பி வருவதற்கு இரவு பத்து, பதினொரு மணியாகும் என்பதால் அசோக்கையே முறைத்துப் பார்த்த சங்கீதா, ''வீட்ட விட்டு ஓடிக்கிட்டேயிருந்தா பிரச்சன தீந்திடுமா? இன்னும் எத்தன வருஷத்துக்கு இப்படியே ஓடிக்கிட்டே இருப்பிங்க?'' என்று கேட்டாள்.

பைக் சாவியைத் தேடிக்கொண்டிருந்த அசோக், தேடுவதை விட்டுவிட்டு, ''என்ன சொன்ன?'' என்று சங்கீதாவிடம் கேட்டான். அவன் கேள்வி கேட்ட விதமும், நின்றுகொண்டிருந்த விதமும் சரியில்லை என்று தோன்றியதால் ஒன்றும் பேசாமல் கழிப்பறைக்குப் போவதற்கு முயன்றாள். அவளைத் தடுத்து நிறுத்திய அசோக் ஆத்திரம் பொங்க, ''என்ன சொன்ன?'' என்று கேட்டான். என்ன கேட்டுவிட்டோம், எதற்காக இவ்வளவு கோபப்படுகிறான் என்று புரியாமல் திகைத்துப்போய் நின்றுகொண்டிருந்தாள் சங்கீதா.

''என்ன சொன்ன? சொல்லு?'' திரும்பத்திரும்பக் கேட்டான். கோபத்தில் அசோக்குக்கு வியர்த்து உடல் நடுங்குவதைப் பார்த்த சங்கீதாவுக்குப் பயம் வந்துவிட்டது.

போன வாரம் அசோக் வெளியே கிளம்பும்போது, 'திரும்பி வரும்போது பழம் கொஞ்சம் வாங்கிக்கிட்டு வாங்க' என்று சொன்னாள். 'சரி' என்று சொல்லிவிட்டுப் போன அசோக், பழம் வாங்க மறந்துவிட்டு வீட்டுக்கு வந்துவிட்டான். 'எல்லாம் வாய்ப்பேச்சுதான். காரியத்தில ஒண்ணுமில்ல' என்று சாதாரணமாகத்தான் சொன்னாள். ஆனால், அசோக்குக்குக் கோபம் வந்துவிட்டது. 'காரியத்தில ஒண்ணுமில்லன்னா, என்ன அர்த்தம்? எதுக்காக அப்படிச் சொன்ன?' என்று கேட்டு இரண்டு மணி நேரத்துக்கு மேல் நோகடித்தான். அது மாதிரி இன்று செய்துவிடுவானோ? தப்பித்துப் போய் விடுவோம் என்ற எண்ணத்தில் கழிப்பறைக்குப் போவதற்கு இரண்டு அடி யெடுத்துவைப்பதற்குள் வழியை மறித்துக்கொண்டு, ''சொல்லிட்டுப் போ? எதுக்காக அப்படிச் சொன்ன?'' என்று கேட்டான். பிறகு அவனாகவே, ''நான் தப்பிச்சி ஓடிக்கிட்டு இருக்கனா?'' என்று கேட்டான்.

''வெளியே எங்கியோ போறன்னிங்க. போயிட்டு வாங்க, அப்பறம் பேசிக்கலாம்'' என்று சங்கீதா சொல்லி முடிப்பதற்குள் காட்டுக்கத்தலாக, ''நான் தப்பிச்சி ஓடிக்கிட்டிருக்கனா?'' என்று கேட்டான். அவன் கேட்டதற்குப் பதில் சொல்லாமல், ''வழிய விடுங்க. பாத்ரூம் போயிட்டு வந்திடுறன்'' என்று சொன்னாள்.

''சொல்லிட்டுப் போ.''

''ஒரு நிமிஷம் இருங்க வந்திடுறன்'' என்று சொல்லிவிட்டு அசோக்கைத் தாண்டிக்கொண்டு கழிப்பறைக்குப் போவதற்கு முயன்ற சங்கீதாவை ஒரே நெட்டாக நெட்டி, ''பதில் சொல்லிட்டுப் போ'' என்று கோபமாகச் சொன்னான்.

அசோக் நின்றுகொண்டிருந்த விதம், அவன் நெட்டித் தள்ளிய வேகம், குரலிலிருந்த கடுமை எல்லாம் வம்பு வளர்க்காமல் விட மாட்டான் என்று சங்கீதாவுக்குத் தெளிவாகத் தெரிந்தது. இனி பணிந்துபோனால்தான் அவனிடமிருந்து தப்பிக்க முடியும் என்ற எண்ணம் உண்டானதும் மிகவும் தன்மையான குரலில், ''நான் ஆபிஸிலிருந்து வந்து ஒரு நிமிஷம்கூட ஆகல. நான் வர்றதுக்காகவே காத்திருந்த மாதிரி வெளிய கிளம்புனிங்க. அதான் கோபம் வந்துடுச்சி. அதனாலத்தான் கேட்டன். மன்னிச்சிக்குங்க'' என்று சங்கீதா சொன்னதைக் காதில் வாங்காத அசோக், ''எந்த அர்த்தத்தில சொன்ன?'' என்று கேட்டான்.

''நான் எந்த அர்த்தத்திலேயும் சொல்லல'' என்று சங்கீதா சொல்லி முடிப்பதற்குள்ளாகவே அவசரப்பட்ட மாதிரி, ''எனக்குத் தெரியும் நீ எந்த அர்த்தத்தில சொன்னன்னு'' என்று சொல்லி ஆங்காரத்தோடு சுவரில் ஓங்கி ஒரு குத்துவிட்டான். சங்கீதாவுக்கு அருகில் வந்து கெஞ்சுகிற குரலில், ''தயவுசெஞ்சி சொல்லிடு'' என்று கேட்டான்.

''பாத்ரூம் போயிட்டு வந்திடுறன்.''

“உண்மயச் சொல்லிட்டுப் போ.”

“இனிமே அப்படிச் சொல்ல மாட்டன். ப்ளீஸ் அசோக்.”

“இனிமே நீ சொல்லுவியா, மாட்டியாங்கிறது எனக்கு முக்கியமில்ல. எந்த அர்த்தத்தில சொன்ன? இப்ப அதுதான் எனக்கு வேணும். அதுதான் முக்கியம்.” அசோக்கின் குரலில் பிடிவாதம் கூடியிருந்தது. முன்பைவிட இப்போது அவனுடைய முகம் கூடுதலாக இறுகியிருந்தது.

“அப்பறம் பேசிக்கலாம். நீங்க வெளியே போயிட்டு வாங்க ப்ளீஸ்” என்று சொன்ன சங்கீதா, என்ன இப்படி மாட்டிக்கொண்டோமே என்று தன்னையே நொந்துகொண்டாள்.

“நோ, நோ” என்று சொல்லிக்கொண்டே மூன்று, நான்கு முறை தரையில் எட்டிஎட்டி உதைத்தான். பிறகு, சோர்ந்துபோய் சோபாவில் உட்கார்ந்து கொண்டு, “மை மிஸ்டேக்” என்று சொன்னான். சங்கீதாவின் பக்கம் பார்த்து, “நீ உண்மயச் சொல்லிட்டா எனக்குக் கோபம் கொறஞ்சிடும். எந்த அர்த்தத்தில சொன்னன்னு மட்டும் சொல்லிடு ப்ளீஸ்” என்று கெஞ்சிய வேகத்தில், “என்னோட ஒடம்புதான் எனக்கு எதிரி, என்னோட ஒடம்பு தான் என்னெ அசிங்கப்படுத்துது” என்று சொன்னான். என்ன தோன்றி யதோ, “மை மிஸ்டேக், மை மிஸ்டேக்” என்று கத்திக்கொண்டே தன் கன்னத்தில் அடித்துக்கொள்ள ஆரம்பித்தான். “வேண்டாங்க, வேண் டாங்க” என்று சொல்லிக்கொண்டே போய், அசோக்கின் இரண்டு கைகளையும் பிடித்துக்கொள்ள முயன்றாள்.

வெறி பிடித்த காட்டு மிருகம் மாதிரி சங்கீதாவை நெட்டித் தள்ளி னான். சங்கீதா நிலைதடுமாறி நான்கு, ஐந்தடி தூரம் தள்ளிப்போய் விழுந்தாள். அவளுக்கு என்ன செய்வதென்றே தெரியவில்லை. அழுது கொண்டே தரையோடு தரையாக நகர்ந்துபோய் அசோக்கின் கால்கள் இரண்டையும் கெட்டியாகப் பிடித்துக்கொண்டு, “தெரியாம சொல்லிட்டன். நான் செத்தாலும் அந்த வார்த்தய இனிமே சொல்ல மாட்டன். ஒங்கள அடிச்சிக்காதிங்க, வேணும்ன்னா என்னெ அடிங்க” என்று சொன்னாள்.

வெடுக்கென்று கால்களை உதறிக்கொண்டு எழுந்த அசோக், சிகரெட் ஒன்றை எடுத்துப் பற்றவைத்தான். இரண்டு, மூன்று முறை புகையை இழுத்து வெளியே ஊதியவனுக்கு என்ன தோன்றியதோ, பைத்தியம் பிடித்தவன் போல் சிகரெட்டைத் தன்னுடைய இடது கையில் வைத்து அழுத்தினான். நெருப்பால் சுட்டுக்கொண்டதால் அவனுடைய முகம் மாறியது. வலியை ரசித்து அனுபவிக்க விரும்புவதுபோல் அடுத்த சிகரெட்டைப் பற்றவைத்து இரண்டாவது முறையாகச் சூடு போட்டுக்கொண்டதைப் பார்த்த சங்கீதா பதறிப்போய், அசோக்கின் கையிலிருந்த சிகரெட்டைப் பிடுங்கிப் போட் டாள். “தொந்தரவு பண்ணாதே” என்று சொல்லிவிட்டு, விருப்பமான காரியத்தைச் செய்வதுபோல் இரண்டு கைகளிலும் எட்டு இடங்களில் சூடு

போட்டுக்கொண்டான். எட்டு இடங்களிலும் கோலிகுண்டு அளவுக்கு உப்பிவிட்டன. உப்பிப்போன இடங்களையே மாறிமாறி பார்த்துக்கொண்டிருந்தான். பொதுவாகக் கோபம் வந்தால் பொருட்களைத்தான் போட்டு உடைப்பான். ஆனால், இன்று அவன் தன்னையே அடித்துக்கொண்டது, கைகளில் சூடு போட்டுக்கொண்டது சங்கீதாவுக்குப் பயத்தை உண்டாக்கியது.

அசோக்கின் கைகளிலிருந்த கொப்புளங்களைப் பார்த்து, ''நீங்க இப்படிச் செஞ்சிக்கிறதுக்கு என்னெக் கொன்னிருக்கலாம்'' என்று சொல்லிவிட்டு அழ ஆரம்பித்தாள். வேகமாக சங்கீதாவை விலக்கிவிட்ட அசோக், தன் கால்களில் இருந்த ஷூவைக் கழற்றி, பட்பட்டென்று தன் முகத்தில் தானே அடித்துக்கொள்வதைப் பார்த்ததும் சங்கீதா உயிர்போவதுபோல் கத்திக்கொண்டே, அவனுடைய கையிலிருந்த ஷூவைப் பிடுங்குவதற்கு முயன்றாள்.

''என்னெ விடு, என்னெ விடு. எனக்கு அசிங்கமா இருக்கு'' என்று சொல்லி வேகமாக நெட்டித் தள்ளினான். சங்கீதா நிலைதடுமாறி கீழே விழுந்தாலும் மீண்டும் எழுந்து போய் அசோக்கின் கையிலிருந்த ஷூவைப் பிடுங்க முயன்றாள். தன்னுடைய கையிலிருந்த ஷூ கீழே விழுந்து விட்டதால் ஆத்திரத்தை அடக்க முடியாமல் தொலைக்காட்சிப் பெட்டிக்குப் பக்கத்தில் இருந்த மீன் தொட்டியை எட்டி உதைத்தான். தரையில் விழுந்த மீன் தொட்டி சுக்குநூறாக உடைந்து சிதறியது. தொட்டியிலிருந்த ஆறு மீன்களும் தரையில் விழுந்து துடித்துக்கொண்டிருந்தன. ஆறு மீன்களையும் வெறித்தனமாகக் காலாலேயே மிதித்துச் சாகடித்தான். அடுத்து, தொலைக்காட்சிப் பெட்டியைத் தூக்கிப் போட்டு உடைத்தான். சுவரில் மாட்டியிருந்த கல்யாணப் புகைப்படத்தை எடுத்துத் தரையில் போட்டு உடைத்தான்.

'ஏன் இப்படிச் செய்யிறிங்க?' என்று சங்கீதா ஒரு வார்த்தை கேட்கவில்லை. பொருட்கள் போனால் போகட்டும். அசோக் தன்னைத் தானே அடித்துக்கொள்ளாமல், சிகரெட்டால் சூடு போட்டுக்கொள்ளாமல் இருந்தாலே போதும் என்று நினைத்தாள். அப்போது அசோக்கின் செல்போன் மணி அடித்தது. போனை எடுத்த வேகத்தில், ''இம்பொட்டண்ட்டுக்கு எதுக்கு செல்போன்?'' என்று சொல்லி ஓங்கித் தரையில் அடித்து உடைத்தான். பிறகு, சிகரெட் குடித்தால்தான் உயிருடன் இருக்க முடியும் என்பதுபோல் வேகமாக சிகரெட் ஒன்றை எடுத்துப் பற்றவைத்தான். சோபாவில் வந்து உட்கார்ந்தான். சிகரெட்டை முழுவதுமாகக் குடித்து முடித்த பிறகு, சங்கீதாவிடம் வந்து, ''எழுந்திரு'' என்று சொன்னான். அவள் எழுந்திருக்காமல் உட்கார்ந்துகொண்டிருப்பதைப் பார்த்த அசோக் அவளுடைய தலைமுடியைப் பிடித்துத் தூக்கினான்.

வலியைப் பொறுக்க முடியாமல் எழுந்து நின்றாள். திருடனிடம் போலீஸ்காரர் விசாரிப்பதுபோல, ''நேத்து ஒன்னோட ஃபிரண்ட் ஆஷா கிட்ட பேசும்போது, வீட்டுல பணம், நக இருக்கு, ஏ.சி. இருக்கு, ஆனா,

எதுலயும் உயிரில்ல. சாப்பாடு இருக்கு, சாம்பார், ரசம், மோர், சிக்கன், மட்டன், ஃபிஷ் எல்லாம் இருக்கு, ஆனா, எதுலயும் உப்பில்ல'ன்னு சொன்ன இல்லியா? அதுக்கு என்ன அர்த்தம்?'' என்று அசோக் கேட்டான்.

சங்கீதா நிஜமாகவே இப்போதுதான் நடுநடுங்கிப் போனாள். 'நேற்றிரவு எட்டு மணிக்கு ஆஷாவிடம் போனில் பேசியது இவனுக்கு எப்படித் தெரியும். சாதாரணமாகப் பேசியது இவனுக்கு மட்டும் எப்படி விஷப் பேச்சாக, அவன் சம்பந்தப்பட்ட பேச்சாக மாறியது? எந்தப் பேச்சைக் கொண்டுவந்து எதனுடன் ஒப்பிடுகிறான். விளையாட்டாகப் பேசிய பேச்சு எப்படி வில்லங்கமான பேச்சாக மாறியது' என்று யோசித்தாள். இனி மேல் அசோக் எளிதில் அடங்க மாட்டான், கேள்வி கேட்டுச் சாகடிப்பதை நிறுத்த மாட்டான், அவனைச் சமாதானப்படுத்த எந்த வழியும் இல்லை, வாயை மூடிக்கொண்டிருப்பது மட்டும்தான் தன்னைக் காப்பாற்றும் என்று நினைத்தாள். அதனால் உயிர்போனாலும் வாயைத் திறக்கக் கூடாது. திறந்தால், தான் பேசுகிற ஒவ்வொரு வார்த்தையிலிருந்தும் புதியபுதிய கேள்விகளை உருவாக்குவான் என்று நினைத்துப் பயந்து நடுங்கிக்கொண்டே அசோக்கைப் பார்த்தாள்.

''ஆஷாகிட்ட எந்த அர்த்தத்தில சொன்ன?''

''...''

''என்னெ முட்டாளாக்காத சங்கீதா. உண்மயச் சொல்லிட்டா பிரச்சன இதோட முடிஞ்சிடும்.''

'பேசாத, பேசாத' என்று அவளுடைய மனம் சொன்னது. ஆனால், அதை அவளுடைய வாய் கேட்கவில்லை.

''மதியம் லஞ்ச் டைம்ல போன் போட்டு நாம பிரிஞ்சிடலாம், டைவர்ஸ் வாங்கிக்கலாம்னு எதுக்குச் சொன்னிங்க? நான் என்ன தப்பு செஞ்சன்? இல்லீகல் ரிலேசன்ஷிப் வச்சிக்கிட்டு ஊர்சுத்துறனா? சாட் பண்றனா? வீடியோ கால் பேசுறனா? ராத்திரி முழுக்க செல்போனையே நோண்டிக்கிட்டு இருக்கனா? டிக்டாக் வீடியோ போடுறனா? செல்ஃபி எடுத்து போட்டோ போடுறனா? பார்ட்டிக்கிப் போறனா? எனக்கும் மனசு இருக்குல்லியா? மதியம் நீங்க பேசினதிலிருந்து நான் இன்னும் சாப்புடல தெரியுமா?'' என்று கேட்டுவிட்டு சங்கீதா அழ ஆரம்பித்தாள்.

''இவ்வளவு பேசற நீ, எதுக்காக ஆஷாகிட்ட சொன்ன? அதெ மட்டும் சொல்லிடு.''

சங்கீதா ஆச்சரியத்துடன் அசோக்கைப் பார்த்தாள். காதலிக்கும்போது, 'காதல்ங்கிறது தியானம் செய்வது மாதிரி, தன்னையே மறந்துபோறது. நீ இல்லன்னா, என்னோட வாழ்க்க, என்னோட உலகம் முடிஞ்சிப்போன மாதிரிதான், என் நெஞ்சுக்குள்ளார நீ இல்ல, என் நெஞ்சாவே நீதான் இருக்க' என்று சொன்ன அசோக்கா இவன்? என்று யோசித்துக்கொண் டிருக்கும்போது மிகவும் நிதானமான குரலில் சிறு பிள்ளைக்குக் கணக்குப்

பாடத்தைச் சொல்லித்தருவது மாதிரி, ''இப்பவும் சொல்றன் சங்கீதா நாம பிரிஞ்சிடுறதுதான் நல்லது. உன் நல்லதுக்குத்தான் சொல்றன், நான் முடிவெடுத்துட்டன்'' என்று தீர்மான குரலில் அசோக் சொன்னதும், சங்கீதாவுக்கு எங்கிருந்துதான் அவ்வளவு கோபம் வந்ததோ குரலை உயர்த்தி முகத்திற்கு நேராகக் கேட்டாள்:

''நீங்க காதலிக்கணும்னு ஆசப்பட்டா, நான் காதலிக்கணும். நீங்க கல்யாணம் கட்டிக்கணும்னு சொன்னா, நான் கல்யாணம் கட்டிக்கணும். ஒரு காரணமுமில்லாம நீங்க வந்து டைவர்ஸ் வாங்கிக்கலாம்னு சொன்னா, அதுக்கும் நான் உடனே டைவர்ஸ் வாங்கிக்கறன்னு பணிவாச் சொல்லணும், இல்லியா? மீறிக் கேட்டா காதலிக்கிறதும் கல்யாணம் கட்டிக்கிறதும் தற்கொல செஞ்சிக்கிற மாதிரின்னு சொல்விங்க?''

''நல்லது சொன்னா ஒனக்குப் புரியல'' என்று சொல்லி நெற்றியைத் தேய்த்துக்கொண்டான் அசோக்.

''இன்னிக்கி ஒங்களுக்கு என்ன நடந்துச்சு? எதுக்காக இவ்வளவு டென்ஷன் ஆவுறிங்க? ஏதாச்சும் புது ஆஸ்பிட்டலுக்குப் போனிங்களா? புதுசா டாக்டரப் பாத்திங்களா? எதுக்காக நீங்களும் கஷ்டப்பட்டு, என்னையும் கஷ்டப்படுத்துறிங்க'' என்று சொல்லும்போதே சங்கீதாவுக்கு அழுகை வந்துவிட்டது.

''எல்லாத் தப்பும் நானே செய்யுறன்னு வச்சிக்கலாம். எதுக்காக எதுலயும் உயிரில்ல, எதுலயும் உப்பில்லன்னு சொன்ன? இப்படிச் சொன்ன ஒங்கூட எப்படி என்னால இருக்க முடியும், நீயே சொல்லு?''

''நீங்க நெனைக்கிற அர்த்தத்தில நான் சொல்லல.''

''பின்ன எந்த அர்த்தத்தில சொன்ன?''

''...''

''எனக்கு ஸ்பேர்ம் கவுண்டிங் கம்மியா இருக்கிற விஷயத்த எத்தன பேர்கிட்டச் சொல்லிருக்க?''

''இது வெளியில சொல்ற விஷயமா?''

''ஆஷாகிட்ட சொன்னல்ல?''

''சத்தியமாச் சொல்லல.''

''ஆஷாகிட்ட சொன்ன மாதிரி இன்னும் எத்தன பேர்கிட்ட சொன்னியோ. அதெ நெனச்சா செத்திடணும்போல இருக்கு. நான் ஒரு வெத்து வேட்டுன்னு ஒங்க சனங்ககிட்ட, சொந்தக்காரங்ககிட்ட, ஃபிரண்ட்ஸ்கிட்ட எல்லாம் சொல்லியிருப்ப.''

''நான் யார்கிட்டயும் சொல்லல. நாம ஆஸ்பிட்டலுக்குப் போற விஷயம் இதுவர எங்க வீட்டுக்குக்கூடத் தெரியாது. தெரியுமா?'' என்று கேட்கும்போதே சங்கீதாவின் கண்களில் கண்ணீர் நிறைந்துவிட்டது.

“நான் ஆம்பளயா இல்லியாங்கிறது ஒனக்குத் தெரியும், குழந்த பொறந்தா தான் ஆம்பளயா? குழந்த பொறந்தாதான் ஆம்பளன்னு ஒலகம் சொல்லுது. அதத்தான் நீயும் சொல்ற இல்லியா? நான் வெறும் சும்மான்னு சொன்ன ஒங்கூட நான் எப்படி இருக்குறது? நீ என்னெ விட்டுப் போவணும், இல்லன்னா நான் சாவணும்” என்று அசோக் சொன்னான்.

“நீங்க சாக வேணாம். நான் செத்துடுறன்.”

“குட்” என்று அசோக் நிதானமான குரலில் சொல்லிவிட்டு, சிகரெட் ஒன்றை எடுத்துப் பற்றவைத்தான்.

அசோக்கைக் காதலித்ததும், கல்யாணம் கட்டிக்கொண்டதும் தவறோ என்ற எண்ணம் ஆறு வருடங்கள் கழித்து, முதன்முதலாக சங்கீதாவின் மனதில் உண்டாயிற்று. சங்கீதா பி.ஈ. முடித்ததும் கேம்பஸ் தேர்வில் வெற்றி பெற்று டி.சி.எஸ். கம்பெனியில் சேர்ந்தாள். மூன்று வருடம் சீனியராகவும், சங்கீதாவுக்கு டீம் லீடராகவும் இருந்தான் அசோக். புராஜெக்ட் பற்றி மட்டும் தான் பேசுவான். யாராக இருந்தாலும், ‘ஹாய்’, ‘ஹலோ’ என்பதைத் தாண்டி வேறு எதுவும் பேச மாட்டான். தேவையென்றால் மட்டும்தான் போன் பேசுவான். கம்பெனியில் ‘சின்ஸியர்’ என்று பெயர் இருந்தது. மற்ற டீம் லீடர்கள்போல் சில்லி ஜோக் அடிப்பது, அடிக்கடிக் கூப்பிட்டுப் பேசுவது, குறுஞ்செய்தி அனுப்புவது போன்ற எந்தக் காரியத்தையும் செய்ய மாட்டான். அசோக் என்றால் ‘டெரர்’ என்ற பெயர் இருந்ததால் மற்றவர்களும் அநாவசிய மாக அவனிடம் பேச்சு வைத்துக்கொள்ள மாட்டார்கள். மற்ற ஜூனியர் களைவிட சங்கீதா கொஞ்சம் தள்ளியே இருந்தாள். வேலைக்குச் சேர்ந்து ஒன்னரை வருடம் கழித்து நேரடியாகவே, ‘ஒங்கள எனக்குப் புடிச்சியிருக்கு. கல்யாணம் பண்ணிக்கலாமா? ஒங்களுக்கு வேற ஆப்ஷன் இருந்தா வேண்டாம். காதலிக்கிறது, அப்பறம் பிரேக் அப் செய்யுற பழக்கமெல்லாம் எங்கிட்ட கிடையாது’ என்று சொன்னான்.

‘யோசிக்கிறன் சார்’ என்று மட்டும்தான் அன்று சொன்னாள். அதன் பிறகுதான் அசோக் யார், எந்த ஊர், அப்பா அம்மா என்ன செய்கிறார்கள் என்பதையெல்லாம் விசாரிக்க ஆரம்பித்தாள். ஒரே சாதி, அப்பா அம்மா இரண்டு பேரும் ஆசிரியர்கள், ஒரே தங்கை, அவளும் பி.ஈ. முடித்துவிட்டு ஐ.பி.எம். கம்பெனியில் வேலை பார்க்கிறாள். அசோக் படித்திருக்கிறான், வேலையில் இருக்கிறான், பார்ப்பதற்கும் ஸ்மார்ட்டாகத்தான் இருக்கிறான். விசாரித்த வகையில் எந்தச் சிக்கலும் இல்லை என்று தெரிந்த பிறகுதான் தன் அப்பாவினுடைய கைபேசி எண்ணைக் கொடுத்தாள். அதன் பிறகு அசோக் நேரடியாகவே சங்கீதாவினுடைய அப்பா, அம்மா, தங்கை, உறவினர் களிடம் பேச ஆரம்பித்தான். அடுத்த நான்காவது மாதத்திலேயே கல்யாணம் முடிந்துவிட்டது.

‘சங்கீதாவுக்கு இப்படியொரு மாப்ள கெடச்சது அதிர்ஷ்டம்தான்’ என்று உறவினர்கள், நண்பர்கள் என எல்லோரும் சொன்னார்கள். ஊர்சுற்றுகிற

ஆளில்லை, அநாவசியமாகச் செலவு செய்கிற ஆளில்லை. பழகுவதில், பேசுவதில் ‘ஜெண்டில்மேன்’ என்று கம்பெனியிலும், சொந்தக்காரர்கள் மத்தியிலும் நல்ல பெயர் இருந்தது. எல்லாம் ஒன்பது மாதங்களுக்கு முன்புவரைதான். பிறகு எல்லாமே தலைகீழ்தான். அசோக் நல்லவனா? கெட்டவனா? என்று சங்கீதா யோசித்துக்கொண்டே அவனைப் பார்த்தாள். ஜன்னல் ஓரமாக நின்றுகொண்டு சிகரெட் குடித்துக்கொண்டிருந்தான். மீண்டும் அதே கேள்வி மனதில் எழுந்தது. அசோக் நல்லவனா, கெட்டவனா? கேள்விக்கான பதிலைத் தேடாமல், ‘ஆஸ்பிட்டலுக்கு ஏன்தான் போய்த் தொலஞ்சமோ’ என்று நினைத்து வருத்தப்பட்டாள்.

ஒன்பது மாதங்களுக்கு முன்பு ஒருநாள், ‘வீட்டுல, ஃபிரண்ட்ஸ் எல் லோரும் இஷ்யூ இல்லியான்னு கேக்குறாங்க. சங்கடமா இருக்கு. டாக்டர ஒரு முற பாத்திடலாமா?’ என்று அவனாகவே வந்து கேட்டான். அசோக் கிடம் கேட்ட மாதிரி, சங்கீதாவிடமும் பல பேர் கேட்டிருக்கிறார்கள். கேள்வி கேட்டவர்களிடம் எல்லாம், ‘கொஞ்ச நாள் கழிச்சிப் பாத்துக்க லாம்னு இருக்கம்’ என்றுதான் சொல்லியிருக்கிறாள். நாமாக எப்படிப் பேச்சை எடுப்பது என்று யோசித்துக்கொண்டிருந்த சங்கீதாவுக்கு அசோக்கே வலிய வந்து கேட்டது வாய்ப்பாக இருந்தது. உடனே சரி என்று சொன்னால் நன்றாக இருக்காது என்ற எண்ணத்தில், ‘இப்ப என்ன அவசரம்?’ என்று கேட்டாள்.

‘இந்த விஷயத்தில லேட் பண்ணக் கூடாது. இதுவே டூ லேட்’ என்று சொன்ன அசோக் அவளைக் கட்டாயப்படுத்தி மருத்துவமனைக்கு அழைத்துக் கொண்டு போனான். மருத்துவர், ‘ஒரு மாசத்துக்கு மருந்து மாத்தர எழுதித் தர்றன். சாப்பிடுங்க. அப்பறம் தேவப்பட்டா டெஸ்ட் எடுத்துப் பாக்கலாம்’ என்று சொன்னார்.

‘சரி’ என்று இருவருக்குமே மாத்திரைகளை வாங்கிக்கொண்டு வந்தான். மாத்திரைகள் முடிந்ததும், ‘வா போய்ப் பாக்கலாம்’ என்று கூப்பிட்டான். ‘இன்னும் ஒரு மாசம் பாக்கலாம்’ என்று சங்கீதா சொன்னாள். இரண்டு மாதங்கள் கழிந்தும் மாற்றம் எதுவுமில்லாததால் மருத்துவர், ‘டெஸ்ட் எடுங்க, பாக்கலாம்’ என்று எழுதித் தந்தார். சங்கீதாவுக்குத்தான் முதலில் பரிசோதனைகளை எழுதித் தந்தார். பயத்துடன்தான் மருத்துவர் எழுதி யிருந்த டெஸ்ட்டுகளைக் கொடுத்தாள். கொடுத்திருந்த பரிசோதனை களின் முடிவுகள் வருவதற்காக இருவரும் காத்துக்கொண்டிருந்தபோது, ரவுண்ட்ஸ் முடித்துவிட்டு வந்த மருத்துவர், ‘டெஸ்ட் கொடுத்தாச்சா?’ என்று கேட்டார்.

‘கொடுத்தாச்சி டாக்டர்’ என்று அசோக் சொன்னான்.

‘வந்ததும் வந்திட்டீங்க. நீங்களும் டெஸ்ட் கொடுங்களேன், ஒரே வழியா வேல முடிஞ்சிடும். திருப்பி அலய வேண்டாம்’ என்று மருத்துவர்

சொன்னபோது, ‘ஒய் நாட் டாக்டர், வித் ஃபிளஷர்’ என்று சொன்ன தோடு நிற்காமல், மருத்துவர் எழுதிக் கொடுத்த பரிசோதனைக்கு ‘மாதிரி’ கொடுத்தான்

சங்கீதாவுக்கு எல்லாப் பரிசோதனை முடிவுகளுமே சரியாக இருந்தன. அசோக்குக்குத்தான் பிரச்சினை. ‘ஸ்பேர்ம் செல்களின் கவுண்டிங் கம்மியா இருக்கு, இருக்கிறதும் சரியான சைஸ்ல இல்ல, கருமுட்டய நோக்கி வேகமாகவும் நீந்திப் போகல. சரி பண்ணிடலாம். மருந்து மாத்தரதான். சாப்புடுங்க. ஒன் வீக் கழிச்சி வந்து டெஸ்ட் கொடுங்க, வர ரிசல்ட்டப் பொறுத்து அடுத்த முடிவு எடுக்கலாம்’ என்று மருத்துவர் சொன்னபோது அசோக் எப்படி எடுத்துக்கொள்வானோ என்று நினைத்து சங்கீதா அரண்டு போனாள். ஆனால், அசோக் எதுவுமே பேசாமல் மாத்திரைகளை வாங்கிக் கொண்டு வந்தான். வேளை தவறாமல் மாத்திரைகளையும் சாப்பிட்டான். ஒரு வாரம் கழித்து மீண்டும் கொடுத்த செமன் அனாலிஸ் மாதிரியின் முடிவில் எந்த மாற்றமும் இல்லாததால், ‘லேப்டாப் முடிஞ்சவர யூஸ் பண்ணா திங்க. பாடிய கூல வச்சிக்குங்க. பால்ஸ் ஹீட் ஆகாமப் பாத்துக்குங்க. விந்தணு நாளத்தில, விந்தணு குழாயில பிரச்சனயான்னு பாத்திடலாம். ஏதாவது அடைப்பு இருக்கலாம். விந்தணு நாளம் முறுக்கிக்கிட்டு இருக்க லாம். விதைப்பைக் குழாயிலயும் அடைப்பு இருக்கலாம். டெஸ்ட் கொடுங்க, ஸ்கேன் எடுத்தும் பாக்கலாம். துத்தநாகம், தாமிரம், செலினியம், ஃபோலிக் அமிலமெல்லாம் கூடுதலாத் தேவ. அதுக்கு மாத்தரதான். சிம்பிள் மேட்டர். சரி பண்ணிடலாம். டோண்ட் ஒரி’ என்று மருத்துவர் சொன்னார்.

மருத்துவர் எழுதித் தந்த டெஸ்ட்டுகளை எடுத்தான். முடிவுகளை வைத்து மருத்துவர் எழுதித் தந்த மாத்திரைகளையும் சாப்பிட்டான். நான்கு மாதங்கள் கழிந்தும் எந்த முன்னேற்றமும் இல்லை என்றார் மருத்துவர். பிறகு தான் அசோக் சிகரெட் குடிக்கவும், பிராந்தி குடிக்கவும் ஆரம்பித்தான்.

டெஸ்ட் முடிவுகள் நன்றாக வந்திருந்தால் எந்தச் சிக்கலும் வந்திருக்காது என்று நினைத்த சங்கீதா எழுந்து சென்று, துடைப்பத்தை எடுத்துக்கொண்டு வந்து ஹாலைச் சுத்தம் செய்ய ஆரம்பித்ததும், வேகமாக வந்த அசோக் துடைப்பத்தைப் பிடுங்கிக்கொண்டு, ‘‘என்னெ முரடனா மாத்தாத. நான் கேட்ட கேள்விக்குப் பதில் சொல்லிட்டு எதையாவது செய்’’ என்று சொன் னான்.

‘சங்கீதாகிட்ட கொஞ்சம் பிராப்ளம் இருக்கு. அதனாலதான் இஷ்யூ இல்ல’ என்று அசோக் தன்னுடைய நண்பர்களிடம் சொல்லியிருந்ததைக் கேட்க வேண்டும் என்று சங்கீதாவுக்குப் பல முறை தோன்றியிருக்கிறது. விஷயம் தெரியாத மாதிரியே இருந்துவிட்டாள். இப்போது கேட்கலாமா என்ற எண்ணம் வந்தது. கேட்டால் மோசமாகத் திட்டுவான், அடிப்பான், அதிகமாக சிகரெட், பிராந்தி குடிப்பான் என்று பேசாமல் இருந்தாள்.

சங்கீதா வாயைத் திறக்கவில்லை. மூச்சுவிட்டால்கூடப் பெரிய பிரச்சினை யாகிவிடும் என்பதுபோல் பயந்து நின்றுகொண்டிருந்தவளின் முகத்தை நிமிர்த்தி, ''ஒவ்வொரு முறையும் செமன் டெஸ்ட் கொடுக்கிறதுக்காக இருட்டறையில நிக்கிற அந்தப் பத்து நிமிஷம் இருக்கில்ல, அப்ப செத்திட லாம்னு இருக்கும். வாசல்லா நீ நின்னுக்கிட்டிருப்ப. கொஞ்சம் தூரம் தள்ளி நர்சு நின்னுக்கிட்டிருப்பா. பாட்டில் கொடுக்கும்போது, 'கீழே சிந்திச்சான்னு?' நர்சு கேக்குறப்ப எப்படி இருக்கும் தெரியுமா? எத்தன முற செமன் டெஸ்ட் கொடுத்திருப்பன், அத்தன முறயும் இருட்டறையில இருக்கிறப்ப, பாட்டில நர்சுகிட்ட வாங்குறப்ப, திருப்பிக் கொடுக்கிறப்ப எம் மனசு எப்படி இருக்கும்னு ஒனக்குத் தெரியுமா? ஆனா, நீ என்ன சொல்ற? எதுலயும் உயிரில்ல. எதுலயும் உப்பில்ல. தப்பிச்சி ஓடிக்கிட்டே இருக்கன்னு, இல்லியா?'' என்று கேட்டான்.

கோபத்தில் அசோக்குக்குச் சரியாகப் பேச வரவில்லை. உடம்பு நடுங்கிக் கொண்டிருந்தது. நன்றாக வியர்த்திருந்தது. அசோக்கின் முகத்தையே பார்த் துக்கொண்டிருந்த சங்கீதாவுக்கு என்ன பதில் சொல்வதென்றே தெரிய வில்லை. பாவம் என்று மட்டும் தோன்றியது.

ஒன்பது மாதங்களாக மருத்துவமனைக்கு அலைந்துகொண்டிருந்ததில் மற்ற ஆண்களைவிட அசோக் எவ்வளவோ மேல் என்றுதான் தோன்றியது. மனைவியை மட்டுமே மருத்துவமனைக்கு அனுப்புகிறவர்கள், மனைவிக்கு மட்டுமே பரிசோதனை செய்யச் சொல்கிறவர்கள், உயிர்போனாலும் செமன் டெஸ்ட் கொடுக்க மாட்டேன் என்று அடம்பிடிக்கிறவர்கள், 'எங்கிட்ட எந்தப் பிரச்சனயும் இல்ல, ஒங்கிட்டதான் எல்லாப் பிரச்சனயும். நீதான் ஆஸ்பத்திரிக்குப் போகணும்' என்று வம்பு வளர்க்கிறவர்கள், தன்னுடைய பிரச்சினையை மறைப்பதற்காக ஓயாமல் குடிக்கிறவர்கள், பிரச்சினையைத் திசை திருப்புவதற்காக, 'நீ அவன்கிட்ட பேசின, இவன்கிட்ட பேசின' என்று சொல்லி அடிக்கிறவர்கள், விவாகரத்து கேட்கிறவர்கள், அம்மாவை மதிக்கவில்லை, அப்பாவை மதிக்கவில்லை என்று நாடகமாடி பிரச்சனை செய்கிறவர்கள், விபச்சாரி பட்டம் கட்டி அடித்து விரட்டுகிறவர்கள் என்று நூற்றுக் கணக்கானவர்களின் கதைகளையெல்லாம் 'மாதிரி' கொடுப்பதற் காகவும், அதன் முடிவுகளை வாங்குவதற்காகவும், மருத்துவரைப் பார்ப்ப தற்காகவும் காத்துக்கொண்டிருக்கும்போது பக்கத்தில் உட்கார்ந்திருக்கும் பெண்கள் சொன்னதைக் கேட்டு வியந்துபோயிருக்கிறாள். அந்த விதத்தில் அசோக் ஜெண்டில்மேன்தான். 'அவசரப்படாதிங்க. டைம் எடுத்துப் பாக்க லாம். இம்புருவ்மண்ட்டாகும்' என்று மருத்துவர் சொன்னதையும் சங்கீதா சொன்னதையும் கேட்காமல் அடுத்தடுத்த மருத்துவர், அடுத்தடுத்த லேப் என்று அலைந்தான்.

'ஃபீமேல்கிட்ட பிரச்சனன்னா டெஸ்ட் டியூப் பேபி, வாடகை தாய்னு முயற்சிக்கலாம். பிராப்ளம் மேல்கிட்டன்னா கொஞ்சம் டைம் எடுக்கும்.

பட் செட்டிலாயிடும். விந்தணு உற்பத்தியக் கூட்டுற, விந்தணு உருவத்தச் சரி செய்யுற, கருமுட்டய நோக்கி வேகமா நீந்திச் செல்றதுக்கு உதவுற ஊசி, மருந்தெல்லாம் வந்தாச்சி' என்று மருத்துவர் சொல்லி முடிப்பதற்குள், 'அதுக்கான மாத்திர, ஊசிகள எழுதித் தாங்க' என்று சொல்லிக் கட்டாயப் படுத்தி எழுதி வாங்கினான். எஸ்.எச். என்கிற ஊசியைப் போட்டுப் பார்த் தான். அடுத்ததாக எஸ்.எச்.சி. என்ற ஊசியையும் போட்டுக்கொண்டான். ஹெர்பல் வயாக்ரா என்ற மாத்திரையையும் சாப்பிட்டான். 'அவசரப் படாதிங்க. டென்ஷன் ஆகாதிங்க' என்று சொன்னாலும் கேட்க மாட்டான். விந்தணு எண்ணிக்கையைக் கூட்டுவதற்கு மருத்துவர் சொன்ன பசலைக் கீரை, பூசணிக்காய் விதைகள், கானாங்கெளுத்தி மீன் என்று இரண்டு மாதங்கள் சாப்பிட்டான். 'கிட்னி பிரச்சன, தைராய்டு பிரச்சன வராம பாத்துக்குங்க. அதனாலயும் பிராப்ளம் வரலாம். பாஸ்ட்புட் சாப்பிடாதிங்க' என்று மருத்துவர் சொன்னதையெல்லாம்தான் கேட்டான், செய்தான்.

யூடியூபில் குழந்தை பிறப்பது சம்பந்தமான வீடியோக்களைப் பார்ப்பது தான் அவனுடைய முக்கியமான வேலையாகிவிட்டது. ஒரு சொட்டு விந்தணுவில் எத்தனை லட்சம் உயிரணுக்கள் இருக்க வேண்டும். விந்து நீர்த் தன்மையாக இருக்க வேண்டுமா? நீர்த்தன்மையற்று இருக்க வேண்டுமா? விந்தணுவின் உருவம், வால் பகுதி எந்த வடிவில் இருக்க வேண்டும், கரு முட்டையை நோக்கி போகிற விந்தணுக்கள் எவ்வளவு வேகமாகச் செல்ல வேண்டும், விந்தணுவில் புரோகிரஸிவ் ரேட்டிங் அளவு எவ்வளவு, நான்-புரோகிரஸிவ் ரேட்டிங் அளவு எவ்வளவு இருக்க வேண்டும் என்பதெல்லாம் அசோக்குக்கு நன்றாகத் தெரியும். இரண்டு, மூன்று வாரங்களுக்கு முன்பு, என்ன நினைத்தானோ பக்கத்தில் வந்து நின்றுகொண்டு, 'ஒனக்கு ஒரு விஷயம் தெரியுமா? காலேஜில, ஸ்கூல்ல அழகா இருக்கிற ஒரு பிள்ளயப் பல பைய னுங்க போட்டிபோட்டுக்கிட்டுக் காதலிக்கிற மாதிரிதான், ஒரே ஒரு கரு முட்டையோடு ஜோடி சேருறதுக்கு எத்தன லட்சம் விந்தணுக்கள் போட்டி போடுது தெரியுமா? என்னெ ஜோடி சேத்துக்கன்னு போட்டிபோடுது, கெஞ்சிது தெரியுமா? நெனச்சிப் பாத்தா ஜாலியா இருக்கு. ஒரு விதத்தில ஆச்சரியமாவும் இருக்கு' என்று சொல்லிவிட்டுச் சிரித்தான். 'இதோட இந்தப் பிரச்சனய விட்டுடலாம். ஒரு வருஷம் கழிச்சிப் பாத்துக்கலாம். இதெ ஒரு பெரிய இஷ்யூவா எடுக்காதிங்க, இனிமே இதெப் பத்திப் பேசவே கூடாது' என்று அப்போது சொன்னாள். ஆனால், அசோக் கேட்கவில்லை.

சங்கீதா, ''டீ போடுறன்'' என்று சொல்லிவிட்டுச் சமையலறைக்குள் போனாள். டீயைப் போட்டுக்கொண்டு வந்து அசோக்கிடம் கொடுத்தாள். டீயை வாங்கிக் குடிக்காமல், ''என்னெப் பத்தி என்ன நினைக்கிற?'' என்று கேட்டான். அவன் கேட்ட கேள்விக்கு எப்படிப் பதில் சொல்வதென்று தெரியாமல் குழம்பிப்போனாள். முந்தைய நாள் புதிதாக ஒரு மாத்திரை டப்பா கிடந்ததைப் பார்த்துவிட்டு, 'எதெச் செஞ்சாலும் சொல்லிட்டுச் செய்யிங்க, நான் ஒண்ணும் தப்பா நெனச்சிக்க மாட்டான்' என்று

சொன்னதுதான், அடித்துக்கொள்ளாத குறையாக, 'தப்பா நெனச்சிக்க மாட்டேன்னா என்ன அர்த்தம்?' என்று கேட்டு மூன்று மணி நேரத்துக்கு மேல் கேட்டதையே கேட்டு நோகடித்தான். முந்தைய நாள் நடந்தது போல் இன்றும் நடந்துவிடுமோ என்ற பீதியில் அசோக்கைப் பார்க்காமல் இருப்பதற்கு முயன்றாள். எதுவும் பேசாமல் இருந்தால், 'வெத்துவேட்டுக் கிட்ட எதுக்குப் பேசணும்னு போறியா?' என்று கேட்பானே என்ற கவலையில், ''கொஞ்ச நேரம் படுக்குறிங்களா?'' என்று கேட்டாள்.

''நாம பிரிஞ்சிடலாம் சங்கீதா. பிரச்சன முடிஞ்சிடும். நீ புதுசாக் கல்யாணம் கட்டிக்கலாம். குழந்த பெத்துக்கலாம். எங்கூட இருந்தா எதுவும் நடக்காது'' என்று சொல்லி முடிப்பதற்குள், ''அசிங்கமாப் பேசாதிங்க'' என்று சங்கீதா சொன்னதுதான், ''நான் அசிங்கமாப் பேசுறனா? எதுலயும் உயிரில்ல. எதுலயும் உப்பில்லன்னு நீ சொன்னியா? நான் சொன்னனா?'' என்று கேட்டுக் கன்னத்தில் ஓங்கி அறைந்தான்.

''இன்னும் அடிங்க'' என்று சொன்னாள்.

''கழுதய எவன் அடிப்பான்?'' என்று சொன்ன அசோக் வெறி பிடித்த மிருகம்போல் மின்னல் வேகத்தில் வீட்டைவிட்டு வெளியே போனான். சிறிது நேரம் வாசலையே வெறித்துப்பார்த்துக்கொண்டிருந்த சங்கீதா, மீன் தொட்டி, தொலைக்காட்சிப் பெட்டி, கல்யாணப் புகைப்படம் என்று உடைந்து சிதறிக் கிடப்பதையும் ஹால் முழுவதும் தண்ணீர் கொட்டியிருப்பதையும் பார்த்தாள். கதவைச் சாத்திவிட்டு வந்து படுத்துக்கொண்டாள். ''குழந்த இல்லாதவங்க எல்லாம் ஒலகத்தில டைவர்ஸ்தான் செஞ்சிக்கிறாங்களா?'' என்று தனக்குத் தானே கேட்டுக்கொண்டாள்.

அசோக்கைக் காதலித்ததும், கல்யாணம் கட்டிக்கொண்டதும் சரியா? என்ற கேள்வி சங்கீதாவின் மண்டையைக் குடைந்துகொண்டிருந்தது. மாமியார் பிரச்சினை, மாமனார் பிரச்சினை, பணப் பிரச்சினை, வேலையில்லை என இது போன்ற பிரச்சினைகள்தான் பொதுவாக இருக்கும். தனக்கு மட்டும் புதுப் பிரச்சினையாக வந்திருக்கிறது.

அசோக் எப்படி மாறிப்போனான்? மருத்துவமனைக்குப் போக ஆரம்பித்த பிறகுதான் அவனுடைய நடவடிக்கைகளில் மாற்றம் ஏற்பட்டது. எப்போதாவது சிகரெட் குடித்துக்கொண்டிருந்தவன், ஒரு நாளைக்கு இரண்டு, மூன்று பாக்கெட்கள் என்று குடிக்க ஆரம்பித்தான். எப்போதாவது நண்பர்களுடன் சேர்ந்து பியர் குடித்துகொண்டிருந்தவன், தினமும் விஸ்கி, பிராந்தி என்று குடிக்க ஆரம்பித்துவிட்டான். வாரத்துக்கு இரண்டு, மூன்று முறை என்பதற்குப் பதிலாகத் தினமும் இணைய ஆரம்பித்துவிட்டான். 'இன்னிக்கி வேண்டாம். நாளக்கிப் பாத்துக்கலாம்' என்று சொன்னாலும் கேட்க மாட்டான். 'போதும் விடுங்க' என்று சொன்னாலும் விட மாட்டான். முரட்டுத்தனமாகத்தான் நடந்துகொள்வான். 'எதுக்காக இப்படி நடந்துகிறிங்க? நான் எதுவும் நெனச்சிக்க மாட்டன்' என்று ஒருநாள் சொல்லிவிட்டாள்.

அவ்வளவுதான், 'எதுக்காக அப்படிச் சொன்ன?' என்று திரும்பத்திரும்ப கேட்டுக்கொண்டிருந்தான். அன்றிரவு முழுவதும் தூங்க விடவில்லை. 'சிக ரெட்டு, விஸ்கியால பிரச்சன கூடலாம்னு டாக்டர் சொன்னத மறந்திட்டிங் களா?' என்று ஒருநாள் கேட்டதற்கு, 'கூடினாப் போவுது. வர்ற பேஷண்டு கிட்ட, 'எங்கிட்ட வர்ற அசோக்குன்னு ஒரு பேஷண்டுக்கும் இதே பிராப்ளம், எங்கிட்டதான் ட்ரீட்மண்ட் எடுத்துக்கிட்டிருக்காரு'ன்னு சொல்லுவார்தானே? என்னோட மாதிரிய வாங்கிக்கிட்டுப் போற நர்சு, என் னோட மாதிரிய டெஸ்ட் பண்ற லேப் டெக்னிஷியன், ரிசல்ட்ட டைப் பண்ற டைப்பிஸ்ட் எல்லாரும் என்னெப் பத்தி என்ன நினைப்பாங்க? அதெ நெனச்சாத்தான் எனக்குச் செத்திடணும்போல இருக்கு. உறுப்பையே கட் பண்ணிப் போட்டுட்டா போதும்னு இருக்கு' என்று சொனனான்.

'இதெப் பத்தி இனிமே பேசக் கூடாது. என்மேல பிராமிஸ்.'

'ஒனக்குப் புரியாது சங்கீதா. ஆவரேஜ் பாக்கணும் மூணு நாளக்கி ஒரு முற செமன் டெஸ்ட்டு கொடுங்க'ன்னு டாக்டர் சொன்னப்ப, நர்சு ஒரு பாட்டிலக் கொடுத்து, 'ரூமுக்குப் போயிட்டு வாங்க'ன்னு சொல்றப்ப, வராத, வராதன்னு சொன்னாலும் கேக்காம எங்கூடவே வந்து டார்க்கு ரூமுக்கு முன்னால நீ நின்னுக்கிட்டிருக்கிறப்ப, பத்து நிமிஷம் கழிச்சி வியர்வை யோட கதவத் திறந்துகிட்டு வெளிய வந்து நர்சத் தேடிக்கிட்டுப் போயி பாட்டிலக் கொடுக்கிறப்ப, எம் மனசு எப்படி இருக்கும்னு ஒனக்குத் தெரியுமா? 'செமன் தானம் பெறலாம்'ன்னு டாக்டர் சொன்னப்ப, ரிசல்ட் பேப்பர வாங்குறப்ப, 'ஒன் வீக் கழிச்சி வாங்க பாக்கலாம்'ன்னு டாக்டர் சொல்றப்ப எப்படி இருக்கும்? ஒனக்குத் தெரியாது. ஏன்னா யூ ஆர் ஆல் ரைட் இல்லியா?' என்று அசோக் சொன்னபோது, 'இவ்வளவு கஷ்டப்பட்டுத் தான் குழந்த பெத்துக்கணுமா? இனிமே எந்த ஆஸ்பிட்டலுக்கும் போக வேண்டாம். எனக்குக் குழந்தயே வேண்டாம். இதோட விட்டுடலாம்' என்று சொன்னதற்கு, 'ஒனக்குப் பிரச்சன இல்ல, விட்டுடுவ, நான் அப்படியா? ஒங்கிட்ட பிரச்சன இல்லங்கிற திமிர்ல பேசுறியா? சந்தோஷத்தில பேசு றியா?' என்று முகத்திலடிப்பதுபோல் கேட்டான்.

'இதுல நான் ஒரு தப்பும் செய்யல' என்று சங்கீதா சொன்னதும், பட் டென்று அசோக்குக்குக் கோபம் வந்துவிட்டது. 'எல்லாம் என் தப்புதான். ஒன்னெக் காதலிச்சது, கல்யாணம் கட்டுனது, இப்ப ஆஸ்பிட்டலுக்கு அலயுறது. எல்லாமே என் தப்புதான். ஒனக்குத்தான் கொற, எனக்கொன்னும் கொற இல்லன்னு சொல்லிக்காட்டுறியா?' என்று கேட்டுச் சண்டைப் பிடித்தான்.

மற்ற நேரங்களைவிட, மருத்துவமனைக்குப் போய்விட்டுத் திரும்பும் போதுதான் அதிகமான கோபத்தில் இருப்பான். வண்டியை வேகமாக ஓட்டுவான். 'கொஞ்சம் பொறுமயாப் போங்க' என்று எத்தனை முறை சொன்னாலும் கேட்க மாட்டான். எப்போது ஆக்சிடண்ட் செய்வானோ

என்ற பீதியில்தான் உட்கார்ந்துகொண்டிருக்க வேண்டும். 'இதெ ஏன் இவ்வளவு சீரியஸா எடுத்துக்கிறிங்க? சாதாரணமா இருங்க. நமக்கு மட்டும்தான் இப்படியா? நாட்டுல எவ்வளவோ பேர் இருக்காங்க' என்று ஒருநாள் சொல்லப்போக, மோட்டார் பைக்கைப் பாதி வழியிலேயே ஓரம்கட்டி நிறுத்திவிட்டு, 'ஒனக்கு பிராப்ளம் இருந்தா இப்படித்தான் நீதிபோதனை பேசிக்கிட்டிருப்பியா?' என்று கேட்டுத் தகராறு செய்தான்.

'தெரியாம சொல்லிட்டன். வீட்டுக்குப் போயிப் பேசிக்கலாம். நடு ரோட்டுல நின்னு பேச வேண்டாம். பாக்குறவங்க தப்பா நெனைப்பாங்க' என்று சொல்லிக் கெஞ்சிய பிறகுதான் மோட்டர் பைக்கை எடுத்தான்.

அசோக் எப்போது, என்ன பேசுவான், என்ன செய்வான், அவனுக்கு எந்த வார்த்தை சொன்னால் கோபம் வராது என்று கண்டுபிடிப்பது மிகவும் சிரமம். கடைசியாக செமன் அனாலிஸிஸ் மாதிரி கொடுப்பதற்காகப் போகும்போது, 'திரும்பி வரும்போது கோயிலுக்குப் போகலாமா?' என்று கேட்டதற்கு, 'கோயிலுக்குப் போனா விந்தணு கூடுதலா உற்பத்தியாகும்னு ஒனக்கு யார் சொன்னா?' என்று கேட்டு முறைத்தான். இரண்டு மாதங்களுக்கு முன், 'புராஜெக்ட் சரியா முடிக்க மாட்டன்ங்கிறிங்க, அடிக்கடி லீவ் போடுறிங்க, டீம் லீடரா இருக்க வேணாம்' என்று மேனேஜர் கோபமாகத் திட்டியதற்காக, வேலையை ராஜினாமா செய்துவிட்டு ஒரு சாதாரண கம்பெனியில், குறைந்த சம்பளத்தில் வேலையில் சேர்ந்துவிட்டான். 'எங்கிட்ட ஏன் கேக்கல, சொல்லல, பெரிய தப்பு செஞ்சிட்டிங்க. அவசரப்படாம இருந்திருக்கலாம்' என்று சொன்னதற்கு, 'லிமிட் யுவர் வேர்ட்ஸ்' என்று அபார்ட்மண்ட்டே அதிர்ந்துபோகும்படி கத்திச் சொன்னான்.

எவ்வளவு யோசித்தும் அசோக்கைக் காதலித்தது, கல்யாணம் கட்டியது சரியா என்ற கேள்விக்குப் பதில் கிடைக்கவில்லை. ''ஒன்பது மாசத்துக்கு முன்னாடிவர தங்கமா இருந்தான். இப்ப பித்தளயா இருக்கான்.'' அவளை அறியாமலேயே சொன்னாள்.

கல்யாணமானதிலிருந்து இதுவரை நான்கைந்து முறைதான் சங்கீதா, அசோக்கிடம் சண்டை போட்டிருக்கிறாள். 'நான் கேட்ட பொருளை ஏன் வாங்கித் தரல?' என்று ஒரு முறைகூடக் கேட்டுக் கோபப்பட்டதோ, சண்டை போட்டதோ இல்லை. அசோக்கின் தங்கை விஜிக்கு ஒன்னரை வருடத்துக்கு முன்புதான் கல்யாணம் நடந்தது. கல்யாணமான இரண்டாவது மாதமே கர்ப்பமாகிவிட்டாள். விஷயத்தை அசோக்கிடம் மட்டுமே அவனுடைய அம்மாவும் தங்கையும் சொன்னார்கள். 'எங்கிட்ட ஏன் சொல்லல?' என்று கேட்டதற்கு, 'எங்கிட்ட சொன்னாலும், ஒங்கிட்ட சொன்னாலும் ஒண்ணுதான்' என்று சொல்லி அசோக் சமாளித்தான். கோபப்பட்டாலும் சரி என்று விஷயத்தை விட்டுவிட்டாள். விஜிக்கு வளைகாப்பு நடத்தப்போகிற விஷயத்தையும் சொல்லாதபோதுதான் சங்கீதாவுக்குக் கடுமையான கோபம் வந்தது.

'ஒங்ககிட்ட மட்டும்தான் சொன்னாங்க. நீங்க மட்டும் போயிட்டு வாங்க' என்று பிடிவாதம் பிடித்தாள்.

'சின்ன விஷயத்தப் பெரிசுப்படுத்தாத' என்று அசோக் சொன்னபோது, 'எது சின்ன விஷயம்? திட்டமிட்டு என்னெ அசிங்கப்படுத்துறாங்க. நான் வரல. ஒங்களுக்குச் சின்ன விஷயமா இருக்கலாம். நீங்க போயிட்டு வாங்க' என்று சொன்னாள்.

'எனக்காக வா' என்று சொல்லிக் கட்டாயப்படுத்தி, வளைகாப்பு நிகழ்ச்சிக்கு அழைத்துக்கொண்டு போனான் அசோக். நிகழ்ச்சிக்கு வந்திருந்த எல்லாப் பெண்களையும் சந்தனம் தடவ, வளையல் போட, பொட்டு வைக்கக் கூப்பிட்டார்கள். சங்கீதாவை மட்டும் கடைசிவரை கூப்பிட வில்லை. கூப்பிடுவார்கள் என்று காத்திருந்து பார்த்துவிட்டு, நிகழ்ச்சி முடிவதற்குள்ளாகவே, 'தலவலிக்குது. நான் வீட்டுக்குப் போறன்' என்று சொல்லிக் கிளம்பிவிட்டாள்.

'சாரி சங்கீதா' என்று அசோக் ஆயிரம் முறை சொன்னாலும் சங்கீதாவின் மனம் அமைதியாகவில்லை. முதன்முதலாக அன்றுதான் அசோக்கிடம் கடுமையாகச் சண்டை போட்டாள்.

'ரெண்டு, மூணு வருஷமா, நிச்சயதார்த்தத்துக்கு, கல்யாணத்துக்கு, வளைகாப்புக்கு, குழந்த பிறப்புக்குப் போறதயே கொறச்சிக்கிட்டன். மீறிப் போனாலும் போற எடத்தில என்ன மரியாத கெடைக்கும்னு எனக்கும் தெரியும். ஒங்களுக்கும் தெரியும். இந்த விஷயத்தில ஆம்பளங்களவிடப் பொம்பளங்கதான் மோசம். தெரிஞ்சவங்க, தூரத்துச் சொந்தக்காரங்கதான் அசிங்கப்படுத்துறாங்க, தள்ளிவைக்கிறாங்க, ஒதுக்கிவைக்கிறாங்கன்னா, நெருங்கின சொந்தக்காரங்களே இப்படிச் செஞ்சா என்ன அர்த்தம்? ஒங்க வீட்டுல எல்லாரும் படிச்சவங்கதான?' என்று ஆங்காரத்துடன் கேட்டுத் தகராறு செய்தாள்.

'இனிமே ஒங்க வீட்டு விசேஷத்துக்கு என்னெக் கூப்பிடாதிங்க' என்று கறாராகச் சொல்லிவிட்டாள். குழந்தை பிறந்த செய்தியைக்கூட அசோக் கிடம் மட்டும்தான் சொன்னார்கள்.

'ஒரு வார்த்த எங்கிட்ட சொல்ல மனசில்ல. அப்பறம் எதுக்கு நான் வரணும். நீங்க போங்க நான் தடுக்கல. என்னெ மட்டும் கூப்புடாதிங்க' என்று நான்கைந்து நாட்கள்வரை பிடிவாதம் பிடித்தாள்.

'எனக்காக வா. மத்தவங்க தப்பு செய்யட்டும், நீ செய்ய வேண்டாம். ப்ளீஸ்' என்று அசோக் கெஞ்சினான்.

'ஒன் புருசன்கிட்ட சொன்னா, ஒங்கிட்ட சொன்ன மாதிரிதான?' என்று கேட்டால் என்ன செய்வது என்ற எண்ணத்தில், பெயருக்குப் போய்வரு வோம் என்று போனாள்.

‘குழந்த தூங்குது அப்பறம் பாக்கலாம்’ என்று மருத்துவமனையின் வெயிட்டிங் ஹாலில் உட்கார வைத்துவிட்டார்கள். ரொம்ப நேரம் கழித்தும், ‘குழந்தைய வந்து பாரு’ என்று யாரும் சொல்லாததால், ‘நான் வீட்டுக்குக் கிளம்பறன்’ என்று சொன்ன பிறகுதான், ‘ஒரு நிமிஷம் பாத்திட்டுப் போ’ என்று அசோக்கின் அம்மா கூப்பிட்டாள். குழந்தையை எடுத்துக் கையில் கொடுத்தாள். குழந்தையைக் கையில் வாங்கி ஐந்து நிமிடங்கள்கூட ஆகியிருக்காது அதற்குள் விஜியின் மாமியார் வந்து, ‘புள்ள பால் குடிச்சி ரொம்ப நேரமாச்சி, பசியில அழப் போவுது, பால் கொடுக்கணும்’ என்று சொன்னாள். விஜியின் மாமியார், எதற்காகச் சொன்னாள், எந்த அர்த்தத்தில் சொன்னாள் என்பது தெரிந்ததும் ஒரு நொடிகூடத் தாமதிக்காமல் குழந்தையைக் கொடுத்துவிட்டு வெளியே வந்துவிட்டாள். வீட்டுக்கு வரும்வரை அழுதுகொண்டே வந்தாள்.

‘சின்ன விஷயம் எதுக்காக எமோஷனல் ஆவுற? விடு, ப்ளீஸ் சங்கீதா’ என்று அசோக் சொன்ன சமாதான வார்த்தைகள் எதையும் அவள் காதில் வாங்கிக்கொள்ளவில்லை. அன்றிரவும் சங்கீதாவுக்கும் அசோக்குக்கும் கடுமையான சண்டை நடந்தது. அசோக்கின் உறவினர்களில் யார்யார் வீட்டு விசேஷங்களுக்குச் சென்று எப்படியெல்லாம் அசிங்கப்பட்டாள் என்பதைப் பட்டியல் போட்டுச் சொன்னாள்.

‘நமக்கு மட்டும் குழந்த பெத்துக்க ஆச இல்லியா? வேணுமின்னா செய்யுறம்? எதுக்காகச் சனங்க இப்படிச் செய்யுறாங்க? அசிங்கமா இருக்கு’ என்று சொல்லி அன்றிரவு முழுவதும் அழுதுகொண்டிருந்தாள்.

* * *

செல்போன் மணி அடிக்கிற சத்தம் கேட்டது. யாராக இருந்தாலும் பிறகு பேசிக்கொள்ளலாம் என்று எண்ணிக்கொண்டு படுத்திருந்தாள். நான்காவது முறையும் மணி அடித்த சத்தம் கேட்டதும் சங்கீதாவுக்குச் சந்தேகம் வந்தது. அசோக் கூப்பிடுகிறானோ?

மூன்று வாரங்களுக்கு முன்பு, ஆறு மணிக்கு எப்போதும் போவதுபோல, ‘கொஞ்சம் அவசர வேல இருக்கு. வெளிய போயிட்டு வந்திடுறன்’ என்று சொல்லிவிட்டுப் போன அசோக் பத்து மணிவரை வீட்டுக்கு வரவில்லை. போனில் கூப்பிட்டாலும் எடுக்கவில்லை. பயந்துபோய்த் தொடர்ந்து போன் போட்டுக்கொண்டே இருந்தாள். அப்படியும் எடுக்காததால் அவனுடைய நண்பர்களுக்கு போன் போட்டு விசாரித்தாள். எல்லோருமே, ‘தெரியல’ என்று சொன்னதால் பயந்துபோய் அபார்ட்மண்டின் வாசலுக்கே வந்து, அசோக் வருகிறானா என்று பார்த்துக்கொண்டிருந்தாள். பதினொரு மணிக்கு ஆட்டோவில் வந்து இறங்கினான். நெற்றியில் காயம், இரண்டு உள்ளங்கைகளிலும் காயம், இரண்டு முட்டிகளிலும் சிராய்ப்பு ஏற்பட்டு இரத்தம்

வழிந்திருந்ததைப் பார்த்ததும், மிரண்டுபோய், 'ஆக்சிடண்டா?' என்று கேட்டாள்.

'மேல போயிப் பேசிக்கலாம்' என்று சொல்லிவிட்டு லிப்டில் ஏறி வீட்டுக்குள் வரும்வரை என்ன நடந்தது என்று ஒருவார்த்தைகூடச் சொல்லவில்லை.

'வாங்க ஆஸ்பிட்டலுக்குப் போகலாம்' என்று கூப்பிட்டதற்கு, 'மைனர் ஆக்சிடண்ட்தான், தூங்கினா எல்லா சரியாப் போயிடும்' என்று சொல்லி விட்டுப் படுத்துக்கொண்டான். நிதானமில்லாத அளவுக்குப் போதையி லிருந்த அசோக்கின் பேண்ட், சட்டையைக் கழற்றிப்போட்டாள். காயம் இருந்த இடங்களை எல்லாம் சுத்தப்படுத்தி மருந்து போட்டுவிட்டாள். சங்கீதா அழுதுகொண்டிருப்பதைப் பார்த்து, 'ஓலகத்தில யாருக்கும் ஆக்சி டண்டே ஆவுறதில்லையா?' என்று கேட்டான்.

'வண்டி என்னாச்சி?'

'ஓர்க்ஷாப்ல விட்டிருக்கன்.'

'போன் என்னாச்சி? நெறய முற கூப்பிட்டன். எடுக்கவே இல்ல.'

'செல்போன் கீழ விழுந்து ஒடஞ்சிடுச்சி. கடயில கொடுத்திருக்கன்.'

'யாராவது வண்டியில வந்து இடிச்சிட்டாங்களா?'

'என்னெத் தூங்கவிடு' என்று சொல்லிவிட்டுப் போர்வையை இழுத்துப் போர்த்திக்கொண்டு தூங்கிவிட்டான். அன்றிரவு சங்கீதா சாப்பிடவில்லை. இரண்டு மணிவரை அழுதுகொண்டேயிருந்தாள் என்பது அவனுக்குத் தெரி யாது. முன்பெல்லாம் சாதாரணமாகச் சின்னத் தவறு செய்தால்கூட, 'சாரி சங்கீதா' என்று பல தடவை சொல்வான். ஆனால், இப்போது பெரியபெரிய தவறுகள் செய்கிறான். சாரி சொல்லாததோடு முறைக்கிறான், திட்டுகிறான், அடிப்பதற்கு வருகிறான். காதலிக்கும்போது, 'குருத்து வாழை எல மாதிரி இருக்க' என்று சொன்னான். இப்போது ஒன்பது மாதங்களாக, 'ஒன்னெ எனக்குப் புடிக்கலா, என்னெ விட்டுப் போயிடு' என்று ஒரு நாளைக்குப் பல முறை சொல்கிறான்.

மறுநாள் சாயங்காலம் மோட்டர் பைக்கை எடுத்துக்கொண்டு வந்தான். பைக்கைப் பார்த்த சங்கீதா, 'ஆக்சிடண்ட்டான வண்டி மாதிரி தெரிய லியே?' என்று கேட்டாள். அதன் பிறகுதான், 'நேத்து ராத்திரி வர வழியில ஒண்ணுக்குப்போகணும்போல இருந்துச்சி. வண்டிய நிறுத்திட்டு ஓரமாப் போயி நின்னன். கால் லேசாகச் சறுக்கிடுச்சி, பள்ளம் இருந் திருக்கு, போதையில தெரியல, குப்புற விழுந்திட்டன். பத்தடி ஆழம். இருட்டுல தெரியல. செல்போன் எங்க விழுந்துச்சி, பர்ஸ் எங்க விழுந்துச் சின்னு தெரியல. மேல ஏறி வர்றதே சிரமமாயிடிச்சி. காலயில போய்த் தான் எடுத்துக்கிட்டு வந்தன்' என்று அசோக் சாதாரணமாகச் சொன்னதைக் கேட்டு அசந்துபோனாள்.

'இனிமே ஆன்லைனிலியே ஆர்டர் பண்ணி வீட்டுலியேகூடக் குடிங்க. ப்ளீஸ், ஒயின் ஷாப்புக்கு மட்டும் போகாதிங்க'' என்று கெஞ்சியதைக் காது கொடுத்துக் கேட்கவில்லை. 'அன்று நடந்த மாதிரி இன்றும் குடித்துவிட்டு எங்காவது விழுந்து கெடக்கிறானோ?' என்ற பயம் வந்ததும் வேகமாக எழுந்து செல்போன் எங்கே இருக்கிறது என்று தேடினாள். சோபாவுக்குப் பக்கத்தில் வைத்திருந்த தோள்பையிலிருந்து சத்தம் கேட்டுக்கொண்டிருப்பது தெரிந்தது. அவசரமாக செல்போனை எடுத்து யார் கூப்பிடுவது என்று பார்த்தாள். அவளுடைய தங்கை சுபஸ்ரீ என்று தெரிந்ததும், ''ஹலோ'' என்று சொன்னாள்.

''என்ன, இத்தன முற கூப்பிடுறன், எடுக்கலா. வேலயா இருக்கியா?''

''தூங்கிட்டன்'' என்று சொல்லி முடிப்பதற்குள், ''என்னோட பையனுக்கு கேந்திரவித்யாவில பிரி.கே.ஜி. சீட் கெடச்சியிருக்கு. அதெச் சொல்லத்தான் கூப்பிட்டன்.''

''கன்கிராட்ஸ்'' என்று சொன்ன சங்கீதா, ''அம்மாகிட்ட சொல்லிட்டியா?'' என்று கேட்டாள்.

''இனிமேதான் சொல்லணும். ஒனக்கு என்னாச்சி? ஒடம்பு சரியில்லியா?''

''எப்படி சீட் கெடச்சிது.''

''ஒரு எம்.பி.கிட்ட நாலு லட்சம் கொடுத்தன்'' என்று சொல்லி சுபஸ்ரீ சிரித்த சத்தம் கேட்டது. அவளுடைய சிரிப்பில் நான்கு லட்சம் கொடுத்தது பெரிய விஷயமில்லை, சீட் கிடைத்ததுதான் பெரிய விஷயம் என்பது தெரிந்தது.

''நாலு லட்சமா?''

''ரெண்டாயிரத்து இருவத்திரெண்டுல நாலு லட்சம் பெரிய பணமா?''

''ஓகே, இப்ப நான் கொஞ்சம் பிஸியா இருக்கன். வை கூப்பிடுறேன்'' என்று சொல்லிவிட்டு அவசரமாக போனை அணைத்தாள்.

சங்கீதாவுக்குக் கொஞ்ச நேரம் உட்கார வேண்டும்போல் இருந்தது. ஹாலைப் பார்த்தாள். மீன் தொட்டி, கல்யாணப் புகைப்படம், தொலைக் காட்சிப் பெட்டி என்று அனைத்தும் உடைந்து சிதறிக் கிடப்பதையும், தண்ணீர் கொட்டியிருப்பதையும் பார்க்கப்பார்க்க அழுகை வந்தது. 'எனக்கு இப்ப பெரிய வீடு கட்டணும், கார் வாங்கணும், பணம் சேக்கணும்னு எந்த ஆசயும் இல்ல. செத்துப்போகணும்னு மட்டும்தான் ஆசயா இருக்கு, என்னயே நான் சாவடிச்சிக்க விரும்புறன். அதனாலதான் பாக்கெட் பாக் கெட்டா சிகரெட் குடிக்கிறன், பாட்டில் பாட்டிலா பிராந்தி குடிக்கிறன். என்னோட சாவ நானே உண்டாக்கிக்கிட்டிருக்கன். அதயும் வேகமாச் செய் யுறன்' என்று நேற்றிரவு அசோக் சொன்னது நினைவுக்கு வந்ததும், ''மன நோய்க்கு மருந்தில்ல'' என்று சொல்லி முனகினாள். பிறகு படுக்கை அறைக்குள் வந்து படுத்துக்கொண்டாள்.

போன் மணி அடிக்கிற சத்தம் கேட்டது. யார் கூப்பிடுவது என்று பார்த்தாள். தன்னுடைய அம்மா என்று தெரிந்ததும், போனை எடுக்காமலேயே விட்டுவிட்டாள். அம்மாவிடம் சொல்லலாமா என்று யோசித்தாள். போன் செய்த ஒவ்வொரு முறையும், நேரில் பார்க்கிற ஒவ்வொரு முறையும், 'ஒனக்குப் பின்னாடி கல்யாணம் கட்டுன நம்ப சுபஸ்ரீக்கு ரெண்டு குழந்த பிறந்துடுச்சி, நீ ஒண்ணும் இல்லாம இருக்கியே. டாக்டரப் பாத்தா என்ன?' என்றுதான் கேட்பாள். 'பேசாம இரு. இப்ப என்ன அவசரம்?' என்று ஒரு வார்த்தைதான் சங்கீதா சொல்வாள். மருத்துவமனைக்குப் போகிற விஷயம், அசோக்குக்கு இருக்கிற பிரச்சினை என்று எதையும் இன்றுவரை அவள் யாரிடமும் சொன்னதில்லை. ஒன்பது மாதங்களாக அசோக் செய்கிற அட்ட காசத்தைக்கூட அவள் சொன்னதில்லை.

காலிங் பெல் அடிக்கிற சத்தம் கேட்டது. அசோக் திரும்பி வந்துவிட்டானா என்று யோசித்துக்கொண்டே எழுந்து வந்து கதவைத் திறந்தாள். எதிர் வீட்டின் முன் ஒரு ஆள் நின்றுகொண்டிருப்பது தெரிந்ததும் கதவைச் சாத்தினாள். திரும்பிப் படுக்கை அறைக்குப் போகும்போது கண்ணாடிச் சில்லு ஒன்று காலில் குத்தி இரத்தம் வந்தது. அதைப் பிடுங்கிப் போட்டுவிட்டு, வழிந்த இரத்தத்தைத் துடைத்தாள். 'இந்த நாள நான் எப்படி மறப்பன்?' என்று யோசித்த சங்கீதாவுக்கு, 'குட் பை ஃபரெவர்' என்று சொல்லி விட்டுப் போய்விடலாம்போல இருந்தது. "ஒருநாள் அது நடக்கும்" என்று பல்லைக்கடித்துக்கொண்டே சொன்னாள். "வாழ்க்கங்கிறது இதான் போல. கர்ப்பப்பையில பிரச்சனன்னாலும் பொம்பளதான் சாக வேண்டியிருக்கு, விந்தணுவில் பிரச்சனன்னாலும் பொம்பளதான் சாக வேண்டியிருக்கு" என்று சொல்லிவிட்டுத் தரையில் உடைந்து கிடந்த மீன் தொட்டியின் கண்ணாடிச் சில்லு ஒன்றை எடுத்துச் சுக்குநூறாக உடையும்படி ஓங்கித் தரையில் அடித்தாள். பிறகு அழ ஆரம்பித்தாள். ●

உயிர்மை, செப்டம்பர் 2022

காதல்

1

சாரா வீட்டிற்கு வருவாள் என்று காந்திமதி கொஞ்சம்கூட எதிர் பார்க்கவில்லை. அவளைப் பார்த்ததும் காந்திமதிக்கு அழுகை வந்தது. ஆனால், காளியம்மாவுக்கும் ஊக்கி ஆட்டனுக்கும் சாராவைப் பார்த்ததும் கோபம்தான் வந்தது.

''ஒன்னோட கூட்டாளி என்னா செஞ்சிருக்கா தெரியுமா?'' என்று கேட்டாள் காளியம்மா.

''போன்ல சொன்னா'' என்று சொன்ன சாரா, 'ஒக்காரு' என்று யாருமே சொல்லாததால், உட்காருவதா வேண்டாமா என்று யோசித்தாள். சிறிது நேரம் கழித்துத் தானாகவே உட்கார்ந்துகொண்டாள்.

காந்திமதியின் மீது இருந்த கோபத்தையெல்லாம் காளியம்மாவும் ஊக்கி ஆட்டனும் சாராவிடம் கொட்ட ஆரம்பித்தனர்.

சாராவின் முன் காளியம்மா அழுதுகொண்டிருப்பதைப் பார்த்துவிட்டு, ''படிக்கணும்னு நெனச்சன், வேற ஒரு தப்பும் நான் செய்யல'' என்று சொன்ன காந்திமதி, அழுதுகொண்டிருந்த ஊக்கி ஆட்டனைப் பார்த்தாள். ஆனால், அவன் அழுவதை மட்டும் அவளால் பார்க்க முடியவில்லை. வாய்விட்டு அழ வேண்டும்போல் தோன்றியது. காளியம்மாவின் முன், ஊக்கி ஆட்டனின் முன் அழ வேண்டாம் என்று நினைத்த காந்திமதி சிறுநீர் கழிப்பதற்குப் போவதுபோல வீட்டிற்குப் பின்புறமாக வந்தாள். தூரத்தி லிருந்த குளத்தைப் பார்க்க முயன்றாள். குளத்தை மறைத்தது கண்ணீர். 'ஒம் மூஞ்சிக்கெல்லாம் காதலு கேக்குதா?' என்று செந்தூர்பாண்டியின் மனைவி கேட்டது நினைவுக்கு வந்ததும் குலுங்கிக்குலுங்கி அழுதாள்.

இருபத்தியெட்டு நாட்களுக்கு முன் ஐந்து மணிவாக்கில் காந்திமதியின் வீட்டிற்கு செந்தூர்பாண்டியின் மனைவி வந்தாள். அவள் வருவதற்குச் சிறிது நேரத்திற்கு முன்தான் காளியம்மாவும் ஊக்கி ஆட்டனும் வேலைக்குப் போய்விட்டு வந்திருந்தனர். வீட்டிற்கு வந்த செந்தூர்பாண்டியின் மனைவி, தான் இன்னார், இந்த ஊரிலிருந்து வருகிறேன் என்றுகூடச் சொல்லாமல்,

வீட்டில் நுழைந்த வேகத்திலேயே காந்திமதியைப் பார்த்து, 'நீ காலேஜிக்குப் படிக்கிறதுக்குப் போறியா, மாப்பிள்ள புடிக்கிறதுக்குப் போறியா? ஒன் அரிப்புக்கு எம் புருசன்தான் கெடச்சானா?' என்று கேட்ட பிறகுதான், வந்திருப்பது செந்தூர்பாண்டியின் மனைவி என்பதும், செந்தூர்பாண்டிக்குக் கல்யாணம் ஆகிவிட்டது என்பதும் காந்திமதிக்குத் தெரிந்தது. காளியம்மாவும் ஊக்கி ஆட்டனும் வந்திருப்பது யார், என்ன பேசுகிறாள் என்பதே புரியாமல் விழித்தனர். முன்பின் தெரியாத வீட்டிற்கு வந்திருக்கிறோம், முன்பின் தெரியாத மனிதர்கள் முன் பேசுகிறோம் என்பதெல்லாம் இல்லாமல் செந்தூர்பாண்டியின் மனைவி தெருவுக்கே கேட்கிற மாதிரி சத்தம் போட்டு காந்திமதியிடம் கத்தினாள்.

'ரெண்டு பிள்ள பெத்தவனப் புடிச்சிருக்கும்போதே தெரியுது ஒன்னோட லட்சணம். என்னோட அதெப் பாரு, இதெப் பாருன்னு தெனம் நூறு செல்ஃபி எடுத்துப் போட்டிருக்கிற, துணியோட எதுக்குப் போட்ட? துணியில்லாம போட்டிருந்தா பாக்குறதுக்கு இன்னும் நல்லா இருந்திருக் கும்ல. தெனம் பஸ்ஸிலதான போற, வர, படிக்கிற பய எவனும் ஒனக்குச் சிக்கலியா? டிரைவர், கண்டக்டர் கூடவா ஒனக்கு மாட்டல? ஒன் மூஞ்சிக்கி எவன் மாட்டுவான்? ஒலகத்திலியே வாத்தியாரப் புடிச்சவ நீயாத்தான் இருப்ப? அடுத்தவ புருஷனப் புடிச்சியிருக்கியே ஒனக்கு வெக்கமா இல்ல. வெக்கம் மானம் இருந்தா ஒரு ஆம்பளக்கித் தெனம் செல்ஃபி எடுத்து போட்டோ போடுவியா? நீயும் அவனும் காலேஜ் கேன்டீன்ல எடுத்த செல்ஃபி, கோயில்ல, சினிமா தியேட்டர்ல, ஹோட்டல்ல, லேபுல எடுத்த செல்ஃபி எல்லாம் இப்ப எங் கையில இருக்கு. அங்க வா, இங்க வான்னு, அங்க நிக்குறன், இங்க நிக்குறன்னு, ராவும் பகலும், நீ போட்டிருந்த மெசேஜ் எல்லாம் இப்ப என் செல்போன்ல இருக்கு. 'மாமா மாமா'ன்னு ஒரு நாளக்கி ஆயிரம் மெசேஜ் போட்டிருக்கியே அவன் என்ன ஒனக்குத் தாலி கட்டுன புருஷனா? இல்ல தாய்மாமனா? வாத்தியாரப் போயி, 'மாமா மாமா'ன்னு கூப்புட்டிருக்கியே நீ படிக்கிறவளா? வெக்கங்கெட்ட கழுத. இனிமே அவனுக்கு மெசேஜ் போடுறது, போட்டோ போடுறதெல்லாத்தயும் வுட்டுடு. இனிமே அவன்கூடச் சேந்துகிட்டுச் சுத்தினன்னு தெரிஞ்சா, நேராப் போயி காலேஜில சொல்லி ஒன் மானத்த வாங்குவன். அதோட நிக்க மாட்டன். போலீசுக்குப் போவன். டி.வி.யிலயும் சொல்லுவன். முத தடவங்கிறதால வீட்டுக்கு வந்து சொல்றன்.'

செந்தூர்பாண்டியின் மனைவி பேசிய ஒவ்வொரு வார்த்தையும் வெடி வெடிப்பதுபோல்தான் இருந்தது. அவமானத்தில், வெட்கத்தில், பயத்தில் நடுங்கி நின்றுகொண்டிருந்த காந்திமதிக்கு வாயை அசைக்கக்கூட முடிய வில்லை. கண்களிலிருந்து கண்ணீர் மட்டும் வந்துகொண்டிருந்தது. செந்தூர் பாண்டிக்குக் கல்யாணமாகிவிட்டது, இரண்டு பிள்ளைகள் இருக்கிறார்கள் என்பதை நம்ப முடியாமல் வாயடைத்துப்போய் நின்றுகொண்டிருந்தாள்.

செந்தூர்பாண்டியின் மனைவி நிற்கிற கோலத்தையும் பேசுகிற விதத்தையும் பார்த்து காளியம்மாவும் ஊக்கி ஆட்டனும் விதிர்விதிர்த்துப் போய் உட்கார்ந்திருந்தனர். விஷயம் என்னவென்று புரியாமல் உட்கார்ந்திருந்தவர்களிடம், 'ஓங்க பொண்ணு என்னா செஞ்சியிருக்கான்னு பாருங்க' என்று சொன்னதோடு தன்னுடைய போனிலிருந்த காந்திமதி விதவிதமாக செல்ஃபி எடுத்து செந்தூர்பாண்டிக்கு அனுப்பியிருந்த புகைப்படங்களையும், செந்தூர்பாண்டியும் காந்திமதியும் கேன்டீனில், ஹோட்டலில், கோயில்களில், சினிமா தியேட்டர்களில் என்று சேர்ந்து எடுத்திருந்த செல்ஃபி புகைப்படங்களையும், 'இதெப் பாருங்க. இதெப் பாருங்க' என்று சொல்லி ஒவ்வொன்றாகக் காட்டினாள். பிறகு இளக்காரமாகச் சிரித்துக்கொண்டே, 'எம் புருசனுக்கு ஓங்க பொண்ணு போட்டிருக்கிற மெசேஜக் கேளுங்க' என்று சொல்லி காந்திமதி, செந்தூர்பாண்டிக்கு அனுப்பியிருந்த ஒவ்வொரு செய்தியையும் படித்துக்காட்டினாள். காந்திமதி, செந்தூர்பாண்டியுடன் சேர்ந்து எடுத்திருந்த போட்டோக்களையும் அவள் அனுப்பியிருந்த குறுஞ் செய்திகளையும் பார்த்த பிறகுதான் காளியம்மாவுக்கும் ஊக்கி ஆட்டனுக்கும் விஷயம் என்னவென்று புரிந்தது. விஷயம் தெரிந்ததும் காளியம்மா உயிர் போவதுபோல் நெஞ்சில் அடித்துக்கொண்டு அழ ஆரம்பித்தாள். 'என் குடும்ப மானம் போச்சே' என்று சொல்லி ஊக்கி ஆட்டன் முகத்திலேயே அடித்துக்கொண்டார்.

காந்திமதி வாயைத் திறக்காமல் அழுதுகொண்டிருப்பதைப் பற்றியோ, காளியம்மாவும் ஊக்கி ஆட்டனும் அழுதுகொண்டிருப்பதைப் பற்றியோ சிறிதும் கவலைப்படாமல் தான் சொல்ல நினைத்த எல்லாவற்றையும் பொரிந்துதள்ளிக்கொண்டிருந்தாள் செந்தூர்பாண்டியின் மனைவி.

'சத்தமாப் பேசாதிங்க. ஊர்ல மானம் போயிடும். நீங்க வீட்டுக்குப் போங்க. இனி ஒரு தப்பும் நடக்காது. மீறி நடந்தா நானே அவ தலயில நெருப்ப வச்சி எரிச்சிப்புடுவன்' என்று சொல்லிக் கையெடுத்துக் கும்பிட்டு அரை மணி நேரத்திற்குமேல் ஊக்கி ஆட்டன் கெஞ்சிய பிறகுதான் சூறைக் காற்றுப் போலப் பேசிக்கொண்டிருந்த செந்தூர்பாண்டி மனைவியின் வாய் மட்டுப்பட்டது.

காளியம்மாவும் ஊக்கி ஆட்டனும், 'இனிமே அப்படி நடக்காது' என்று நூறு முறைக்கு மேல் சத்தியம் செய்த பிறகுதான், 'ஜாக்கிரத' என்று சொல்லி விட்டு செந்தூர்பாண்டியின் மனைவி வீட்டைவிட்டுப் போனாள். அவள் போன பிறகு காந்திமதியிடம் காளியம்மாவோ, ஊக்கி ஆட்டனோ, 'ஏன் இப்படிச் செஞ்ச? இந்த வயசிலியே ஆம்பள கேக்குதா?' என்று ஒரு வார்த்தைகூடக் கேட்கவில்லை. கேட்டாலும் காந்திமதியால் பதில் சொல்லியிருக்க முடியாது. பொய் சொல்வதற்கோ மாற்றிச் சொல்வதற்கோ வாய்ப்பே இல்லாமல் சினிமா படம்போல் எல்லாவற்றையும் விளக்கிக் காட்டிவிட்டுத்தான் போயிருந்தாள் செந்தூர்பாண்டியின் மனைவி.

செந்தூர்பாண்டி அனுப்பிய வாட்ஸ்அப் செய்தியிலேயே கிணற்றில் குதிப்பதுபோல் எப்படிச் சட்டென்று விழுந்தோம், அவன் கூப்பிட்ட இடத்திற் கெல்லாம் கொஞ்சம்கூட யோசிக்காமல், தயங்காமல் எப்படிப் போனோம் என்று நினைத்த காந்திமதி, ''திருடன்'' என்று சொன்னாள்.

இளங்கலை கணினி அறிவியல் பாடப்பிரிவில் உதவிப் பேராசிரியையாக வேலை செய்துகொண்டிருந்த மகேஸ்வரி பேறுகால விடுப்பில் சென்றதால், அவருடைய விடுப்புக் காலத்தில் பாடம் நடத்துவதற்காகக் கல்லூரி நிர் வாகத்தால் வருகைதரு விரிவுரையாளராக நியமிக்கப்பட்டவன்தான் செந்தூர் பாண்டி. இளங்கலை கணினி அறிவியலில் மூன்றாமாண்டு படித்துக்கொண் டிருந்த காந்திமதியின் வகுப்புக்கும் பாடம் எடுத்தான். அவன் பாடம் எடுக்க ஆரம்பித்து ஒரு மாதம்கூடக் கழிந்திருக்காது, திடீரென்று ஒருநாள் காந்தி மதியின் வாட்ஸ்அப்பிற்கு 'ஹாய்' என்று ஒரு செய்தி வந்தது. புது எண்ணி லிருந்து செய்தி வந்திருந்ததால் 'யார்?' என்று கேட்காமல் விட்டுவிட்டாள். அடுத்தடுத்த நாட்களில் 'ஹாய், ஹாய்' என்று தொடர்ந்து செய்தி வந்து கொண்டிருந்ததால் போன் போட்டு, 'யார்?' என்று கேட்டாள். செந்தூர் பாண்டி என்று தெரிந்ததும் விஷயத்தைப் பெரிதுபடுத்தாமல் விட்டுவிட் டாள். அவனிடமிருந்து தொடர்ந்து செய்திகள் வர ஆரம்பித்ததும் விஷயத்தை சாராவிடம் சொன்னாள்.

'லூசா அவன்? மொகம் வடிவா இருந்தா இப்படித்தான்' என்று சொன்னாள் சாரா.

'என்ன சினிமா பார்த்த, எந்த நடிகரைப் பிடிக்கும், எந்த நடிகையைப் பிடிக்கும், என்ன சினிமா பாட்டு பிடிக்கும்?' என்று ஓயாமல் செய்திகளை அனுப்பிக்கொண்டே இருந்ததால், ஆசிரியர்தானே, சாதாரணக் கேள்விகள் தானே என்று பதில் போட ஆரம்பித்தாள்.

'டேட்டிங் போவலாமா?' என்று கேட்டு ஒருநாள் செய்தி அனுப்பி யிருந்தான். விஷயம் புரியாத மாதிரி 'எதுக்கு?' என்று கேட்டதற்கு 'டேட்டிங் போறதெல்லாம் இப்ப டீ குடிக்கப் போற மாதிரிதான்' என்று பதில் போட்டான். ஒரு வாரம் கழித்து 'செல்ஃபி எடுத்துக்கலாமா?' என்று கேட்டிருந்தான். 'நோ' என்று பதில் போட்டதற்கு 'செல்ஃபி எடுக்கிற தெல்லாம் இப்ப ஃபிரண்டுங்க கைகுலுக்குற மாதிரிதான்' என்று பதில் அனுப்பினான்.

காலையில் எழுந்ததிலிருந்து இரவு படுப்பதற்குள் ஒரு நாளைக்குக் குறைந்தது நூறு செய்திகளாவது அனுப்புவான். முக்கியமானது என்று எதுவுமே இருக்காது. காலையில் சாப்பிட்டது, மதியம் சாப்பிட்டது, டீ குடித்தது, எங்கே இருக்கிறான், எங்கே போய்க்கொண்டிருக்கிறான் என்பது போன்ற விஷயங்களைத்தான் செய்திகளாக அனுப்புவான். கவிதை மாதிரி எழுதியிருக்கிற ஒன்றிரண்டு விஷயங்களுக்கு மட்டும்தான் காந்திமதி

'கமண்ட்' போடுவாள். ஒருநாள் 'மலக்காட்டு குறத்தியோட ஓர்மயாவே இருக்கு' என்று அவன் அனுப்பிய செய்திக்குப் பதில் போடாமல் சிரிக்க மட்டுமே செய்தாள்.

முதல் பருவத் தேர்வு ஆரம்பித்த சமயத்தில் ஒருநாள் 'யார் கூடயாவது டச்சில இருக்கியா?' என்று கேட்டுச் செய்தி அனுப்பியிருந்தான். அதற்கு காந்திமதி பதில் போடாமல் விட்டுவிட்டாள். 'ஏன் பதிலே இல்ல?' என்று கேட்டுத் திரும்பத்திரும்பச் செய்தி அனுப்பினான். பதில் வராததால் போன் செய்தான். போனை எடுத்த காந்திமதிக்கு என்ன சொல்வது என்று தெரியாமல், 'பேலன்ஸ் இல்ல' என்று சொல்லிவிட்டாள். அடுத்த ஐந்து நிமிடத்தில் அவளுடைய போனுக்கு இருநூறு ரூபாய்க்கு ரீசார்ஜ் செய்யப் பட்டிருப்பது தெரிந்தது. செந்தூர்பாண்டிதான் ரீசார்ஜ் செய்திருக்க வேண்டும் என்ற எண்ணத்தில் உடனே போன் போட்டு, 'இனிமே எம் போனுக்கு ரீசார்ஜ் செய்யாதிங்க சார்' என்று சொன்னாள்.

மறுநாள் 'ஐ மிஸ் யூ' என்று செய்தி அனுப்பியிருந்தான். செய்தியைப் படித்துவிட்டு, 'என்ன சார் இப்படி மெசேஜ் போட்டிருக்கிங்க?' என்று போன் போட்டு கேட்டதற்கு, 'ஐ மிஸ் யுன்னு சொல்றது ஓகே, பைன்னு சொல்றது போலத்தான்' என்று சொன்னான். மறுநாள் 'காந்திமதிங்கிற பேய் புடிச்சிருக்கு' என்று அனுப்பியிருந்த செய்தியைப் படித்த காந்திமதி, 'லூசுபோல' என்று சொல்லிச் சிரித்தாள். 'நினைவுகளைச் சுமப்பதுதான் பெரும் பாரம். உன் நினைவுகளால் நிரம்பியிருக்கிறது என் அறை' என்று அடுத்த நாள் செய்தி அனுப்பியிருந்தான். அந்தச் செய்திக்குப் பிறகுதான் காந்திமதி சறுக்கி விழுந்தாள். 'யு டு நாட் நோ யுவர் கிரேட்னஸ். பட் ஐ நோ யுவர் கிரேட்னஸ். யு ஆர் மை கிரேட்னஸ்.' 'யு பிரிங் சம் லைட்ஸ் இன் மை லைஃப்.' 'நைட் அண்ட் டே யு ஆர் மை ஐஸ் அண்ட் பாத்வே.' 'ஐ லாஸ்ட் மை ஸ்லீப்', 'உன் நினைவுதான் எனக்கு இப்போது சோறு தண்ணி', 'இன்று காந்திமதி அம்மன் கோயிலுக்குப் போயிருந்தேன்' என்று தொடர்ந்து வந்த செய்திகளுக்குப் பிறகுதான் அவனோடு சாட்டிங்கில் அதிகமாகப் பேச ஆரம்பித்தாள். அவன் கூப்பிட்டான் என்று கேன்டீனுக்குப் போனாள். மூன்று முறை கோயிலுக்குப் போனாள். இரண்டு முறை சினிமா வுக்குப் போனாள்.

செந்தூர்பாண்டியின் மனைவி வந்து திட்டிவிட்டுப் போனதிலிருந்து இத்தனை நாட்களாகக் கல்லூரிக்கு மட்டுமல்ல, தெருவுக்குக்கூட அவள் போகவில்லை. கல்லூரியில், தெருவில், ஊரில் என்ன நடந்தது என்றுகூட அவளுக்குத் தெரியாது. செந்தூர்பாண்டியின் மனைவி வந்து திட்டிவிட்டுப் போன மறுநாள் விஷயத்தைச் சொல்வதற்காக சாராவுக்கு போன் போட்டாள். அவ்வளவுதான். அதன் பிறகு அவளாக யாரிடமும் பேசவில்லை. செந்தூர்பாண்டியிடமிருந்து போன் வந்துகொண்டேயிருந்ததால் அடக்க முடியாத ஆத்திரத்தில் போனை எடுத்து, 'ஒங்களுக்குக் கல்யாணமாயிடிச்சா?' என்று கேட்டதற்குப் பதில் சொல்லாததால், 'ஒங்க பொண்டாட்டி

வந்து திட்டிட்டுப் போனாங்க' என்று சொன்னதும் போனை அணைத்து விட்டான். மூன்று நாள் கழித்துத்தான் மீண்டும் அவனிடமிருந்து போன் வந்தது. ஆனால், காந்திமதி போனை எடுக்கவில்லை.

திட்டுவதற்காக மட்டும்தான் காளியம்மா இவளிடம் அவ்வப்போது பேசினாள். ஊக்கி ஆட்டன் அதைக்கூடச் செய்யவில்லை. இத்தனை நாட்களில் ஒருமுறைகூட இவளுடைய முகத்தைப் பார்க்கவில்லை. அதே மாதிரி காந்தி மதியும் அவர்களிடம் ஒரு வார்த்தை பேசவில்லை.

அழுதது தெரியக் கூடாது என்று முகத்தைத் துடைத்துக்கொண்டு வீட்டிற்குள் வந்தாள் காந்திமதி. காளியம்மாவுக்கு காந்திமதியைப் பார்த் ததும் கடுமையான கோபம் வந்துவிட்டது. ‘‘நீயும்தான் படிக்கப் போன? அசிங்கத்தோடவா வீட்டுக்கு வந்த?'' என்று சாராவைப் பார்த்துக் கேட்டாள். சாராவுக்கு என்ன பதில் சொல்வதென்று தெரியவில்லை. வாயைத் திறக்காமல் உட்கார்ந்திருந்தாள். பக்கத்தில் நின்றுகொண்டிருந்த காந்திமதி யையும் அவள் பார்க்கவில்லை.

‘‘வீட்டு வேல செஞ்சிருப்பாளா? கூலி வேலக்கிப் போயிருப்பாளா? எங்க கிட்ட காசு பணம் இல்லதான். அதுக்காக இவளக் கஷ்டப்பட வுட்டிருக்கமா? இவ கண்ணுல தண்ணி வரத்தான் வுட்டிருக்கமா? என்ன காரியம் செஞ் சிருக்கா?'' என்று ஆத்திரத்துடன் காளியம்மா கேட்டாள். ‘காலேஜில படிக்கிற புள்ளைங்க எல்லாரும் செய்யுறதப் பாத்தா, காந்திமதி செஞ்சது ஒண்ணுமே இல்ல' என்று சாரா சொல்லத்தான் நினைத்தாள். ஆனால் சொல்லவில்லை. பேச்சை மாற்ற வேண்டும் என்று, ‘‘ஆறு பரீட்ச இருக்கு. ஆறு நாள்தான். மூணு வருசம் படிச்சது வேஸ்ட்டாயிடும். அனுப்புங்க. பேசுனதையே பேச வேண்டாம்'' என்று சொன்னாள்.

‘‘விஷயம் தெரிஞ்சா ஊர்வாய் என்ன பேசுமோ? நான் பொண்ணப் பெக்கல. பேயத்தான் பெத்துருக்கன். இருட்டுல திருட்டு நடந்தாலும் வெளிய தெரியாம போவாது. பெண் ஜென்மம் புண்ணு ஜென்மம்னு சொன்னது சரியாதான் இருக்கு. நான் பரீட்சக்கிப் போறன்னு கேட்டாளா அந்தக் கல்லு மனசுக்காரி. ஒன்னெ வச்சிக் கேக்குறா. ஆனாலும் நீ வீடேறி வந்து சொல்ற அதுக்காக அனுப்புறன். போனா அவமானத்தோட வரக் கூடாது. அப்படித்தான் வருவன்னா, இப்பவே எங்க தலயில நெருப்ப வச்சிட்டுப் போவச் சொல்லு. மூணு வருசம் படிச்சது வீணா ஆவக் கூடாதுன்னு இப்பயும் அவள நம்பித்தான் அனுப்புறம்'' என்று சொன்ன ஊக்கி ஆட்டன் கண்கலங்கியபடியே எழுந்து வாசலுக்குப் போய் நின்றுகொண்டார்.

‘‘ஒங்கப்பாவும், நானும் துணி கட்டிக்கிட்டுத் தெருவுல நடக்கணும்னு மனசுல நெனச்சிக்கிட்டுப் போறதா இருந்தா போ. இல்லன்னா பரீட்சயும் வேணாம். ஒரு மண்ணும் வேணாம்'' என்று திட்டவட்டமாக காளியம்மா சொன்னாள்.

‘‘எதுவும் செய்ய மாட்டா. அவளப் பத்தி எனக்குத் தெரியும். நான் பாத்துக்குறன். நாளக்கி அனுப்புங்க. நான் கிளம்பறன். நேரமாயிடிச்சி’’ என்று சொல்லிவிட்டு எழுந்து நின்றாள் சாரா. பிறகு காந்திமதியிடம், ‘‘நான் கிளம்பறன்’’ என்று சொல்லிவிட்டு வாசலுக்கு வந்தாள். அவளோடு பேருந்து நிலையம்வரை போக வேண்டும் என்று காந்திமதி நினைத்தாள். காளியம்மாவும் ஊக்கி ஆட்டனும் பேருந்தில் ஏற்றிவிடக் கிளம்பியதைப் பார்த்த சாரா, ‘‘வேண்டாம். நான் போயிக்கிறன்’’ என்று சொன்னதைக் கேட்காமல், ‘‘பொட்ட புள்ளயத் தெருவுல தனியா அனுப்பவா? பஸ் வர நேரம் தெரியாதில்ல’’ என்று சொல்லி அவளுடன் பேருந்து நிலையத்தை நோக்கி நடக்க ஆரம்பித்தனர். சாராவை பஸ் ஏற்றிவிடப் போக முடிய வில்லை என்ற வருத்தம் காந்திமதிக்கு இருந்தது. தன்னைப் பற்றி அவளிடம் காளியம்மாவும் ஊக்கி ஆட்டனும் என்ன சொல்வார்கள் என்று யோசித் தாள்.

செந்தூர்பாண்டியின் மனைவி வந்து திட்டிவிட்டுப் போனதிலிருந்து கல்லூரிக்கும் போக வேண்டாம், பரீட்சையும் எழுத வேண்டாம் என்று ஒரே தீர்மானமாக இருந்தாள். சாரா வந்து பரீட்சை எழுது என்று கட்டாயப் படுத்திச் சொன்னதோடு, காளியம்மாவிடவும் ஊக்கி ஆட்டனிடமும் பரீட்சைக்கு அனுப்புங்கள் என்று சொன்னதும் அதிசயமாக அவர்களும் அனுப்புகிறேன் என்று சொல்லிவிட்டார்கள். ஆனாலும் பரீட்சைக்குப் போவதா, வேண்டாமா என்ற குழப்பம் காந்திமதிக்கு ஏற்பட்டது. அரைகுறை மனதுடன் புத்தகங்கள் எங்கே இருக்கின்றன என்று தேட ஆரம்பித்தாள்.

2

பரீட்சை எழுதிவிட்டு அறையிலிருந்து வெளியே வந்த காந்திமதி, சாரா வுக்காக வராண்டாவில் காத்துக்கொண்டிருந்தாள். பக்கத்து அறையில் மேற் பார்வையாளராக இருந்த செந்தூர்பாண்டி ஜன்னல் வழியாக காந்திமதியைப் பார்த்துவிட்டு வெளியே வந்து, ‘‘பரீட்ச எப்படி எழுதுன?’’ என்று ரகசியம் போல கேட்டான். அதற்குப் பதில் சொல்லாமல் எதிராளியைக் கண்டது போல் வெடுக்கென்று முகத்தைத் திருப்பிக்கொண்டு பிள்ளைகள், பேராசி ரியர்கள் யாராவது தன்னைப் பார்க்கிறார்களா என்று நோட்டம்விட்டாள்.

‘‘நீ நாளக்கிப் பரீட்சைய முடிச்சிட்டு புது பஸ் ஸ்டாண்டுக்கு வா’’ என்று சொல்லிவிட்டு வேகமாக அறைக்குள் போய்விட்டான்.

பரீட்சை எழுதும் அறையிலிருந்து சாரா வெளியே வந்ததும், ‘‘எப்படி எழுதின?’’ என்று காந்திமதி கேட்டாள். ‘‘ஓகேதான். வா போவலாம்’’ என்று சொன்ன சாரா கல்லூரியின் பிரதான வாசலை நோக்கி நடக்க ஆரம் பித்தாள். அவளோடு காந்திமதியும் சேர்ந்து நடக்க ஆரம்பித்தாள். காலை வேளை பரீட்சையை முடித்துவிட்டு வெளியே வந்த பிள்ளைகள், மதியப்

பரீட்சைக்குக் கல்லூரிக்குள் வந்த பிள்ளைகள் என்று கல்லூரியின் மைதானம் முழுவதும் கூட்டமாக இருந்தது.

பேருந்து நிலையத்திலிருந்த கூட்டத்தைப் பார்த்துவிட்டு, "அடுத்த பஸ்ஸில போவலாம்" என்று சாரா சொன்னதற்கு, "லேட்டா போனா எங்கம்மா வைவாங்க" என்று சொன்ன காந்திமதி பேருந்து வருகிறதா என்று பார்த்தாள். பேருந்து வந்ததும் இருவரும் ஏறிக்கொண்டனர்.

பேருந்துக்குள் கால் வைப்பதற்குக்கூட இடமில்லை. அவ்வளவு கூட்டம். பேருந்து புறப்பட்டு ஐந்து, பத்து நிமிடங்கள்கூடக் கழிந்திருக்காது. காந்தி மதியினுடைய போன் மணி அடித்தது. போனை எடுத்து யார் கூப்பிடுவது என்று பார்த்தாள். செந்தூர்பாண்டி என்று தெரிந்ததும் போனை எடுக்காமல் விட்டுவிட்டாள். ஆனால், போன் தொடர்ந்து வந்துகொண்டே இருந்ததைப் பார்த்த சாரா, "அந்த அறுதலி பயலா?" என்று கேட்டாள். 'ஆமாம்' என்பது போல் தலையை ஆட்டிய காந்திமதி போனை சைலண்ட் மோடில் வைத்தாள். அப்போதும் போன் வந்துகொண்டேயிருந்ததால் எரிச்சலாகி, "சனியன் புடிச்சவன் எதுக்குச் சாவடிக்கிறான்னே தெரியல" என்று முனகிக்கொண்டே போனை எடுத்து, "பஸ்ஸில இருக்கன்" என்று சொன்னாள். செந்தூர் பாண்டி, "இதுக்கு முன்னாடி நீ பஸ்ஸில இருக்கும்போது பேசினதே இல் லியோ?" என்று கேட்டான். அதற்கு காந்திமதி எந்தப் பதிலும் சொல்லவில்லை.

"நாளக்கி நீ வர."

"சான்சே இல்ல."

"நீ வர" என்று சொல்லிவிட்டு போனை வைத்துவிட்டான்.

"நிக்கக்கூட முடியல. ஒரே கூட்டம்" என்று காந்திமதி சொன்னதற்கு சாரா பதில் சொல்லாமல் நாளைக்கி எழுத வேண்டிய கடைசிப் பரீட்சை யைப் பற்றிப் பேச ஆரம்பித்தாள்.

சாராவின் ஊரான வடகரை வரும்வரை இருவரும் வாய் ஓயாமல் பேசிக் கொண்டே வந்தனர். வடகரைக்கு அடுத்த ஊர்தான் மேக்கரை. வடகரை யிலிருந்து கால் மணிநேரத்தில் மேக்கரைக்குப் பேருந்து வந்ததும் காந்திமதி இறங்கிக்கொண்டாள். பேருந்தைவிட்டு இறங்கி வீட்டை நோக்கி நடந்து கொண்டிருந்தபோது போன் வந்தது. செந்தூர்பாண்டிதான் கூப்பிட்டான். போனை எடுத்து அடக்க முடியாத ஆத்திரத்துடன், "என்ன?" என்று கோப மாகக் கேட்டாள்.

"நாளக்கி நீ வரணும். வரலன்னா நீ சாட்டிங்கில பேசுனதயெல்லாம் வாட்ஸ்அப் குருப்ல போட்டுடுவன்" என்று சொன்ன வேகத்திலேயே போனை வைத்துவிட்டான். 'என்ன இப்படிப் பேசுறான்? மர கழண்டு போச்சோ' என்று நினைத்த காந்திமதி எரிச்சலுடன் வீட்டுக்கு வந்து கதவைத் திறந்தாள்.

முகம், கைகால் கழுவிக்கொண்டு, சாப்பிட உட்கார்ந்தபோது போனில் செய்தி வந்த சத்தம் கேட்டது. போனை எடுத்துப் பார்த்தாள். 'நாளக்கி

வரணும். இல்லன்னா நான் சொன்னது நடக்கும்' என்ற செய்தியைப் படித்ததும் கடுமையான கோபம் வந்தது. உடனே செந்தூர்பாண்டிக்கு போன் போட்டு, ''எதுக்காக சார் இப்படி மெசேஜ் போட்டு இருக்கிங்க? வௌளயாடுறிங்களா? ஒங்களால நான் இன்னும் சாவணுமா?'' என்று கேட்டதற்குப் பதில் சொல்லாமல், ''வா. சொல்றன்'' என்று சொன்னான்.

''நான் வர மாட்டன்'' என்று கோபமாகச் சொல்லிக்கொண்டிருக்கும் போதே, பட்டென்று போனை வைத்துவிட்டான். மீண்டும் அவனுக்கு போன் போடுவதா வேண்டாமா என்ற குழப்பம் வந்தது. அவனிடம் சண்டை போட வேண்டும் என்ற வெறி உண்டாயிற்று. போன் போட்டாள். போன் அணைத்து வைக்கப்பட்டிருந்தது காந்திமதிக்குக் கூடுதல் கோபத்தை உண்டாக்கியது. கோபத்தில் அவளால் சாப்பிடக்கூட முடியவில்லை. ''நான் என்ன அவன் பொண்டாட்டியோ. இவ்ளோ அதிகாரம் செய்யுறான்?''

நாளைக்கு எழுத வேண்டிய பரீட்சைக்குரிய நோட்டு, புத்தகங்களை எடுத்துக்கொண்டு உட்கார்ந்து படிக்க ஆரம்பித்தாள். ஒரு பக்க அளவிற்குக் கூடப் படிக்க முடியவில்லை. ஒரு வரிகூட மனப்பாடம் ஆகவில்லை. எழுந்து வாசலுக்கு வந்தாள். மழை வருவதுபோல் குளிர்ந்த காற்று வீசிக்கொண்டிருந்தது. தெருவின் இரண்டு பக்கமும் பார்த்தாள். ஆள் நடமாட்டமில்லாமல் இருந்தது. பூட்டியிருந்த எதிர் வீட்டையும், அந்த வீட்டிற்குப் பின்னால் தெரிந்த தென்னை மரத்தையும், அதற்குப் பின்னால் தெரிந்த மலையையும் பார்த்தாள். பசியாகவும், தாகமாகவும் இருந்ததால் திரும்பி வீட்டிற்குள் வந்தாள். சாப்பிடப் பிடிக்காததால் தண்ணீர் மட்டும் குடித்தாள். பாயைப் போட்டுப் படுத்தாள். படுத்தபடியே புத்தகத்தை எடுத்துப் புரட்டினாள். நேரத்தைப் பார்த்தாள். மணி ஐந்து.

கப்பக்கிழங்கு பிடுங்குவதற்குப் போய்விட்டு வந்த காளியம்மா, காந்திமதி படுத்துக்கொண்டிருப்பதைப் பார்த்து, ''எதுக்கு மொடங்கிக் கெடக்க?'' என்று கேட்டுக்கொண்டே வீட்டிற்குப் பின்புறம் போனாள். காந்திமதி பாயைவிட்டு எழுந்தபோதுதான் கப்பக்கிழங்கு பிடுங்குவதற்காகப் போயிருந்த ஊக்கி ஆட்டன் வந்தார். ஒரு வார்த்தைகூடப் பேசாமல் வந்த வேகத்திலேயே முகத்தைத் திருப்பிக்கொண்டு படுத்துக்கொண்டார்.

வீட்டிற்குள் வந்த காளியம்மா கோபத்துடன், ''எதுக்கு ஒக்காந்திருக்க?'' என்று கேட்டாள். அதற்கு என்ன பதில் சொல்வது என்று தெரியாததால் காந்திமதி பேசாமல் இருந்தாள். தொடர்ந்து கேள்வி கேட்டால் பதில் சொல்ல முடியாதே என்ற பயத்தில் புத்தகத்தை எடுத்துக்கொண்டு வந்து உட்கார்ந்தாள்.

பரீட்சைக்குப் படிக்கிறாள் என்பதால் காளியம்மாவே சோறு பொங்க ஆரம்பித்ததோடு வீட்டு வேலைகளையும் தானே பரபரவென்று செய்தாள்.

ஏதாவது பேச வேண்டுமே என்ற எண்ணத்தில், ''பரிட்சய நல்லா எழுதினியா?'' என்று கேட்டாள். அதற்கு, ''ம்'' என்று மட்டும்தான் காந்திமதி பதில் சொன்னாள்.

''சோறு திங்கிறியா?'' என்று காளியம்மா கேட்டாள்.

''அப்பறமாச் சாப்புடுறன்'' என்று சொல்லிவிட்டு அக்கறையுடன் படித்துக் கொண்டிருப்பதுபோல் பாவனை செய்தாள்.

காளியம்மாவும் ஊக்கி ஆட்டனும் சாப்பிட ஆரம்பித்தனர். சாப்பிட்டு முடிந்ததும் பாத்திரங்களையெல்லாம் எடுத்து ஒழுங்குபடுத்திய காளியம்மா, ''தம்பிகிட்ட பேசினியா?'' என்று காந்திமதியிடம் கேட்டாள்.

''பேசுறன்.''

''பாத்து இரு. சீவ போயிட்டு வாரம்.''

''சரி.''

''கதவப் பூட்டிக்க. வார ரெண்டு மணி ஆவும்'' என்று கடமைக்குச் சொல்லிவிட்டுக் கப்பக்கிழங்கு சீவுவதற்காகக் கிளம்பினாள் காளியம்மா. வாசலில் நின்றபடி பீடியைக் குடித்துக்கொண்டிருந்த ஊக்கி ஆட்டனும் காளியம்மாவோடு போனார். அவர்கள் போன மறுகணமே நேரத்தைப் பார்த்தாள். மணி எட்டு.

சாப்பிடலாமா என்று யோசித்தபோது அவளுடைய போனுக்குச் செய்தி ஒன்று வந்தது. செய்தியைப் பார்த்தாள். செந்தூர்பாண்டியும் இவளும் சேர்ந்து எடுத்திருந்த செல்ஃபி புகைப்படத்தைப் போட்டு, 'வாட்ஸ்அப்பில் பரவும்' என்று இருந்தது. அதைப் படித்ததும் காந்திமதிக்குக் கண்மண் தெரியாத அளவுக்குக் கோபம் உண்டாயிற்று. முகம் வெளிறிப்போயிற்று. 'சைக்கோவா இருப்பானோ' என்று நினைத்துக்கொண்டே போன் போட்டாள். போனை எடுக்கவில்லை. அதனால் கூடுதலாகக் கோபம் உண்டாயிற்று.

செந்தூர்பாண்டியும் காந்திமதியும் சேர்ந்து எடுத்திருந்த புகைப்படத்தையும் அதற்குக் கீழே இருந்த செய்தியையும் மீண்டும் பார்த்தாள். செந்தூர் பாண்டியா இப்படிச் செய்தது என்று அதிர்ச்சியாக இருந்தது. கோபத்துடன் போன் போட்டாள். போனை எடுத்து, ''என்ன சார், இப்படிச் செஞ்சியிருக் கிங்க?'' என்று கேட்கும்போதே அவளுக்கு அழுகை வந்துவிட்டது.

''போட்டோவ ஒனக்கு மட்டும்தான் இப்ப போட்டிருக்கன். நாளக்கி நீ வரலன்னா வாட்ஸ்அப் குரூப்ல போட்டுடுவன்.''

''மிரட்டுறீங்களோ?''

''போட்டோவ மட்டுமல்ல வாட்ஸ்அப்ல நீ சாட்டிங் பண்ணினத எல்லாம் போட்டுடுவன் என்ன.''

''போடுங்க பாக்கலாம்.'' வீராப்பாகச் சொன்னாள்.

''வாயாலியே வட சுட்டுட்டுப் போகலாமின்னு பாக்குறியோ?'' என்று கேட்ட வேகத்திலேயே போனின் இணைப்பைத் துண்டித்துவிட்டான். உடனே கோபத்தில் தரையில் எட்டி உதைத்தாள். 'வாயாலியே வட

சுட்டுட்டுப் போவப் பாக்குறியா?' என்றால் என்ன அர்த்தம் என்று யோசித்தாள். சிறிது நேரம் கழித்துத்தான் அதற்கான பொருள் புரிந்தது. உடனே அவளுக்கு மண்டை கொள்ளாத ஆத்திரம் உண்டாயிற்று. மனம் வெறுத்துப்போய்ச் சொன்னாள்: "ச்சீ."

வாட்ஸ்அப் குரூப்ல போட்டால் போடட்டும். அப்படிப் போடுவதற்கு அவனுக்குத் துணிச்சல் இருக்காது என்று நினைத்தாள். சாட்டிங்கில் தான் ஒன்றும் தவறாகப் பேசவில்லையே என்று தன்னையே சமாதானப்படுத்திக் கொண்டாள். பொழுதுபோக்கிற்காக விளையாட்டாகச் செய்தது வினை யாகிவிட்டதே என்று கவலைப்பட்டாள். செல்போனைக் கண்டுபிடித் தவன், கேமரா, இன்டர்நெட்டைக் கண்டுபிடித்தவன், பேறுகால விடுப்பில் சென்ற மகேஸ்வரி, ஒன்பது மாதங்கள் பேறுகால விடுப்பு கொடுத்த அரசாங்கத்தின் மீதெல்லாம் கோபம் உண்டாயிற்று. "செல்போன் எமனா யிடிச்சு" என்று மனம் கசந்து சொன்னாள். கோபத்தில் அவளுக்குத் தாகம் எடுத்தது. தண்ணீர் குடித்தாள். ஆனால் தாகம் தணியவில்லை. நெஞ்சுச் சூடு குறையவில்லை. செந்தூர்பாண்டியின் மீது அளவற்ற வெறுப்பு உண்டா யிற்று.

வீட்டின் பின்பக்க ஜன்னலைத் திறந்து பார்த்தாள். இருட்டாக இருந்தது, குளிர்ந்த காற்று வீசிக்கொண்டிருந்தது. காற்றில் ஈர வாடை மிகுந்திருந்தது. எந்த நிமிடமும் மழை வரலாம் என்று நினைத்தாள். ஜன்னல்களைப் பிடித்துக்கொண்டு இருட்டையே பார்த்துக்கொண்டிருந்த காந்திமதி சொன் னாள்: "கள்ளப் பய."

நாளைக்குக் கடைசிப் பரீட்சை. காந்திமதி இனி கல்லூரிக்கு வர மாட் டாள். மகேஸ்வரி நாளைக்கே பணியில் சேர்ந்துவிடுவாள். தன்னுடைய வேலையும் முடிந்துவிடும். இனிமேல் தன்னால் கல்லூரிக்குள் நுழைய முடி யாது என்ற எண்ணத்தில்தான் தொந்தரவு செய்கிறானோ என்ற எண்ணம் வந்தது. ஜன்னலைச் சாத்திவிட்டு வந்து செந்தூர்பாண்டிக்கு போன் போட் டாள். போனை எடுத்தான். அவனும் பேசவில்லை. இவளும் பேசவில்லை. சிறிது நேரம் கழித்து இவளாகத்தான், "என்ன செஞ்சிக்கிட்டு இருக்கிங்க தெரியுமா?"

"ம்."

"உங்க ஒய்ஃபுக்குத் தெரிஞ்சா?"

"தெரியாது."

"பட்ட அசிங்கம் போதும் சார்."

"நீ வர."

"நாலு மணிக்குள்ள வீட்டுக்கு வரலன்னா அம்மா வைவாங்க."

"வையட்டும்."

“எங்கய்யா வைவாரு.”

“அப்படின்னா நான் சொன்னது நடக்கும்.”

“உயிர் போனாலும் வர மாட்டன்.”

“நீ எங்கூட ஒரு நாள் இருக்கணும்.”

“நான் என்ன ஒன் பொண்டாட்டியா?”

“நீ இருக்கணும். அவ்வளவுதான்.”

“நான் என்ன தேவிடியாளா?”

“அது எனக்குத் தெரியாது.”

“நீ இனிமே எனக்கு போன் பண்ணக் கூடாது. மீறி போன் பண்ணா ஒன் பொண்டாட்டிக்கிட்ட சொல்லிடுவன்.”

“சொல்லு பாக்கலாம்.”

“கல்யாணமாவலன்னு சொல்லி என்னெ ஏமாத்துனதும் இல்லாம, இப்ப மிரட்டவும் செய்யுறியா?”

“அதெப் பத்தி இப்பப் பேச வேணாம்.”

“அப்பறம் எதெப் பத்திப் பேசறது? ஒன் பொண்டாட்டி வந்து என்னெத் திட்டிட்டுப் போனதிலிருந்து நான் படுற கஷ்டம் ஒனக்குத் தெரியுமா?”

“ஒரு நாள் மட்டும் எங்கூட இரு. அதுக்கப்பறம் ஒன்னெத் தொந்தரவு செய்ய மாட்டன்.”

“இப்படிச் சொல்றதுக்கு ஒனக்கு வெக்கமா இல்ல?”

“ஓம் மேல இருக்கிற ஆசயிலதான் கேக்குறன்.”

“ஒரு நாளோட ஆச முடிஞ்சிடுமா?”

“முடிஞ்சிடும்.”

“இதான் ஒன்னோட காதலா? ச்சீ போன வை.”

“நான் நெனைக்கிறது நடக்கும்.”

“நடக்கும். நடக்கும். நான் செத்ததுக்கு அப்பறம்தான் நடக்கும்” என்று சொல்லிக்கொண்டிருக்கும்போதே போனை வைத்துவிட்டான். எப்போது திரும்பிப் பார்ப்பாள், எப்போது சிரிப்பாள், எப்போது வாட்ஸ்அப்பில் பதில் போடுவாள் என்று காத்திருந்தவன்தான். இன்று சட்சட்டென்று போனின் இணைப்பைத் துண்டிக்கிறான். காந்திமதிக்கு அழுகை வந்தது. ‘பாவப் பட்டது கூப்பிட்டதும் படுக்க வரும்னு நெனைக்கானோ. இப்படிப்பட்ட வனுக்காகவா தெனம்தெனம் செல்ஃபி எடுத்து அனுப்பினோம்? கூப்பிட் டதுமே கேன்டீனுக்கு, கோயிலுக்கு, சினிமாவுக்குப் போனோம்’ என்று நினைத்தாள். “அப்ப கல்யாணமாயிடுச்சான்னுகூடக் கேக்கத் தோணல.

மூள வேல செய்யல. சனியன் புடிச்சது'' என்று தன்னையே திட்டிக்கொண் டாள். மனதிற்குள் அடக்க முடியாத ஆங்காரம் உண்டானது, எதிரில் இருக்கும் ஆளை எட்டி உதைப்பதுபோல சுவரில் உதைத்தாள். கல்யாணமாகிவிட் டது என்று சொல்லாதது மட்டுமல்ல, கல்யாணமாகாதவன் எப்படி நடந்து கொள்வானோ அதே மாதிரிதான் கடைசிவரை நடந்துகொண்டான். 'ஆறு மணிக்கு மேல போன் போட வேண்டாம். மெசேஜ் அனுப்ப வேண்டாம்'ன்னு சொன்னதுக்குக் காரணம் அவனுடைய மனைவி வந்து திட்டிய பிறகுதான் புரிந்தது. கல்யாணமானதை மறைத்ததற்காக, என்னுடைய மனைவி திட்டி யதற்காக வருத்தப்படுகிறேன் என்று ஒரு வார்த்தை சொல்லவில்லை. சமாதானம் செய்வதற்கு எந்த முயற்சியையும் செய்யவில்லை. என்னுடைய மனைவியைத் திட்டிவிட்டேன். அடித்துவிட்டேன். இனிமேல் உன்னிடம் வர மாட்டாள். உன்னிடம் பேச மாட்டாள் என்பதுபோல் அவனிடமிருந்து ஒரு சொல்கூட வரவில்லை. அதுதான் காந்திமதியை அதிகமாகக் கஷ்டப் படுத்தியது. அவன் அப்படிச் சொல்லியிருந்தால், அவன்மீது இருந்த கோபமும் அவனுடைய மனைவி திட்டியதால் உண்டான மனவருத்தமும் சற்றுக் குறைந்துபோயிருக்கும். எதையும் அவன் செய்யவில்லை. எதுவுமே தனக்குத் தெரியாத மாதிரி, நடந்தவற்றுக்கும் தனக்கும் எந்தச் சம்பந்தமும் இல்லாத மாதிரி அவனால் எப்படிப் பேச முடிகிறது? இந்த நிலையில் படுப்பதற்குக் கூப்பிடுகிறானே. மனம் நிறைந்த வெறுப்பில் காறித்துப்பினாள்.

பசித்தது. தாகமாக இருந்தது. ஆனால், சாப்பிட முடியவில்லை. தண்ணீரைக் கூடக் குடிக்க முடியவில்லை. கோபத்தில் தரையில் கிடந்த தலையணையை எட்டி உதைத்தாள். படுத்தாள். ஆனால், தூக்கம் வரவில்லை. விளக்கை அணைத்தால் தூக்கம் வரும் என்று விளக்கை அணைத்துவிட்டு வந்து படுத் துக்கொண்டாள். அப்படியும் தூக்கம் வரவில்லை. நாளைக்கு எழுத வேண்டிய பரீட்சையின் பாடங்களை நினைவுக்குக் கொண்டுவர முயன்றாள். பாடங்கள் நினைவுக்கு வரவில்லை.

தனியார் பெண்கள் கல்லூரி என்பதால் வரும்போதும் சரி, கல்லூரியை விட்டு வெளியே போகும்போதும் சரி செந்தூர்பாண்டி குனிந்த தலை நிமிராமல்தான் வருவான், போவான். வகுப்பில் பாடம் எடுக்கும்போதும் பிள்ளைகளின் முகத்தைப் பார்த்துக்கூடப் பேச மாட்டான். மற்ற பேராசிரி யர்கள், உதவிப் பேராசிரியர்களிடமும் அதிகம் பேச்சு வைத்துக்கொள்ள மாட்டான். பிள்ளைகளிடம் பேசும்போதுகூட 'வாங்க, போங்க' என்றுதான் பேசுவான். வயது முப்பதுக்குள்தான் இருக்கும். பார்ப்பதற்கு முரடன் மாதிரிகூடத் தெரிய மாட்டான். அப்படிப்பட்டவனா மிரட்டுகிறான்? அவன் உண்மையாகவே என்னதான் நினைக்கிறான் என்று தெரிந்து கொள்ள வேண்டுமென்று அவளுக்குத் தோன்றியது. உடனே போன் போட் டாள். போனை எடுக்கவில்லை. ஆனால், செய்தி வந்தது. செய்தியைப் பார்த்தாள். காந்திமதி இதுவரை செந்தூர்பாண்டியோடு வாட்ஸ்அப்பில்

சாட்டிங் செய்திருந்த அத்தனையையும் 'ஸ்கிரீன் ஷாட்' எடுத்து அனுப்பி யிருந்தான். அதோடு 'இதெல்லாம் வாட்ஸ்அப் குரூப்பில் வரும்' என்றும் போட்டிருந்தான்.

காந்திமதிக்குத் திகிலாகிவிட்டது. இதுவரை பொய்யாகத்தான் மிரட்டு கிறான் என்று நினைத்தாள். இப்போதுதான் அவன் நிஜமாகவே மிரட்டு கிறான் என்பது தெரிந்தது. பயந்துபோய் என்ன இப்படி இருக்கிறான் என்று யோசித்தாள். 'ஏன் இப்படித் தொந்தரவு செய்யுறிங்க?' என்று கேட்பதற்காக போன் போட்டாள். அவன் போனை எடுக்கவில்லை. அவனுடைய மனைவி போனை எடுத்துவிடுவாளோ என்ற கவலை நெருப்புபோல் சுட்டுகொண் டிருந்தாலும் மீண்டும்மீண்டும் போன் போட்டாள். அவன் எடுக்கவில்லை. போன் போட்டு, போன் போட்டுச் சலித்துப்போனாள். அடுத்து என்ன செய்வது என்று தெரியாமல் குழம்பிப்போய்ப் படபடப்புடன் சாராவுக்கு போன் போட்டாள். போன் அணைத்து வைக்கப்பட்டிருந்தது தெரிந்ததும் அவளுக்கு மண்டையே வெடித்துவிடும்போல் இருந்தது. "எதுக்கு ஆப் பண்ணி வச்சிருக்கா" என்று திட்டினாள். தொடர்ந்து சாராவுக்கு போன் போட்டுக்கொண்டேயிருந்தாள். அவள் போன் போட்ட விதம் சாரா விடம் பேசிவிட்டால் எல்லாப் பிரச்சினைகளும் தீர்ந்துவிடும் என்பதுபோல் இருந்தது.

இரண்டாயிரத்துப் பதின்மூன்றில் பி.எஸ்ஸி. கணினிப் பிரிவில் சேர்ந்த அன்றுதான் சாரா பாத்திமா அறிமுகமானாள். சாரா பாத்திமா என்று பெயர் இருந்தாலும் எல்லோரும் அவளை சாரா என்றுதான் கூப்பிடுவார்கள். வகுப்பிலேயும் கல்லூரியிலேயும் காந்திமதிக்குப் பிடித்த ஒரே ஆள் அவள் மட்டும்தான். அவள் முகம் பார்த்த உடனேயே பிடித்துவிடும்படி இருந்தது. கல்யாணப் பெண் மாதிரி காதுகளில் ஜிமிக்கி போட்டிருப்பாள். சிவப்பு நிறப் புடவைதான் அதிகம் கட்டுவாள். கால்மேல் கால் போட்டுத்தான் உட்காருவாள். பேராசிரியர்களிடம் தயக்கம் இல்லாமல் தைரியமாகப் பேசுவாள், கேள்விகள் கேட்பாள். பிள்ளைகளுக்கும் பேராசிரியர்களுக்கும் விதவிதமாகப் பட்டப் பெயர்களை வைப்பாள். அவள் மற்றவர்களுக்குப் பட்டப் பெயர் வைத்தது போலவே பிள்ளைகளும் பேராசிரியர்களும் அவளுக்கு 'ஊர் சங்கு' என்று பட்டப் பெயர் வைத்திருந்தனர். அதற்குக் காரணம் சாரா வாயைத் திறந்தால் மூடவே மாட்டாள். 'எதுக்கு வாய் ஓயாம பேசுற?' என்று யாராவது கேட்டால், 'வீட்டுல போயிப் பேச முடியாது. ஆளுங்க இருப்பாங்க' என்று சொல்லிச் சிரிப்பாள். பேருந்தைவிட்டுப் இறங்கியதுமே பர்தாவைக் கழற்றினால் கல்லூரியைவிட்டுப் பேருந்தில் ஏறப் போகும்போதுதான் மீண்டும் போடுவாள். 'துலுக்கக் குட்டி என்ன இப்படித் திரியுறா?' என்று யாராவது கல்லூரிக்குள் சொன்னால், 'துலுக்கக் குட்டியும் பொண்ணுதான். நான் போட்டிருக்க ட்ரஸ் நாலு பேருக்குத்

தெரியாண்டாமா?' என்று சொல்வாள். கைக்கு இரண்டு மோதிரம் போட்டிருப்பாள். வலது கை நிறைய கண்ணாடி வளையல்களைப் போட்டியிருப்பாள். அதைப் பார்த்து, 'அவுங்கத்தா பீடி கட வச்சியிருக்காரு. கேரளாவுக்குப் போற பீடி கொண்டாரர காசால பவுசு காட்டுறா' என்று பிள்ளைகள் சொல்வதைக் காதில் வாங்க மாட்டாள். வகுப்பிலுள்ள மற்ற பிள்ளைகளை விட அவளிடம் மட்டும்தான் காந்திமதி மனசுவிட்டுப் பேசுவாள்.

சாரா அழகாக இருப்பாள். அவளைப் போன்ற அழகான பிள்ளைகள் வகுப்பிலும், கல்லூரியிலும் பல பேர் இருக்கிறார்கள். இருபத்துநான்கு மணி நேரமும் வாட்ஸ்அப்பிலேயே இருக்கக்கூடிய பிள்ளைகளும் நிறையப் பேர் இருக்கிறார்கள். அவர்களை எல்லாம் விட்டுவிட்டு எதற்காகத் தன்னைப் பிடித்தான்? தன்னிடம் செய்வதுபோல் சாராவிடம் செய்திருந்தால் இந்நேரம் செந்தூர்பாண்டியை வெட்டிப் போட்டிருப்பாள். ஊரைக் கூட்டியிருப்பாள். அவ்வாறு ஏன் தன்னால் செய்ய முடியவில்லை என்று தனக்குள்ளாகவே கேட்டுக்கொண்டாள்.

இரவு பத்தரை மணிக்குத்தான் சாராவிடமிருந்து போன் வந்தது. மணி அடிக்கிற சத்தம் கேட்டதுமே காந்திமதிக்குப் போன உயிர் திரும்பி வந்தது போல இருந்தது. போனை எடுத்து 'ஹலோ' என்று சொல்லக்கூட அவளுக்கு முடியவில்லை. அழுகைதான் பொங்கிக்கொண்டு வந்தது. காந்திமதி அழுகிற சத்தத்தைக் கேட்டு, ''எதுக்கு அழுவுற?'' என்று பல முறை கேட்ட பிறகுதான் மூக்கை உறிஞ்சிகொண்டே விஷயத்தைச் சொன்னாள். விஷயத்தைக் கேட்ட சாரா, ''இதுக்கா அழுவுற? ஒரு நாளக்கி எத்தன பேர்கூட சாட்டிங் பண்றம்? அவன் கெடக்கான். அவன் நெம்பரக் கொடு. நான் பேசிக்கன். படிக்கிற பசங்களோட தொல்ல கம்மி. வாத்தியாருங்க தொல்லதான் அதிகம்'' என்று சொல்லி செந்தூர்பாண்டியின் வாட்ஸ்அப் எண்களை வாங்கிக்கொண்டு போனின் இணைப்பைத் துண்டித்தாள். மறுகணம் காந்திமதிக்குப் படபடப்பு உண்டாயிற்று. செந்தூர்பாண்டி போனை எடுப்பானா, எடுக்க மாட்டானா, என்ன பதில் சொல்வான், தன்னை மிரட்டுவது போலவே அவளையும் மிரட்டுவானோ, பதிலுக்கு சாரா என்ன பேசுவாள் என்பதுபற்றியே யோசித்துக்கொண்டிருந்தாள். ஐந்து நிமிடங்கள் கழித்து சாராவிடமிருந்து போன் வந்தது. பதற்றத்துடன் எடுத்தாள்.

''அந்தப் பொண்ணப் பய போன ஆப் பண்ணி வச்சிருக்கான். நான் மெசேஜ் பண்ணியிருக்கன். கூப்புடட்டும். நான் பேசிக்கன்'' என்று சாரா சொன்னதும், ''என்ன செய்யட்டும்?'' என்று லேசாக அழுதுகொண்டே காந்திமதி கேட்டாள்.

''போன எடுக்கட்டும். நான் பேசிக்கன். நீ ஒறங்கு. அள்ளி முத்தற மாரியா இருக்கான் அந்தப் பன்னாடி பய? அந்த மயிராண்டி கெடக்கான்'' என்று சொல்லிக் கால் மணிநேரத்திற்கு மேல் மறுநாள் எழுத வேண்டிய பரீட்சையைப் பற்றிப் பேசிக்கொண்டிருந்துவிட்டு போனை வைத்தாள் சாரா.

சாராவிடம் பேசிய பிறகுதான் காந்திமதிக்குக் கொஞ்சம் நிம்மதி வந்தது. புத்தகத்தை எடுத்துப் படித்தாள். ஒரு கேள்விக்கான பதிலைக்கூட அவளால் மனப்பாடம் செய்ய முடியவில்லை. செந்தூர்பாண்டி சொல்கிறபடி நாளை சாயங்காலம் புதிய பேருந்து நிலையத்திற்குப் போகாவிட்டால் என்ன நடக்கும்? பரீட்சை எழுதிவிட்டு வெளியே வரும்போது, இல்லையென்றால் பஸ்ஸில் வரும்போது ஏதாவது தொந்தரவு செய்வானோ? அப்படிச் செய்தால் பேருந்தைவிட்டு இறங்கிப் போய்க் கல்லூரி முதல்வரிடம் சொல்லிவிடலாம் என்று நினைத்ததும் மனதில் கொஞ்சம் நிம்மதி உண்டா யிற்று. மறுநிமிடமே முதல்வரிடம் சொன்னால், அவர் துறைத் தலைவரிடம் சொல்வார், துறைத் தலைவர் வகுப்பாசிரியரிடம் சொல்வார். அப்படியே கல்லூரி முழுவதும் விஷயம் பரவிவிடும். பிறகு, நாளைக் காலையோடுதான் செந்தூர்பாண்டி கல்லூரியைவிட்டுப் போய்விடுவானே என்ற எண்ணம் வந்ததும் முதல்வரிடம் சொல்ல வேண்டாம் என்று முடிவெடுத்தாள். பரீட்சை எழுதாமல் விட்டுவிட்டால் என்ன என்ற கேள்வி அவளுக்குள் எழுந்தது. பரீட்சை எழுதாமல் விடுவதுதான் நல்லது என்று முடிவெடுத்த மறுநிமிடமே போன் போட்டு சாராவிடம் சொன்னாள். ''வாய மூடு. பன்னி தின்ன பயலுக்குப் பயந்துகிட்டு நீ பரீட்சை எழுத வல்லங்க. சாட்டிங் செய்யாத பிள்ள நம்ப காலேஜில உண்டா? நான் பேசிக்கன். நீ படி. சாட்டிங்கில ஒரே நேரத்தில பல குதிரயில சவாரி செய்யுற பிள்ளயெல் லாம் நம்ப காலேஜிலியே இருக்காளுங்க'' என்று சொல்லிவிட்டு போனை வைத்தாள் சாரா. காந்திமதி தூங்க முயன்றாள். பரீட்சைக்குப் போகும்போது துணைக்கு அப்பா, அம்மாவை அழைத்துக்கொண்டு போகலாமா என்று யோசித்தாள். அப்படிக் கூப்பிட்டால் பிரச்சினை பெரிதாகிவிட்டதோ என்று எண்ணி அழுது மாய்வார்களே என்ற எண்ணம் வந்ததும், எது நடந்தாலும் அம்மாவிடமோ, அப்பாவிடமோ வாயைத் திறக்கக் கூடாது என்று தீர்மான மாக முடிவெடுத்தாள்.

படிக்கலாம் என்று புத்தகத்தை எடுத்தாள். படித்தாள். ஆனால், படித்தது எதுவும் நினைவில் நிற்கவில்லை. திடீரென்று அவளுடைய மனதில் செந்தூர் பாண்டிக்கு போன் போட்டு, 'நாளக்கி வரல. திங்கக்கிழம வர்றன்' என்று சொல்லிவிடலாம். பிறகு போனின் எண்களை மாற்றிவிடலாம் அல்லது அவனுடைய எண்களை 'பிளாக்' செய்துவிடலாம் என்று நினைத்தாள். அது நல்ல திட்டமாகத் தெரிந்தது. அவனிடம் பேசும்போது சாதாரணமாகப் பேச வேண்டும். கோபமாகவோ, எடுத்தெறிந்தோ, விறைப்பாகவோ பேசக் கூடாது என்று தனக்குள் திட்டம் போட்டுக்கொண்டு செந்தூர்பாண்டிக்கு போன் போட்டாள். போனை எடுக்காததால் 'திங்கக்கிழம வர்றன். ஓகேவா?' என்று செய்தி அனுப்பினாள். அடுத்த சில நொடிகளில் இவளுடைய திட்டம் தெரிந்ததுபோல் 'நோ' என்று செய்தி வந்தது. 'பெறவா பயலா இருப் பானோ' என்று நினைத்துக்கொண்டு 'கால் மி' என்று செய்தி அனுப்பினாள். அதற்கு எந்தப் பதிலும் வரவில்லை. அதனால் போன் போட்டாள். எடுக்க

வில்லை. ''கிரிமினலா இருக்கானே'' என்று சொன்னாள். 'கால் மி' என்று மீண்டும் செய்தி அனுப்பினாள். அதற்கும் பதிலில்லாததால் கோபம் தலைக்கு ஏறியது. போனை அணைத்து வைத்துவிடலாமா? அப்படிச் செய்தால் அவன் என்ன செய்கிறான் என்பது தெரியாமல் போய்விடுமே என்று யோசித்தாள். இதுவரை தன்னுடைய செல்போன் எண்களை மாற்றாதது தவறு என்று நினைத்தாள். அவன் சொல்கிறபடி போய் என்னதான் செய்கிறான் என்று பார்க்கலாம் என்று ஒருகணம் தோன்றியது. மறுகணமே அவளுடைய மனம் புது விதமாகச் சிந்தித்தது. அவன் சொல்கிற இடத்துக்குப் போய், அவன் பேசுவதையெல்லாம் போனில் பதிவுசெய்துகொண்டு வந்து, இப்போது அவன் மிரட்டுவதுபோல் நாமும் மிரட்டினால் என்ன? நல்ல திட்டமாகத் தோன்றியது. ''அவன் பிளாக்மெயில் செஞ்சா. நானும் செய்வன் என்ன'' என்று சொன்னாள். மனம் தெளிவாகிவிட்டதுபோல், உடலில் கொஞ்சம் தெம்பு வந்துவிட்டதுபோல் இருந்ததால் எழுந்து சென்று தண்ணீர் குடித் தாள். பிறகு, திரும்பி வந்து பாயில் உட்கார்ந்ததும் மீண்டும் சந்தேகம் வந்தது. அவனைப் பார்க்கப் போகும்போது, அவனோடு உட்கார்ந்து பேசிக் கொண்டிருப்பதை, சேர்ந்து டீ, காபி குடிப்பதையெல்லாம் புகைப்படமாக எடுத்து வைத்துக்கொண்டு பின்னால் மிரட்டினால் என்ன செய்வது? ''போலீஸுக்குப் போவன்.''

போலீஸுக்குப் போகலாமா? 'பொண்டாட்டி இருக்கு. புள்ள இருக் குன்னு தெரிஞ்ச பிறகு எதுக்கு அவன்கூடச் சுத்துன? இப்ப ஏன் புடிக்க லன்னு வர? புது ஆள் புடிச்சிக்கிட்டியா? சாட்டிங்கில கொஞ்சிக்கொஞ்சிப் பேசிட்டு இப்ப வந்து நடிக்கிறியோ?' என்றுதான் கேட்பார்கள். போலீ ஸுக்குப் போனால் விஷயம் பத்திரிகைகளுக்குப் போகும். தொலைக்காட்சி களுக்குப் போகும் என்று நினைத்ததுமே காந்திமதிக்கு உடல் பதறியது. குலை நடுங்கிப்போயிற்று. கண்களில் கண்ணீர் துளிர்த்து நின்றது.

''நிஜமாகவே வாட்ஸ்அப் குரூப்ல போட்டுடுவானா? போட்டா எனக்கு மட்டுமா அசிங்கம்?'' என்று வாய்விட்டுச் சொன்னாள். அதன் பிறகுதான் அவளுடைய மனம் கொஞ்சம் சமாதானமடைந்தது. விளக்கை அணைத்து விட்டுப் படுத்தாள்.

செந்தூர்பாண்டியின் மனைவிக்கு போன் போட்டுச் சொல்லிவிடலாமா என்று யோசித்தாள். அதிகம் தொல்லை செய்தால் அப்படித்தான் செய்ய வேண்டும் என்று முடிவெடுத்தாள். அதே நேரத்தில் அவளுடைய எண் களை எப்படிக் கண்டுபிடிப்பது என்ற குழப்பம் உண்டாயிற்று. ஆளைப் பார்த்ததால்தான் தொந்தரவு செய்கிறானா? பரீட்சைக்குப் போகாமல் இருந்திருந்தால் என்ன செய்திருப்பான்? யோசித்துயோசித்து அவளுக்கு மண்டைகாய்ந்துபோனது.

காந்திமதி முதன்முதலாகத் தன்னுடைய வீட்டைப் பற்றி, அப்பா, அம்மா, தம்பி பற்றி யோசித்தாள். சின்னதாகச் சமைக்கிற இடம், படுக்கிற

இடம், குளிக்கிற இடம் அவ்வளவுதான் வீடு. அதுகூட மலையை ஒட்டிப் புறம்போக்கு நிலத்தில் கட்டப்பட்டது. வீட்டைத் தவிர நிலமென்று ஒரு துண்டு அளவிற்குக்கூட இல்லை. தம்பி பரமேஸ்வரன் பாலிடெக்னிக் படித்துக்கொண்டிருக்கிறான். அப்பா, தேங்காய் இறக்குவதற்குப் போவார். நூற்றைம்பது ரூபாய் கிடைக்கும். இரவில் கப்பக்கிழங்கு சீவல் போடுவதற்குப் போனால் இருநூறு ரூபாய் கிடைக்கும். அம்மா, தேங்காய் சுமப்பதற்குப் போவாள். நூறு ரூபாய் கிடைக்கும். இரவில் கப்பக்கிழங்கு சீவல் போடுவதற்குப் போனால் நூற்றைம்பது ரூபாய் கிடைக்கும். மழைக்காலத்தில் முஸ்லிம் பெண்கள் மாதிரி பீடி சுற்றுவாள். உடம்பு ரொம்ப முடியவில்லை என்றால்தான் இருவரும் வீட்டில் இருப்பார்கள். மற்ற நாட்களில் இரவும், பகலும் வேலைக்குத்தான் போவார்கள். ஆனால், காந்திமதியை ஒருநாள் கூட, ‘வேலைக்குப் போ’ என்று இதுவரை சொன்னதில்லை. விடுமுறை நாட்களில் காந்திமதி தானாகவே பீடி சுற்றுவாள். பீடி சுற்றியதில் வந்த காசைச் சேர்த்துவைத்துதான் விலை கொண்ட செல்போன் வாங்கினாள்.

கல்லூரியில் சேர்ந்த பிறகு தினமும் பேருந்துக்காக அப்பா நாற்பது ரூபாய் கொடுப்பார். பணம் இல்லாதபோது, பணம் இல்லை என்று சொல்லாமல், ‘நாளக்கி காலேஜிக்குப் போகாண்டாம்’ என்று மட்டும்தான் சொல்வார். அப்படிச் சொல்லும்போது அவருடைய குரலில் உயிர் இருக்காது. அப்போது அவருடைய முகமும் வாடிப்போயிருக்கும்.

‘பிள்ளய எதுக்குக் கட்டிக்கொடுக்காம வச்சிருக்க?’ என்று யாராவது கேட்டால், ‘எம் பிள்ள நல்லா படிக்கா. அவளப் போயி எதுக்குக் கட்டிக் கொடுக்க? பதினெட்டு வயசிலியே பிள்ள பெக்கவா? எம் பிள்ளயத் தேங்கா சொமக்கவும், கப்பக்கிழங்கு புடுங்கவும், சீவல் போடவும் அனுப்ப மாட்டன். தோளுபை மாட்டிக்கிட்டு கவர்மண்டு வேலக்கில போவா’ என்று சொல்லும்போது காளியம்மாவின் முகம் அவ்வளவு மலர்ச்சியாக இருக்கும். வாயெல்லாம் சிரிப்பாக இருக்கும். ஊக்கி ஆட்டனின் முகத்தையும் காளியம்மாவின் முகத்தையும் நினைத்துப் பார்த்ததுமே காந்திமதியின் கண்களிலிருந்து சரம்சரமாகக் கண்ணீர் இறங்கியது. ‘‘காந்திமதி அம்மன் தொண இருக்கா. ஊக்கி ஆட்டன் மாடசாமி தொண இருக்கான். பரீட்சக்கிப் போவன். எந்த மயிராண்டி என்னா செய்யுறான்னு பாக்குறன். மீறினா அவன் பொண்டாட்டிக்கிட்டதான் நேரா போவன்.’’ தனக்குத்தானே வீம்பாகச் சொல்லிக்கொண்டு விர்ரென்று எழுந்து விளக்கைப் போட்டாள். தண்ணீர் குடித்தாள். புத்தகத்தை எடுத்துப் படிக்க ஆரம்பித்தாள். பாடங்கள் மனப்பாடமாயின.

காளியம்மாவும் ஊக்கி ஆட்டனும் சீவல் போட்டுவிட்டு வீட்டுக்கு வரும் போது மணி இரண்டரை, காந்திமதி படித்துக்கொண்டிருப்பதைப் பார்த்த காளியம்மா, ‘‘நீ இன்னும் ஒறங்குலியோ. அப்படி என்னா கெடக்கு படிக்க?’’ என்று கேட்டாள். காந்திமதியின் மீது எரிச்சல் இருந்தது. கோபம்

இருந்தது. ஆனாலும் படிக்கிறாளே என்று, ''டீ குடிக்கிறியா?'' என்று கேட்டுவிட்டுத் தானாகவே டீ போட்டுக்கொண்டு வந்து கொடுத்தாள். பாலில்லாத சூடான டீயைக் குடிக்கும்போது காந்திமதியின் கண்களிலிருந்து இறங்கிய கண்ணீர் தரையில் சொட்டியது.

3

ஆறு மணிக்கே எழுந்தாள். குளித்தாள். சாப்பிடாமலேயே எட்டு மணிப் பேருந்தைப் பிடிப்பதற்காகக் கிளம்பினாள். கப்பக்கிழங்கு பிடுங்கு வதற்காகக் கிளம்பிக்கொண்டிருந்த காளியம்மாவிடம் சொல்லிவிட்டு, பரீட்சைக்குரிய நோட்டு, புத்தகங்களை எடுத்துக்கொண்டு வெளியே வந்தாள். வாசலில் பீடி குடித்துக்கொண்டிருந்த ஊக்கி ஆட்டன் முன் வந்து நின்றாள். அவர் எதுவும் பேசாமல், ஆளைப் பார்க்காமல் பணத்தைத் தரையில் வைத்து விட்டு முகத்தைத் திருப்பிக்கொண்டார். புதுப் பழக்கமாக இந்த ஆறு நாட்களாகத்தான் தெரு நாய்க்குச் சோறு வைப்பதுபோல பேருந்துக்கான பணத்தைத் தரையில் வைக்க ஆரம்பித்தார். காந்திமதி அவருடைய முகத் தைப் பார்க்காமலேயே பணத்தை எடுத்துக்கொண்டு கிளம்பிவிடுவாள். இப் போதும் அப்படித்தான். ஒரு வார்த்தை பேசாமல் பணத்தை எடுத்துக்கொண்டு தெருவில் இறங்கினாள். விடுவிடுவென்று பேருந்து நிலையத்தை நோக்கி நடக்க ஆரம்பித்தாள்.

பேருந்தில் ஏறியதும் சாராவுக்கு போன் போட்டு, ''பஸ் ஸ்டாண்டுக்கு வந்திட்டியா?'' என்று கேட்டாள். ''இன்னம் பத்து நிமிஷத்தில பஸ் வந்திடும்'' என்று சொல்லிவிட்டு போனை வைத்தாள். பிறகு, புத்தகத்தை எடுத்துப் புரட்ட ஆரம்பித்தாள். வடகரையில் பேருந்து நின்றதும் சாரா ஏறி உள்ளே வந்து காந்திமதி பிடித்து வைத்திருந்த இடத்தில் உட்கார்ந்தாள்.

''எதுக்கு மொகம் வீங்கிக் கெடக்கு?'' என்று கேட்ட சாராவிடம் செந்தூர்பாண்டியை எப்படிச் சமாளிப்பது என்று கேட்டாள். அது பற்றியே கல்லூரியின் வாசலில் பேருந்து வந்து நிற்கும்வரை இருவரும் பேசிக்கொண் டிருந்தனர்.

பேருந்தில் வரும்போது பேசி வைத்திருந்தபடியே இருவரும் தனியாக வந்தனர். காந்திமதி, செந்தூர்பாண்டிக்கு போன் போட்டு, ''எங்க சார் இருக்கிங்க? கொஞ்சம் பேசணும். வர்றிங்களா?'' என்று கேட்டாள். ''கேன் டீனுக்கு வா'' என்று செந்தூர்பாண்டி சொன்னதற்கு, ''அங்க புள்ளைங்க இருக்கும். புரபஸர்ஸ் இருப்பாங்க. நம்ப லேபுக்கு வாங்க. நான் அங்க இருக்கன்'' என்று சொல்லிவிட்டு போனை வைத்தாள். பிறகு, காந்திமதியும் சாராவும் கணினி ஆய்வகத்தை நோக்கி நடக்க ஆரம்பித்தனர்.

''நீ பேசக் கூடாது. நான் பேசிக்கன். கோவத்தக் காட்டக் கூடாது. கண்டு பிடிக்கக் கூடாது. புரியுதா?'' என்று சாரா கேட்டாள். புரிகிறது என்பதுபோல்

காந்திமதி தலையை மட்டும் ஆட்டினாள். கணினி ஆய்வகம் திறந்திருந்தது. பேராசிரியர்கள் யாருமில்லை. சுடலை மாடத்தி பெருக்கிக்கொண்டிருந்தாள். சாரா திட்டமிட்டபடி நேராக வந்து ஒரு கணினியை ஆன் செய்துவிட்டு நாற்காலியில் உட்கார்ந்துகொண்டு மவுசை முன்னும்பின்னுமாக அசைக்க ஆரம்பித்தாள். மாணவிகள், பேராசிரியர்கள் யாராவது உள்ளே வருகிறார்களா என்று பார்த்தாள் காந்திமதி.

கணினி ஆய்வகத்திற்குள் வந்த செந்தூர்பாண்டி, காந்திமதியுடன் சாராவும் இருப்பதைக் கண்டு திடுக்கிட்டுப்போய் அப்படியே நின்றுவிட்டான். வாசல் பக்கம் பார்த்தான். பெருக்கிக்கொண்டிருந்த சுடலை மாடத்தியைப் பார்த்தான். பிறகு, இயல்பாக இருப்பதுபோல் முகத்தை வைத்துக் கொண்டு சாராவும் காந்திமதியும் இருந்த இடத்திற்கு நிதானமாக நடந்து வந்தான். அவன் வந்ததும் நாற்காலியை விட்டு எழுந்த சாரா, ''ஒக்காருங்க சார்'' என்று சொன்னாள். உட்காருவதா, வேண்டாமா என்று யோசித்த செந்தூர்பாண்டி, சுடலை மாடத்தியைப் பார்த்துக்கொண்டே தயக்கத்துடன் நாற்காலியில் உட்கார்ந்தான். கணினியில் முக்கியமான வேலை செய்வது போல, கணினியின் திரையை மட்டுமே பார்த்தவாறு இருந்தான். அவனுடைய முகத் தோற்றத்தை வைத்து சாதாரணமாக இருக்கிறானா, கோபமாக இருக்கிறானா என்று காந்திமதியால் கண்டுபிடிக்க முடியவில்லை. 'நடிக்கானோ?' என்று நினைத்தாள்.

''எதுக்கு சார் அப்படி மெசேஜ் போட்டிங்க?'' என்று கேட்டாள் சாரா.

''...''

''நல்ல சார்னு சாட்டிங்ல பேசினா, பேசுனதயெல்லாம் வாட்ஸ்அப் குருப்ல போட்டுடுவன்னு மிரட்டுவீங்களோ?'' என்று சாரா கேட்டாள்.

கணினியின் திரையிலிருந்து பார்வையை விலக்காமலேயே லேசாகச் சிரிக்க மட்டுமே செய்தான் செந்தூர்பாண்டி.

''ஓங்க பொண்டாட்டிக்குத் தெரிஞ்சா பேய் ஆடுற மாதிரி ஆடுவாங்க தெரியும்தான?'' என்று சாரா கேட்டதும் செந்தூர்பாண்டியின் முகம் இறுகிப் போய்விட்டது.

''நீங்க எங்களுக்கு புரபஸர் சார்'' என்று சொல்லிவிட்டு வாசல் பக்கம் பார்த்தாள்.

''சாரி.''

''கடசிப் பரீட்ச அன்னிக்கி மூட்அவுட் செஞ்சிட்டிங்க. ராத்திரி பூரா அவ படிக்கல'' என்று அடங்கின குரலில் சொன்னாள் சாரா.

''சாரி.''

இயல்பாகக் கேட்பதுபோல், ''அவ்வளவு தேடுதோ?'' என்று சாரா கேட்டாள். அதற்கு செந்தூர்பாண்டிச் செயற்கையாகச் சிரிக்க மட்டுமே செய்தான்.

அப்போது இரண்டு பேராசிரியர்கள் கணினி ஆய்வகத்தை நோக்கி வருவது தெரிந்ததும், ''சாருங்க வாராங்க. நாங்க போறம். ஏற்கனவே பிரச்சனயாடிச்சி. இதோட விட்டுடுங்க சார்'' என்று சொன்ன சாரா, கெஞ்சுவது மாதிரி, ''அவள அழ வைக்காதிங்க என்ன. மீறினா ஒங்க பொண்டாட்டிக்கிட்டத் தான் விஷயம் போவும்'' என்று சொல்லிவிட்டு வாசல்படியை நோக்கி நடக்க ஆரம்பித்தாள். காந்திமதியும் சாராவுடன் சேர்ந்து கணினி ஆய் வகத்தைவிட்டு வெளியே வந்தாள். இருவரும் பரீட்சை நடக்க இருக்கும் அறையை நோக்கி நடக்க ஆரம்பித்தனர்.

''இன்னியோட அந்தப் பன்னாடிப் பயலக் கைகழுவி விட்டுடு'' என்று சாரா சொன்னாள். காந்திமதி தங்களுடைய நாடகம் வெற்றி பெற்று விட்டதாகவே நம்பினாள். பிறகு, ரகசியக் குரலில் சொன்னாள்: ''காலாடி பயலா இருப்பான்போல.''

4

பரீட்சை முடிந்ததும் பேருந்தைப் பிடித்து வீட்டிற்கு வந்தாள். நேற்றிரவு சாப்பிடாதது, தூங்காதது, காலையில் சாப்பிடாதது, பரீட்சை எழுதியது என்று எல்லாமும் சேர்ந்து காந்திமதியைக் களைப்படையச் செய்திருந்தன. வீட்டிற்குள் வந்த வேகத்தில் நின்றுகொண்டே சாப்பிட்டாள். பாயைப் போட்டுப் படுத்துக்கொண்டு, வீட்டிற்கு வந்துவிட்டேன் என்று தன்னுடைய அம்மாவுக்குச் சொல்வதற்காக போனை எடுத்து ஆன் செய்தாள். போன் ஆன் ஆனதும் செய்தி வந்திருப்பது தெரிந்தது. செந்தூர்பாண்டிதான் அனுப்பி யிருந்தான். ''இந்த நாயோட தொல்ல தீராதுபோல இருக்கே'' என்று சொல்லிக்கொண்டே செய்தியைப் பார்த்தாள். யூடியூப்பிற்கான இணைப்பு கொடுக்கப்பட்டிருந்தது. சினிமா, நகைச்சுவை, பட்டிமன்றப் பேச்சுக்கான இணைப்பை கொடுத்திருப்பானோ என்று சந்தேகப்பட்டுக்கொண்டே இணைப்பிற்குள் சென்றாள். காந்திமதி நடந்து வருவது மாதிரி ஒரு புகைப் படம் வந்தது. அதற்கடுத்து அவன் கேட்டான் என்று இவள் செல்ஃபி எடுத்து அவனுக்கு அனுப்பியிருந்த பத்துக்கும் அதிகமான புகைப்படங்கள் வரிசை யாக வந்தன. அதற்கடுத்து செந்தூர்பாண்டியுடன் சாட்டிங்கில் இவள் பேசியது மட்டும் வந்தது. அதன் பிறகு இவளுடைய முகத்தை வைத்து மார்பிங் செய்யப்பட்ட விதவிதமான நிர்வாணப் படங்களும், ஆபாசமான படங்களும், வீடியோக்களும் வரிசையாக வந்துகொண்டிருந்ததைப் பார்த்த காந்திமதிக்குத் தரை அப்படியே கீழே புதைவது மாதிரி இருந்தது. மூச்சே நின்றுவிடும்போல் இருந்தது. வியர்த்தது. உடல் ஜில்லிட்டுப் போயிற்று. கைகால்கள் உதறலெடுத்தன. வெறிகொண்டதுபோல் தரையில் ஓங்கி அடித்து போனை உடைத்தாள். வாய்விட்டுக் கதறி அழுதாள். உடலிலிருந்து வழிந்த வியர்வை காலின் வழியாகத் தரையில் இறங்கியது. அவளுக்குத் தலை தெறிக்க எங்காவது ஓட வேண்டும்போல் இருந்தது. ஆத்திரத்தில் கத்தினாள்: ''கொள்ளி முடிஞ்சி போவான்.''

இனி என்ன நடக்கும்? வாட்ஸ்அப் வட்டத்தில் இருப்பவர்கள் மட்டுமல்ல, உலகிலுள்ளவர்களெல்லாம் பார்ப்பார்களே என்று நினைத்ததுமே பயத்தில் அவளுக்குச் சிறுநீரே வந்துவிட்டது. பிளாக் செய்ய முடியுமா? பிளாக் செய்வதற்குள் எத்தனை ஆயிரம் பேர் பார்ப்பார்கள்? வாட்ஸ்அப் குருப்பில் மட்டும் போட்டிருந்தால் சாட்டிங் செய்த விஷயங்களை நீக்கி விட வாய்ப்புள்ளது என்பதால் யூடியூப்பில் போட்டுவிட்டிருப்பதை நினைத்ததும், ''சைக்கோவாக இருப்பானோ?'' என்று அவளுடைய வாய் முணுமுணுத்தது. நெஞ்சு வெடிக்க அழ வேண்டும்போல் இருந்தது. ''எமன்'' என்று அழுத்தமாகச் சொன்னாள். ''தப்பு, தப்பு'' என்று தன்னுடைய கன்னத்திலேயே அடித்துக்கொண்டாள். ''கடல்ல தள்ளிட்டான்'' என்று சொன்னாள். விஷயம் அப்பாவுக்கும் அம்மாவுக்கும் ஊருக்கும் தெரிந்தால் என்னாகும்? அச்சத்தில் உறைந்துபோனாள். சாராவிடம் விஷயத்தைச் சொல்லலாமா என்று நினைத்த மறுகணமே இந்நேரம் அவளுக்கும் விஷயம் தெரிந்திருக்கும். அவளுக்கு மட்டுமா தெரிந்திருக்கும்? பல்லைக்கடித்தாள். ''ஆத்தாளக் கெடந்தவன் இதுக்கு மேலயும் போவான்'' என்று சொன்னாள். தரையில் இரண்டு, மூன்று முறை எட்டி உதைத்தாள்.

அவனைப் பழிவாங்க அவன் அனுப்பிய செய்திகளைப் பிறரிடம் சொன்னால், 'பொட்டக் குட்டி என்ன வேல செஞ்சியிருக்கா?' என்று கேட்டுத் தன்னைத்தான் கேவலமாக, மட்டமாகப் பேசுவார்கள் என்று தோன்றியது. அவனுடைய பெண்டாட்டியிடம் சொல்லிவிடலாம் என்று நினைத்ததும் போனை அவசரப்பட்டு உடைத்துவிட்டோமே என்று கவலைப்பட்டாள். நேராக அவனுடைய வீட்டுக்குப் போய்ச் சொல்லிவிடலாமா என்று யோசித்தாள். மறுநொடி அலுப்புடன் இனி யாரிடம் சொல்லி என்ன ஆகப் போகிறது. இந்த நேரத்திற்குள் எத்தனை ஆயிரம் பேர் பார்த்திருப்பார்களோ என்று நினைத்துமே, திருவிழாக் கூட்டத்தில் துணியில்லாமல் நின்றுகொண்டிருப்பது போல் அவளுடைய உடல் கூசி நடுங்கியது.

சிறிது நேரம் கண்களை மூடிக்கொண்டு தூக்க முடியாத பாரத்தைத் தூக்கிக்கொண்டு நிற்பதுபோல் நின்றுகொண்டிருந்தாள். காந்திமதி அம்மனையும், ஊக்கி ஆட்டன் மாடசாமியையும் நினைத்தாள். அழுகை வந்தது. சிறு குழந்தையைப் போல் வாய்விட்டுக் கதறி அழுதாள். சற்று நேரத்தில் அவளுடைய மனம் காற்றுப்போன பலூன்போல் இருந்தது.

காந்திமதி நிதானமாக வாசலுக்கு வந்தாள். பதற்றமோ, அவசரமோ இல்லாமல் தெருவின் இரண்டு பக்கமும் பார்த்தாள். பிறகு, கதவை எளிதில் திறக்க முடியாதபடி சாத்தினாள். மின் விசிறியில் தன்னுடைய துப்பட்டாவை இறுக்கமாகக் கட்ட ஆரம்பித்தாள். ●

உயிர்மை, மே 2018

கொல்லிமலை சாமி

"நீங்க பேசிக்கிட்டிருங்க கோயிலுக்குப் போயிட்டு வந்திடுறன்" என்று சொல்லிவிட்டு பழனிவேல் எட்டுக் கை அம்மன் கோயிலை நோக்கி நடக்க ஆரம்பித்தார். எதிரில் உட்கார்ந்திருந்த சாமியாரைப் பார்த்தேன். ஐம்பது வயதுக்குள்தான் இருக்கும். மொட்டை போட்டுப் பத்திருபது நாட்கள் இருக்கலாம். நல்ல நிறமாக இருந்தாள். முகமும் மார்பகங்களும் செழுமை யாகவே இருந்தன. கழுத்தில் நான்கு உருத்திராட்ச மாலைகளைப் போட்டுக் கொண்டிருந்தாள். திருநீற்றைக் குழைத்து நெற்றியில் பட்டையாகப் பூசி யிருந்தாள். மஞ்சள் நிறத்தில் புடவை, ஜாக்கெட் அணிந்து ஆலமரத்தின் கீழ் உட்கார்ந்திருந்தாள். ஆலமரத்தை ஒட்டி ஒரு சாமி படமும், திரு நீற்றுத் தட்டும் இருந்தன. மொட்டை போடாமல், தோடு, மூக்குத்தி, வளையல், செயின், விலையுயர்ந்த புடவை, ஜாக்கெட் எனப் போட்டுக் கொண்டிருந்தால் சினிமா நடிகை மாதிரி இருப்பாள் என்று தோன்றியது. வந்த விஷயத்தை மறந்துவிட்டு என்னுடைய மனம் சாமியாரின் முகத்தையும் மார்பகங்களையும் பார்ப்பதில்தான் குறியாக இருந்தது.

"சாமி எங்கிருந்து வருது?"

"நாமக்கல்."

"சாமிக்குச் சொந்த ஊரா?"

"இல்ல. பெரம்பலூர் பக்கம் அன்னமங்கலம்."

"அன்னமங்கலமேவா?"

"ஆமாம்."

"சாமிக்கு அன்னமங்கலத்தில் வீடு எங்க?"

ஜோசியக்காரர்கள் ஜோசியம் பார்க்க வருகிறவர்களிடமே விஷயத்தைக் கேட்டுத் தெரிந்துகொண்டு, ஜோசியம் சொல்வதுபோல, இவளும் செய் வாளோ என்று நினைத்துக்கொண்டு, "நடுத் தெருல" என்று நான் சொல்லி

முடிப்பதற்குள், ''பிள்ளையார் கோயில் பக்கமா?'' என்று அவள் கேட்டது, எனக்கு ஆச்சரியமாக இருந்தது. ''அன்னமங்கலம் ஒங்களுக்குத் தெரியுமா?'' என்று கேட்டேன். நான் கேட்டதற்குப் பதில் சொல்லாமல் என்னையே சாமியார் பார்த்துக்கொண்டிருப்பது எனக்குக் கொஞ்சம் கூச்சமாக இருந்தது. சங்கரின் பேச்சையும், பழனிவேலுவின் பேச்சையும் கேட்டு, ஒரு பெண் சாமியார் முன் இப்படி உட்கார்ந்திருப்பது எனக்கு ஒருமாதிரியாக இருந்தது. 'இங்கிலீஷ் மருந்தால் முடியாதது, ஒரு சாமியாரால் எப்படி முடியும்? சாமியார்களையும் தேடிக்கொண்டு அலைய வேண்டியிருக்கிறதே' என்று என்னையே நொந்துகொண்டேன்.

''ரைஸ்மில் வச்சியிருந்த தங்கவேல் ஒடயாரத் தெரியுமா?''

எங்கள் ஊரான அன்னமங்கலம் பெரிய ஊரல்ல. ஆனால், எங்களுடைய ஊரைப் பத்திருபது கிராமங்களுக்குத் தெரியும். அதற்குக் காரணம் தங்கவேல் உடையார் என்பவர் எங்கள் ஊரில் ரைஸ்மில் கட்டியது தான். நெல், வரகு, மிளகாய் அரைப்பதற்கு, வேர்க்கடலை உடைப்பதற்கு என்று பல ஊர்க்காரர்களும் எங்களுடைய ஊருக்குத்தான் வர வேண்டும். பெரம்பலூருக்கு அடுத்ததாக எங்கள் ஊரில்தான் ரைஸ்மில் இருந்தது. எங்கள் ஊர் பெரம்பலூர், துறையூர் போகும் வழியில் இருக்கிறது. வழியில் இருந்தாலும் மெயின் ரோட்டிலிருந்து ஒரு மைல் தூரம் உள்ளே போக வேண்டும். தங்கவேல் உடையார் கட்டிய ரைஸ்மில் எங்கள் ஊருக்கு வரும் வழியில் மெயின் ரோட்டிலேயே இருந்தது. ''அவரத் தெரியுமா?'' என்று கேட்டேன். ''ரைஸ்மில் இன்னும் இருக்கா?'' என்று கேட்டாள். இப்போது ரைஸ்மில் இருக்கிறதா, இல்லையா என்பது ஞாபகத்துக்கு வரவில்லை. கடைசியாக எப்போது பார்த்தேன் என்பதும் நினைவுக்கு வரவில்லை. கடைசியாகச் சொந்தக்காரர் திருமணத்துக்குப் போயிருந்தேன். அதுவும் ஒரு வருஷத்துக்கு மேல் இருக்கும். அப்போது போனபோதுகூட ரைஸ்மில்லைப் பார்த்த ஞாபகம் இல்லை.

பெரம்பலூர், துறையூர் என்று எங்கு பஸ் ஏறினாலும் எங்களுடைய ஊர்க்காரர்கள் 'அன்னமங்கலம்' என்று டிக்கெட் கேட்க மாட்டார்கள். 'அன்னமங்கலம் ரைஸ்மில்' என்று சொல்லித்தான் டிக்கெட் கேட்பார்கள். இப்போது ரைஸ்மில் இருக்கிறதா, இல்லையா, நான்குவழிச் சாலை போடும் போது இடித்துவிட்டார்களா என்பது எனக்குத் தெரியவில்லை. அதனால் சாமியாரின் கேள்விக்குப் பதில் சொல்லாமல் இருந்தேன்.

''அருணாச்சல ஒடயார் வீடு தெரியுமா சாமி?''

''நீங்க அன்னமங்கலத்துக்குப் பக்கமா?''

''ஈசனுக்கும், காத்துக்கும், தண்ணிக்கும் நெருப்புக்கும் ஏது சாமி ஊரு?'' என்று கேட்டுவிட்டுச் சிரித்தாள். அவள் சிரித்த விதம் சாமியார் சிரித்தது போல் இல்லாமல் கல்யாணப் பெண் சிரித்ததுபோல் இருந்தது.

அருணாச்சல உடையார் வீடு எங்களுடைய வீட்டிலிருந்து ஆறாவது வீடு தான். எப்போது என்னைப் பார்த்தாலும், 'என்னாங்க மாப்ள?' என்றுதான் கேட்பார். 'மரியாதையான ஆள்' என்று ஊருக்குள் அவருக்குப் பெயர் இருந்தது. வடக்குப் பார்த்த வீடு. வீட்டுக்குப் பின்னால் பெரிய எலுமிச்சை மரமும், அதற்குப் பக்கத்திலேயே இரண்டு தென்னை மரங்களும் இருக்கும். அருணாச்சலம் லேசாகத் தாங்கித்தாங்கிதான் நடப்பார். அதனால் அவரை நொண்டிக் கால் உடையார் என்றுதான் ஊருக்குள் சொல்வார்கள். தங்கவேல் உடையார், ரைஸ்மில், அருணாச்சல உடையார் பற்றி எல்லாம் கேட்டதால் சாமியார் எங்களுடைய ஊருக்குப் பக்கத்து ஊர்க்காரியாக இருக்கலாம் என்று சந்தேகம் உண்டானது. ''அவர எப்படித் தெரியும்?''

''ஓலகத்தில ஈசனுக்குத் தெரியாம எதுவும் இருக்குமா?''

''நீ அருணாச்சல ஒடயாரோட ரெண்டாவது மக ஜோதிதான?'' என்று கேட்டேன். அதற்கு அவள் பதில் சொல்லாமல் சிரிக்க மட்டுமே செய்தாள். அவள் சிரித்த விதம் என்னைக் குழப்பத்தில் ஆழ்த்தியது. இவள் அருணாச்சல உடையாரின் மகள் ஜோதி இல்லையா?

நான் ஆறாவது படிக்கும்போது என்னுடைய அப்பா இறந்துவிட்டதால் என்னை அழைத்துக்கொண்டு அம்மா தன்னுடைய பிறந்த வீட்டுக்கே வந்து விட்டாள். நல்லதுகெட்டதுக்கு மட்டும்தான் அம்மா அன்னமங்கலத்துக்குப் போவாள். தேவைப்பட்டால் என்னையும் அழைத்துக்கொண்டு போவாள். நான் ஊரைவிட்டு வந்த பிறகு, படித்து, வேலைக்குச் சென்று, கல்யாணம் கட்டிக்கொண்ட பின் எப்போதாவதுதான் அன்னமங்கலத்துக்குப் போவேன். அருணாச்சல உடையார், தங்கவேல் உடையார், ரைஸ்மில் பற்றியெல்லாம் எனக்கு அவ்வளவாகத் தெரியாது.

ஒரு சாடையில் அவளைப் பார்ப்பதற்கு ஜோதிபோல் தோன்றியது. அவள் எப்படி இந்த ஊரில், இந்தக் கோலத்தில் என்ற சந்தேகமும் இருந்தது.

''நீ ஜோதிதான?'' மீண்டும் கேட்டேன். அவள் சாமியார் என்பது எனக்கு மறந்துபோய் ஒருமையில் கேட்டது எனக்கு ஆச்சரியமாக இருந்தது.

''ஈசனுக்கும் பேரு ஜோதிதான். ஜோதிக்கும் பேரு ஈசன்தான்'' என்று சொல்லிச் சிரித்தாள். அவளைப் பார்க்கப்பார்க்க எனக்கு அவள் ஜோதிதான் என்ற எண்ணம் உறுதிப்பட்டது. என்னுடைய நம்பிக்கையை உறுதிப் படுத்துவது மாதிரி, ''சாமி, முத்துசாமி ஒடயார் மகன் சிவக்குமார்தான?'' என்று கேட்டாள்.

''நீ ஜோதின்னு உண்மையச் சொல்லிடு.''

''செண்பகவள்ளி எப்படி இருக்காங்க?''

'என்னுடைய அம்மாவை இவளுக்கு எப்படித் தெரியும்?' என்று நினைத்தேன்.

‘‘நீ யாருன்னு எனக்குத் தெரிஞ்சிடிச்சி. அருணாச்சல ஓடயாரு மாமா மக ஜோதிதான். நீ, ஓங்கக்கா, நான் எல்லாரும் ஓங்க வீட்டுக்குப் பின்னால இருந்த எலுமிச்சங்காயப் பறிச்சித் தின்னது, வெளயாடினது எல்லாம் ஞாபகம் இருக்கா?’’ என்று கேட்டேன்.

‘‘அது ஒரு ஞாபகம் சாமி. அதெ வச்சிக்கிட்டு என்னா செய்ய முடியும்?’’

‘‘என்னெச் சாமி சாமின்னுல்லாம் சொல்லாத. நீ ஜோதிதான்னு சொல்லு. அது போதும்’’ மிகவும் வேண்டப்பட்ட ஆளிடம் பேசுவது மாதிரி பேசினேன். அவள் எந்த விதமான மாற்றத்தையும் முகத்தில் காட்டாமல், ‘‘அப்படித்தான் இருக்கட்டுமே சாமி’’ என்று சொன்னாள். ‘‘என்னா இந்தக் கோலத்தில?’’ என்று கேட்டதற்கு அவள் வானத்தைப் பார்த்துக் கும்பிட்டுவிட்டு, ‘‘ஈசன் கொடுத்தது’’ என்று சொன்னாள்.

‘‘என்னெ ஞாபகம் இருக்கா?’’

‘‘சாமிக்கு எல்லாத்திலயும் சந்தேகம் இருக்கும்போல’’ என்று சொல்லி விட்டுச் சிரித்தாள்.

‘‘ஊருக்குப் போனியா? ஊர் நிலவரம் எதாவது தெரியுமா?’’ என்று கேட்டேன். அவள் பதில் சொல்லவில்லை. ஊரைப் பற்றி, ஊர் சனங் களைப் பற்றிக் கேட்கவில்லை. என்னைப் பற்றிக்கூட அவள் கேட்காதது ஆச்சரியமாக இருந்தது. திரும்பவும் இவள் ஜோதி இல்லையோ என்ற சந்தேகம் வந்தது. என்னுடைய சந்தேகத்தைப் போக்கும் விதமாக, ‘‘எந்த ஊர்ல வேல? கல்யாணமாயிடிச்சா? எத்தன குழந்தைங்க?’’ என்று கேட்டாள்.

‘‘நீ ஜோதிதான?’’ என்று நான் கேட்டதற்கு அவள் கொஞ்சம் எகத்தாள மாக, ‘‘சூரியனோட பேரும் ஜோதிதானே? என்று திருப்பி என்னிடம் கேட்டாள்.

‘‘புத்திசாலி மாதிரி பேசுற. நீ தனம் அத்தயோட மகதான்னு எனக்கு எப்பவோ தெரிஞ்சிடிச்சி.’’

‘‘தனத்தயெல்லாம் ஞாபகம் இருக்கா?’’

எங்கம்மாவும் தனம் அத்தையும் ஒரே ஊரில் பிறந்தவர்கள். பெரம்பலூர், துறையூர் என்று போனால் ஒன்றாகத்தான் போவார்கள். கடன் கொடுப்பது வாங்குவதெல்லாம் இருவருக்குள்ளேதான் நடக்கும். குளிக்கப் போனாலும், தோட்டத்துக்குப் போனாலும் ஜோடியாகத்தான் போவார்கள். ஜோடி யாகத்தான் வருவார்கள். எங்கம்மாவும் சரி, தனம் அத்தையும் சரி, ‘ஜோதியத் தான் இவனுக்குக் கட்டிவைக்கணும்’ என்று அடிக்கடி பேசிக்கொள்வார்கள்.

‘‘உயிரோட இருக்காங்களா?’’

‘‘செத்து மூணு வருஷமாயிடிச்சி’’

‘‘கல்யாணம் எப்ப ஆச்சி?’’

‘‘பதினோரு வருஷமாயிடிச்சி. எட்டு வயசில ஒண்ணு, பத்து வயசில ஒண்ணுனு ரெண்டு பொம்பளப் பசங்க இருக்கு.

‘‘ஊருக்குப் போக்குவரத்து உண்டா?’’

‘‘விசேஷம்னா போவன், வருவன்.’’

‘‘கல்யாணம் பண்ணினது என்னா ஊரு?’’

‘‘ஒங்க பெரியப்பா மக சுமதிதான்.’’

சிறிது நேரம் எதுவும் பேசாமல் இருந்தாள். அவளுடைய முகத் தோற்றம் லேசாக மாறியதுபோல் தெரிந்தது. பெருமூச்சு விட்டாள். சுற்றுமுற்றும் பார்த்தாள். பிறகு, ‘‘சாமி இங்க வந்தது என்ன?’’ என்று கேட்டாள். இப் போது அவளுடைய குரலில் சலிப்பு தெரிந்தது.

‘‘எங்கூட சங்கருன்னு ஒருத்தர் வேல பாக்குறாரு. அவருக்கு இன்னிக்குக் கல்யாணம். அதுக்காக வந்தன். அருவி இருக்கு, கோயில் இருக்கு பாத்திட்டுப் போவலாமின்னு கூப்புட்டாங்க. அதெப் பாக்கலாமின்னுதான் வந்தன்’’ என்று பொய் சொல்லியதோடு பொய்யாகச் சிரிக்கவும் செய்தேன். ஜோதி என்று தெரிந்த பிறகு எதற்காக வந்தேன் என்ற உண்மையைச் சொல்ல மனமில்லை.

கல்யாணப் பத்திரிகையைக் கொடுக்கும்போதே, ‘எங்க ஊர்ல கொல்லி மல சாமினு ஒரு அம்மா இருக்காங்க. அவங்ககிட்ட திருநீறு வாங்கிப் பூசினா நல்லது நடக்கும் சார், ஒங்க மேடத்தோட நெலம எனக்குத் தெரியும். வேலக்கி வந்து அஞ்சி வருஷமாப் பொண்ணு தேடிக்கிட்டிருந்தன். ஒண்ணும் அமையல. அவங்ககிட்ட திருநீறு வாங்கிப் பூசின இரண்டாவது மாசமே பொண்ணு அமஞ்சது. எங்க ஊருக்கு வர்றதும் வர்றிங்க, அவங்களையும் பாத்திடுங்க சார்’ என்று சொன்னார். என்னிடம் சொன்னதோடு இல்லாமல் பழனிவேலிடமும் சங்கர் விஷயத்தைச் சொல்லியிருக்கிறார். பழனிவேல் சொன்னால் நான் கேட்பேன் என்பது எல்லோருக்கும் தெரியும். காலையில் கல்யாணம் முடிந்ததுமே, ‘வாங்க, சங்கர் சொன்ன அம்மாவப் பாத்திடலாம். இதுக்காக நம்ப வரல. இந்த ஊருக்கு வந்திட்டம். பாத்திட்டுப் போயிட லாமே. பக்கத்திலியே எட்டுக் கை அம்மன்னு ஒரு கோயில் இருக்காம். அதயும் பாத்திடலாம்’ என்று சொன்னதோடு நிற்காமல் கட்டாயப்படுத்தி அழைத்துக்கொண்டு வந்தது பழனிவேல்தான்.

‘‘எங்க தங்கி இருக்க?’’

‘‘இந்த மலமேலதான்.’’ கண்முன் தெரிந்த மலை குன்றுகளைக் காட்டி னாள்.

‘‘இந்த ஊர்ல எப்படி?’’

‘‘காத்து எங்க இருக்குன்னும் தெரியாது. எங்க போவுதுன்னும் தெரி யாது’’ என்று ஜோதி சொல்லி முடிப்பதற்குள், ‘‘புரியுற மாதிரி பேசு’’ என்று

சென்னேன். பெண் சாமியார், அருள்வாக்கு சொல்கிறவள் என்று சுற்று வட்டாரத்தில் பெயர்பெற்றவள் என்பதெல்லாம் எனக்கு மறந்துபோய் விட்டது.

''எதுக்கு மொட்ட போட்டிருக்கிற? எதுக்குச் சாமியாரா ஆன?''

''எனக்கு நானே தொண இல்லன்னு போறதுதான் சாமியாரு. மனசில இருட்டு இல்லன்னா எல்லாரும் சாமியாருதான். அதிர்ஷடம் இருந்தாதான் சாமியாரா ஆக முடியும்'' என்று ஜோதி சொல்லிக்கொண்டிருக்கும்போது கருத்த மேகத் திரள் எங்களைக் கடந்துபோனது. அப்போது உடலிலும், மனதிலும் நல்ல குளிர்ச்சி ஏற்பட்டது.

''எத்தன முற இந்த மாதிரி மேகம் வரும்?'' என்று கேட்டேன்.

''நூறு, ஆயிரம் முற வரும். மழக்காலத்தில சூரியனப் பாக்கவே முடியாது.''

''குளிரா இருக்கே. மழக்காலத்தில அதிகமா இருக்குமா?''

''ஈசனுக்கு வெயிலு, மழ, காத்து, குளிரு எதுவுமில்ல.''

''சாமியப் பாத்திருக்கியா?''

''ம்.''

''எங்க?''

''இங்க'' என்று நெஞ்சில் கையை வைத்துக் காட்டினாள். அவள் நெஞ்சில் கையை வைத்துக் காட்டிய விதம் மனதை என்னவோ செய்வதுபோல் இருந்தது. மனக்கஷ்டத்தில் இருக்கிறாளோ என்ற எண்ணம் ஏற்பட்டது.

''எப்படிச் சாப்புடுற?''

''கோயிலுக்கு வர்றவங்க தர்றதுதான். யார்கிட்டயும் நானாப் போயிக் கைய நீட்ட மாட்டன்.''

''நம்ப நாட்டுல சாமியாருங்க எல்லாம் எப்படி இருக்காங்கன்னு தெரியுமா?'' என்று நான் கேட்டு முடிப்பதற்குள் வாய்விட்டுச் சிரித்த ஜோதி, ''பாதி சாமியாருங்க சினிமா நடிகருங்க மாதிரிதான் இருக்காங்க. பள்ளிக்கூடம், காலேஜ் எல்லாம் நடத்துறாங்க. ஊருக்கு ஊரு ஆசிரமம் வச்சியிருக்காங்க. கல்யாண மாப்ள ஊர்வலம் போற மாதிரி காரிலியே சுத்துறாங்க'' என்று சொன்னாள்.

''நீ எப்படி இருக்க?''

''காத்து மாதிரி, ஈசன் மாதிரி.''

''கோயிலுக்குக் கூட்டம் அதிகமா வருமா?''

''திருவிழான்னா கூட்டம் அதிகமா இருக்கும்.''

''மத்த சமயத்தில?''

''அவ்வளவா இருக்காது.''

''ஏன்?''

''சாமி முக்கியமில்ல. சனங்களுக்குத் திருவிழாதான் முக்கியம். சாமிய வச்சி கோயிலுக்கு வருமானமில்ல, திருவிழாவ வச்சித்தான் வருமானம்'' என்று சொல்லிவிட்டுச் சிரித்தாள்.

''வர்றவங்க ஒங்கிட்ட என்னா கேட்பாங்க?'' என்று நான் கேட்டதற்கு ஜோதி உடனடியாகப் பதில் சொல்லவில்லை. என்னைப் பார்ப்பதைத் தவிர்ப்பதுபோல எட்டுக் கை அம்மன் கோயிலுக்குக் கிழக்கில் இருந்த மலையைப் பார்த்தபடியே, ''மனக்கஷ்டத்தச் சொல்லுவாங்க'' என்று சொன்னாள்.

''வர எல்லாருமா?'' சின்னப் பையன் மாதிரி நான் கேட்டேன்

'ஆமாம்' என்பதுபோல் தலையை ஆட்டிய ஜோதி, 'ஒனக்கு மட்டும் சொல்றன்' என்ற முகபாவனையுடன் தன்மையான குரலில், ''நோவு தொந்தரவு, கல்யாணமாகல, புள்ள பொறக்கல, புள்ள படிக்கல, புருசன் அடிச்சிப்புட்டான், மாமியா வாழ விடல, புருசன் குடிகாரன், காடு வெளயல, பணம் காசில்லங்குற கேசுங்க எல்லாம் கம்மிதான். 'எம் புருசன் எங்கிட்ட பேச மாட்டன்ங்கிறான், எங்கிட்ட புழங்கி ஏழெட்டு மாசமாச்சி, அவன எங்கிட்ட பேச வையிங்கம்மா'; 'வேலக்கிப் போன எடத்தில ஒருத்தன் கிட்ட பழகிட்டன், நாலு மாசம் நல்லாத்தான் இருந்தான். இப்ப எங்கிட்ட வர மாட்டன்ங்கிறான், பேச மாட்டன்ங்கிறான், அவன் பொண்டாட்டி தான் எதிரியா இருக்கா, மூணு புள்ளய வுட்டுட்டு, அவன்கூடப் போற துக்குத் நான் தயாராத்தான் இருக்கன், எப்படியாச்சும் அவன் மனச மாத்தி எங்கூடச் சேத்து வையிங்க சாமி, அவன மறக்க முடியல'; 'கட்டிக்கிறன்னு சொல்லி மூணு தடவ கர்ப்பத்தக் கலைக்கச் சொன்னான், இப்ப கட்டிக்க மாட்டங்கிறான். கல்யாணம் கட்டிக்க அவனச் சம்மதிக்க வையிங்கம்மா'; 'ரெண்டு புள்ளயோட என்னெ வுட்டுட்டு, மகளக் கட்டிக்கொடுத்துப் பேரப்புள்ள எடுத்தவகூட எம் புருசன் சுத்திக்கிட்டுக் கெடக்குறான். அவன வழிக்குக் கொண்டார வையிங்கம்மா, எம்மாம் காணிக்க வேணு மின்னாலும் தர்றன்'னு சொல்றவங்கதான் அதிகம். அம்பது வயசு கிழவி கூட வந்து, 'எம் புருசன் ஒருத்திய வச்சிக்கிட்டுச் சுத்துறான், அவன் கை, கால மொடக்குங்கம்மா'ன்னு கேட்டிருக்கு. 'நான் அவன்கிட்ட போனது ஊருக்குத் தெரிஞ்சிபோச்சி, புருசனுக்குத் தெரிஞ்சிபோச்சி'; 'புருசனுக்கு மருந்து வச்சிட்டா, சீட்டுக் கட்டிப்புட்டா' இந்தப் பிரச்சனைங்கதான். சாமியார மாமாவேல பாக்க வைக்கத்தான் சனங்க வருது. மத்தவங்களச் சாவடிக்கத்தான் வேண்டுதல் பண்றாங்க. எதுவும் வேண்டாமின்னுதான் இந்தக் கோலம் பூண்டன். இதுலயும் சிக்கலாயிருந்தா என்னா பண்ணுறது?''

நான் பேசாமல் இருந்தேன். ஜோதி தானாகவே, ''ஆணும் பொண்ணும் சேந்திருந்தா உத்தமம். சேராம இருந்தா அதவிடப் பெரிய உத்தமம் எதுவு மில்ல'' என்று சொன்னாள். ஜோதி நிறையப் பேசக்கூடிய ஆள் என்பது

தெரிந்தது. பேசுவதில் அவளுக்குக் கூச்சமோ, தயக்கமோ இருந்த மாதிரித் தெரியவில்லை. எனக்குத்தான் கொஞ்சம் கூச்சமாகவும் தயக்கமாகவும் இருந்தது. அதுகூட எங்களுடைய ஊர்க்காரி என்று தெரியும்வரைதான். இப்போது நான் ஜோதியிடம் இயல்பாகத்தான் பேசிக்கொண்டிருந்தேன். ‘‘வர்றச் சனங்களுக்கு என்னதான் சொல்லுவ?’’

‘‘வர்ற ஒவ்வொருத்தரும் ஒரு கதயச் சொல்லுவாங்க. ஒவ்வொரு கதயும் ஒவ்வொரு அதிசயமா இருக்கும். ஒலகத்தில இப்படியெல்லாம் நடக்கு மான்னு நமக்கே ஆச்சரியமா இருக்கும். பயமா இருக்கும். தெனம் பத்திருபது பேராவது வருவாங்க. வெள்ளிக்கிழமயில முப்பது, நாப்பது பேரு வரு வாங்க. பொதுவா வர்றவங்க தங்களோட கஷ்டத்த மட்டும்தான் சொல்லு வாங்க. சிரிப்ப, சந்தோஷத்தச் சொல்ல மாட்டாங்க. பொதுவாச் சனங்க பூட்டாத பூட்டுக்குச் சாவி தேடுற வேலயயும், கட்டாத வீட்டுக்குக் கதவு செய்யிற வேலயயும்தான் செஞ்சிக்கிட்டிருக்காங்க. மத்தவங்க கஷ்டத்தக் கேக்குறவன்தான கடவுள், சாமி, ஈசன். எல்லாருக்கும் தன் கதய, கஷ்டத்தச் சொல்றதுக்கு ஒரு எடம் வேணும். யார் வந்து என்ன கதெ சொன்னாலும் கேட்டுக்குவன். போகயில, ‘பாலுக்குள்ளார தயிர் இருக்கிற மாதிரி இந்தத் திருநீறுல ஈசன் இருக்கான். எல்லாத்தயும் அவன் பாத்துக்குவான்’னு சொல்லி வாயிலயும், தலயிலயும், திருநீறப் போட்டுவிடுவன். அதான் நான் செய்யுறது. ‘சாமி ஒங்களால எனக்கு அது நடந்துச்சி, இது நடந்துச்சி’ன்னு சொல்லி, ‘எங்க வீட்டுக்கு வாங்க’ன்னு கூப்புடுவாங்க. ஆம்பள சாமியாரயே சிக்கல்ல மாட்டிவிடுறவங்க பொம்பள சாமியச் சும்மா விடுவாங்களா? நான் எங்கியும் போறதில்ல. இந்த ஊர்ல உள்ள பெரியண்ணன் சாமி கோயில், அர்ப்பஸ் வரர் கோயில், இந்த எட்டுக் கை அம்மன் கோயில் வாசல் அவ்வளவு தான் நான் போறது. வேறெங்கயும் போவ மாட்டன். ஆம்பளைக்குப் பொம்பள அமையறது, பொம்பளைக்கு ஆம்பள அமையறது, புள்ளைங்க அமையறது, ஒடம்பு, மனசு, சொந்தம், சொத்துப்பத்து அமையறதெல் லாம் ஈசனோட அருள் இருந்தாத்தான் முடியும். பிச்ச வாங்க ஆளில் லாட்டி பிச்ச போடுறவனுக்குப் பெரும எங்கிருந்து வரும் சாமி? பிச்ச போடுறதுக்கும் ஒரு கொடுப்பன வேணும். ஈசனோட அருள் வேணும்’’ என்று சொல்லிவிட்டு இரண்டு கைகளையும் குவித்து வானத்தைப் பார்த்துக் கும்பிட்டாள்.

‘‘பொம்பளைங்க இருக்குற எடமெல்லாம் ஆம்பளங்க படுக்கிற எடம் தான? துணியத் துவைக்கிறன்னு அடிச்சிக்கிட்டேயிருந்தா கிழிஞ்சிதான போவும்? அலுத்துப்போச்சி. மனசச் சாவடிச்சிக் கல்லாக்கிட்டன். அது உசுரோட இருந்தாதான அலையும்? வெறுத்துப்போயி எதுவும் வேணா மின்னுதான் இந்த வேசம் பூண்டன். ‘ஆளப் பாத்தா சாமியார் மாதிரி தெரியல. ஆளு சூப்பரா இருக்கா, இடுப்புவர முடி தொங்குது, சினிமா நடிக

மாதிரி இருக்கா'ன்னு பலரும் சொன்னதாலதான் மொட்ட போட ஆரம் பிச்சன். எங்கியோ பொறந்து, எங்கியோ வளந்து, வடநாடு தென்னாடுன்னு சுத்துனன். காசியில இருந்தன், இமய மலயில, ரிஸிகேசில இருந்தன், பனிக் கட்டியிலேயே கெடந்தன், அப்பயும் உசுரு அடங்கல. திருவண்ணாமலையில இருந்தன், கடசியா இந்த ஊருக்கு வந்தன். எல்லாம் ஈசனோட உத்தரவு. என்னிஷ்டமின்னு எதுவுமில்ல. நல்லது நம்பளத் தேடி வராது. நாமதான் அதெத் தேடிப் போவணும். கெட்டது தானா வரும். அதெத் தேடி நாம போவ வேண்டியதில்ல'' என்று சொல்லிவிட்டு இரண்டு கைகளையும் குவித்துக் கும்பிட்டாள்.

சின்ன வயதில் பார்த்தபோது வாயே திறக்காத பெண்ணாக இருந்தாள். இப்போது வாயைத் திறந்தால் குழாயில் தண்ணீர் கொட்டுவது மாதிரிப் பேச்சு வந்துகொண்டேயிருக்கிறது. ஊர்க்காரன், தெரிந்தவன், சாதிக்காரன், சொந்தக்காரன் என்ற விதத்தில் பேசுகிறாளா? எல்லாரிடமும் இப்படித் தான் பேசுவாளா? என்று நினைத்தேன்.

''எப்பவும் இங்கதான் இருப்பியா?'' என்று கேட்டதற்கு, கொஞ்சம் கேலியான குரலில், ''காத்து ஒரு எடத்தில இருக்குமா சாமி?'' என்று கேட்டாள். மழை பொழிவதற்கு முன் வீசுகிற குளிர்ந்த காற்று மாதிரி வீசியது. மழை வரப்போகிறதோ என்று வானத்தைப் பார்த்தேன். வானம் மேகங் களால் நிறைந்திருந்தன.

''இங்க எப்பவும் இப்படித்தான் இருக்குமா?''

''எப்ப மழ வரும், எப்ப வெயில் அடிக்கும், மேகம் எப்ப நம்பள மறைக்கும் எதுவும் தெரியாது. ஈசன் செயல் மாதிரி எல்லாம் நடக்கும். ஆனா, எதுவும் நமக்குத் தெரியாது. பகலவிட ராத்திரியில ஜிலுஜிலுப்பு அதிகமா இருக்கும். அதுக்காகத்தான் சனங்க மலைக்கே வந்து குமியுது.''

''நான் ஒன்னெ ஜோதின்னு சொல்லட்டுமா?'' என்று நான் கேட்டதற்கு உடனடியாக எதுவும் பேசவில்லை. என்னையே பார்த்துக்கொண்டிருந்தாள்.

''மனுசங்களா வச்சிக்கிறதுதான பேரு? ஈசன்னா ஜோதி, ஜோதின்னா ஈசன், நெருப்பு'' என்று ஜோதி சொல்லி முடிப்பதற்குள், ''மத்தவங்ககிட்ட பேசுற மாதிரி எங்கிட்டயும் பேசணுமா? பத்து வயசில ஒன்னெப் பத்தியும், என்னெப் பத்தியும் ஒங்கம்மாவும் எங்கம்மாவும் என்னா பேசிக்கிட்டாங் கன்னு ஒனக்கு ஞாபகம் இருக்கா?'' என்று நான் கேட்டதும் ஜோதியின் கண்கள் கலங்கிவிட்டன. அவளுடைய கண்கள் கலங்கியதைப் பார்த்ததும் எனக்குச் சங்கடமாகிவிட்டது. நானும் ஜோதியும் அவளுடைய அக்காவும் விளையாடியதெல்லாம் எனக்கு ஞாபகத்திற்கு வந்தன.

மாமா வீட்டுக்கு வந்த பிறகு அன்னமங்கலத்திலுள்ள ஆட்களையெல்லாம் எப்படி மறந்தேன் என்பது எனக்கே ஆச்சரியமாக இருந்தது. ''ஒனக்கு என்னாச்சி? எதுக்கு இந்த வேசம்? ஒன்னெ இப்படிப் பாக்குறதுக்குக்

கஷ்டமா இருக்கு. சின்ன வயசில நீ எப்படி இருந்த? ஒன்னெ ஏன் பாத்தம்னு இருக்கு? ரொம்ப மனக்கஷ்டமா இருக்கு?'' என்று நான் சொன்னதற்கு ஜோதி எதுவும் பேசவில்லை. கழுத்தில் கிடந்த உருத்திராட்ச மாலைகளைத் தடவிக்கொண்டிருந்தாள்.

''நான் எதெச் சொல்றது சாமி?'' என்று கேட்டுவிட்டுப் பேசாமல் இருந்தாள் ஜோதி.

***

'தங்கவேல் ஒடயார் மகன் தங்கதுரய ஒங்களுக்கு ஞாபகம் இருக்கும். விடிஞ்சதிலிருந்து தூங்குறவர, நான் எங்க போறன், எங்க வர்றன்னு பாக்குறதுதான் அவருக்கு வேல. எம் பின்னால வராதிங்க, ஊர்ல பேரு கெட்டுப்போவும்'ன்னு சொன்னன். அவரு கேக்கல. அவரு ஒத்தப் புள்ள. ரைஸ்மில், இருவது காணி நிலம், மெத்த வீடு, டிராக்டர்னு இருக்கிற குடும்பம். சின்ன வயசில எங்கப்பா எறந்திட்டாரு. இருந்த நாலு காணியில ரெண்டு காணிய வித்துத்தான் எங்கக்கா கல்யாணத்த எங்கம்மா முடிச்சிது. ஒங்க வசதிக்கு நான் எடுபட மாட்டன்னு சொன்னன். அவங்க வீட்டுலயும், 'அவகிட்ட செவப்புத் தோலு மட்டும்தான் இருக்கு. ஆளுதான் எடுப்பு, மத்தது ஒண்ணுமில்ல. வீடும் கூர வீடுதான்'னு சொன்னாங்க. 'கட்டுனா இந்தப் புள்ளயத்தான் கட்டுவன்'னு சொல்லியிருக்காரு. இவன் படிஞ்சி வர மாட்டான்னு அவங்க வீட்டுல நம்ப ஊர் பூமால ஒடயாரு மக லட்சுமிய நிச்சயம் செஞ்சாங்க. பூமால ஒடயாரும் சவுண்டான ஆளுதான? நாள் குறிச்சாச்சி. கூறப்பொடவ எடுத்தாச்சி. ஐயருக்குச் சொல்லியாச்சி. கல்யாணத்துக்கு மூணு நாள் இருக்கயில குளிக்கப் போன என்னெ மறிச்சிக்கிட்டு, 'வா ஓடிப் போவலாம். நீ எங்கூட வல்லன்னா செத்திடுவன்'னு சொன்னாரு. 'பைத்தியமா? ஊர்ல கெட்ட பேர உண்டாக்கப் பாக்குறிங்களா?'ன்னு கேட்டன். 'நான் உசுரோட இருக்கணுமா வாண்டாமா?'ன்னு கேட்டாரு. நான் அதுக்கு, 'ஒங்க பணக்கார வெளயாட்டுக்கு நான் வல்ல, என்னெ வுட்டுடுங்க சாமி'ன்னு கால்ல விழுந்து கும்புட்டன். 'நீ எங்கூட வல்லன்னா, சாயங்காலம் எம் பொணத்தத்தான் பாப்ப'ன்னு சொல்லிட்டு விர்னு போயிட்டாரு. குளிக்கப் போனவ குளிக்காமியே திரும்பி வந்தன். செத்துட்டா என்னா செய்யுறது? நம்பளால ஒரு உசுரு போயிடுமோனு எரக்கப்பட்டன். அதுதான் நான் செஞ்சது. அன்னிக்கிச் சாயங்காலம் விஷப் பாட்டிலோட வந்து வாசல்ல நின்னாரு. ஐயோ பாவம்னு நெனச்சி, அப்போதைக்கு 'சரி'ன்னு சொன்னன். நிச்சயமான பின்னால தாலி கட்டுற முத ராத்திரி பொம்பளப் பிள்ளங்கதான் ஓடிப்போவும். அது மாதிரிதான் தங்கதுர செய்யுறதும் அதிசயமாக இருந்துச்சி. கோழி கூவுற நேரத்துக்கு வந்து கதவத் தட்டுனாரு. நான் வாசலுக்குச் சாணி தெளிக்கிற மாதிரி வெளிய வந்தவ,

'ஊர் அசிங்கமாயிடும். அவப்பேராயிடும். நீங்க சாக வேணாம். நான் வேணு மின்னா செத்துப்போறன்'னு அப்பயும் சொன்னன். 'ஒரே ஊரு, ஒரே சாதி, எதுக்குப் பயப்படுற?'ன்னு கேட்டாரு. 'நிச்சயமாயிடிச்சில்ல?'ன்னு சொன்னதுக்கு, 'அது எங்கப்பா சொத்து சேக்கிறதுக்குச் செஞ்ச ஏற்பாடு. நீ வல்லன்னா நான் சத்தியமாச் செத்திடுவன்'னு தலயில அடிச்சி சத்தியம் செஞ்சாரு. ஐயோ பாவம் நம்பளால ஒரு உசுரு போயிட்டா என்னா செய்யுறதின்னு எரக்கப்பட்டன். அதான் நான் செஞ்ச தப்பு.

'கட்டுன துணியோடதான் போனன். அவருகூட நம்ப ஊரு பசங்க ஆறு பேரு வந்தாங்க. பெரம்பலூர்ல இருக்கிற விநாயகர் கோயில்ல வச்சி மாலய மாத்துனாரு. தாலியக் கட்டுனாரு. 'வா சொந்தக்காரங்க வீட்டுக்குப் போயி ரெண்டு நாள் இருந்திட்டு வரலாம்'ன்னு கூப்புட்டாரு. கூட வந்திருந்த பசங்களும், 'தங்கதுர சொல்ற மாதிரி செய்'ன்னு சொன்னாங்க. எல்லாரும் நம்ப சாதிப் பசங்கதான். 'ஊருக்குப் போயிடலாம். தெரியாத ஊர்ல தெரியாத வங்க வீட்டுல என்னால இருக்க முடியாது'ன்னு சொன்னன். 'ஒடனே போனா வீட்டுல சண்ட வரும். ரெண்டு நாள் கழிச்சிப் போனா சிக்கல் வராது'ன்னு சொன்னாரு. அவரு சொன்னத அப்ப என் புத்தி கேக்கல. அவரு சொன்ன மாதிரி ஆலம்பாடிக்குப் போயிருந்தா கதெ வேற மாதிரி ஆயிருக்கலாம். ஊருக்குத்தான் போவணுமின்னு அடம்புடிச்சன், அழுதன்.

'பாப்பா சொல்றதும் சரிதான். வா ஊருக்குப் போயிடலாம்'ன்னு கூட வந்த பசங்களும் சொல்லவே, 'ஏறு சைக்கிள்ள'ன்னு சொன்னாரு. நான் சைக்கிள்ள ஏறிக்கிட்டன். 'நீங்க முன்னால போங்க. நாங்க பின்னால வர்றோம்'ன்னு கூட வந்த பசங்க சொன்னாங்க. பெரம்பலூர்லயிருந்து முக்கா வாசி தூரம் வந்திட்டம். இன்னும் கொஞ்ச தூரம்தான் ஊருக்குப் போற துக்கு. எங்களுக்குப் பின்னால 'டமால்'னு ஒரு சத்தம் கேட்டுச்சி. என்னான்னு திரும்பிப் பாக்குறதுக்குள்ளார டயர் வெடிச்சி ஒரு லாரி வந்து எங்க மேலே மோதிடிச்சி. அப்பறம் என்னா நடந்துச்சின்னே தெரியல. எங்ககூட வந்த பசங்கதான் என்னெத் தூக்குனாங்க. அப்பறம் தங்கதுரயப் போயித் தூக்கு னாங்க. உசுரு அடங்கிப்போயிருந்துச்சி. எங்கள அப்படியே போட்டுட்டு எங்ககூட வந்த பசங்க ஊருக்குள்ளார தலகாட்டக் கூடாதுன்னு ஓடிப் போயிட்டாங்க. ஊருக்குப் பக்கம்தான, சேதி தெரிஞ்சி ஊரே வந்துடுச்சி.

'எம் புள்ளய மயக்கி இழுத்துக்கிட்டுப் போயி இப்படிப் பொணமாக்கிக் கொண்டாந்திட்டியே'ன்னு சொல்லி தங்கதுரயோட அப்பாவும் அம்மாவும் என்னெ அடிச்சாங்க. எட்டிஎட்டி ஒதச்சாங்க. 'பாவம் விடுங்க'ன்னு ஊர்ல ஒரு ஆள்கூடச் சொல்லல. நான் ஒரு தப்பும் செய்யல. செத்திடுவாருன்னு பயந்தன். அதான் நான் செஞ்ச தப்புன்னு சொல்ல நெனச்சன். ஆனா சொல்லல.

'பொணத்தத் தூக்கிட்டுப் போனாங்க. எனக்கு ஒடம்பெல்லாம் காயம். என் காயத்த ஊரு பாக்கல. காலனிச் சனங்கதான் என்னெ ஊருக்குத் தூக்கிக் கிட்டுப் போனாங்க.

'பூமால ஒடயார் வீட்டுச் சனங்க வந்து, 'நிச்சயமான பொண்ணோட கல்யாணம் நின்னுபோனா ராசி இல்லாதவ, கிரகக் கோளாறு புடிச்சவ, கெட்ட ராசிக்காரி, இவளோட கிரகம்தான் அவனச் சாவடிச்சிடிச்சின்னு சொல்லி, இனி ஒருத்தரும் வந்து பொண்ணு கேக்க மாட்டாங்களே. எம் பொண்ணு வாழ்க்கய வீணாக்குன நீயெல்லாம் உசுரோட இருக்கணுமா?'ன்னு கேட்டு அசிங்கஅசிங்கமாத் திட்டுனாங்க. நம்பச் சாதிக்காரங்களுக்கு அவ் வளவு கெட்ட வார்த்த தெரியும்னு எனக்கு அன்னிக்கித்தான் தெரிஞ்சிது.

'நான் ஒரு தப்பும் செய்யல. நம்பளால ஒரு உசுரு போயிடுமோன்னு எரக்கப்பட்டன். அதான் நான் செஞ்ச தப்புன்னு சொல்ல நெனச்சன். ஆனா சொல்லல.

'ஊரே கூடிக்கிட்டு எதுக்கு எம் பொண்ண அடிக்கிறிங்க. திட்டுறிங்க. மூஞ்சியில காறித்துப்பிச் செத்துப்போன்னு சொல்றிங்க?'னு எங்கம்மா கேக்கல. வீட்டவிட்டு வெளியயும் வரல. யாரோ எட்டி ஒதச்சதில மயக்கமாகி கெடந்தப்ப, 'பூமால ஒடயாரு மவ தூக்குமாட்டிச் செத்திட்டாளாம்'ன்னு கத்திக்கிட்டே சனங்க ஓடுற சத்தம் கேட்டுக் கண்ண முழிச்சிப் பாத்தன். கிழக்குத் தெரு பக்கமாகச் சனங்க ஓடுறது தெரிஞ்சிது. தங்கதுர செத்திட்டா என்னா பண்றதுன்னுதான் நெனச்சனே தவிர, பூமால ஒடயாரு மவ லட்சுமியப் பத்தி யோசிக்கல. எனக்கு ஒரே தாகமா இருந்துச்சி. கை, காலத் தூக்க முடியல. ஒடம்பெல்லாம் ஒரே காயம். தங்கதுரயோட வீட்டுப் பக்கம் பாத்தன். ஒரே கூட்டமா இருந்துச்சி. எழுந்திரிச்சி பொணத்தப் பாக்கப் போனன். 'கொன்னுப்புட்டு வந்து பொணத்தப் பாக்க வர்றியா?'ன்னு கேட்டு, தங்கதுரயோட அப்பா, அம்மா, சொந்தக்காரங்க எல்லோரும் என்ன அடிச் சாங்க. 'போயிச் சாவுடி'ன்னு சொல்லி மூஞ்சியிலே குத்துனாங்க. மயிரப் புடிச்சி இழுத்துத் தெருவுல தள்ளிவுட்டாங்க. யார் அடிச்சாங்க, யார் திட்டு னாங்க, யாரு மயிரப் புடிச்சிக்கிட்டுக் கன்னத்தில அறைஞ்சாங்க, மூஞ்சியில யாரு காறித்துப்புனாங்கன்னு எதுவும் தெரியாது. என்னெ அடிச்சதால, ஒதச்ச தால நான் அழுவல, ஒரு பாவமும் செய்யாத லட்சுமி செத்துப்போயிட் டாளேன்னு அழுதன். அவ பொணத்தயாச்சும் பாக்கலாம்னு போனன். விடல. திரும்பி வந்து தங்கதுர வீட்டுக்கு முன்னால ஒக்காந்திருந்தன். எங்க வீட்டுக்கு எதிர் வீடுதான?

'பூமால ஒடயார் மக லட்சுமி தூக்குமாட்டி செத்திட்டா'ன்னு தெரிஞ்ச பின்னலதான் எங்கம்மா வீட்டவிட்டு வெளியே வந்துச்சி. 'ஒரே நாளுல ஊர்ல ரெண்டு சாவுக்குக் காரணமாயிட்டியே. உசுர உண்டாக்குறவ தாண்டி பொம்பள'ன்னு எங்கம்மா என்னெத் திட்டி அடிச்சிது. அப்பறம் தம் முகத்திலியே அடிச்சிக்கிச்சி.

'ரெண்டு உசுரக் கொன்னவ உசுரோட இருக்கணுமா? போயிச் செத்துத் தொல அதான் ஒனக்கும் நல்லது, எனக்கும் நல்லது. இனிமே நான் ஒன்னெப்

பாத்தா பொணமாத்தான் பாக்கணும். நீ என்னெப் பாத்தாலும் பொணமாத் தான் பாக்கணும்'னு சொல்லிட்டுப் போச்சி. அது போயி எம்மாம் நேரமாச் சின்னு தெரியல. ஓடயில அரளி விதய அரைச்சித் தின்னுட்டுச் செத்திடுச் சின்னு யாரோ சொன்னது காதில விழுந்துச்சி. ஓடக்கிச் சனங்க ஓடுனாங்க. என்னால ஓட முடியல. நடக்க முடியல. எந்திரிச்சி ஒக்காரக்கூட முடியல. லாரியில அடிபட்ட தவள மாதிரி கெடந்தன். எங்கம்மா பொணத்தத் தூக்கிட்டு வந்தாங்க. பொணத்தப் பாக்கப் போனன். எங்கக்கா வீட்டுக்காரர், 'ஒரே நாளில மூணு பேரக் கொன்னவ நீ, பொணத்தப் பாக்க வர்றியா?'ன்னு கேட்டு மாட்ட அடிக்கிற மாதிரி சாட்டயால என்னெ அடிச்சாரு. யாரும் வந்து தடுக்கல. 'பொணத்தப் பாக்க விடு'ன்னு ஒரு ஆளுகூடச் சொல்லல. சாட்ட அடியால மயங்கி வாசல்ல கெடந்தன். மூணு வீட்டுச் சாவுக்கும் வந்திருந்த வெளியூர் சனமெல்லாம் என்னெத்தான் பாத்தாங்க. உள்ளூர் சனங் களும் வெளியூர் சனங்களும் மூணு பேர ஒரே நாளில் கொன்னவளச் சும்மா விடக் கூடாது. மொட்ட அடிச்சி, கரும்புள்ளி, செம்புள்ளி குத்தி, கழுத மேலே ஊர்வலம் விடணும்னு பேசிக்கிட்டாங்க. ஒலகத்திலேயே அதுதான் நல்ல வார்த்த மாதிரி. நல்ல விஷயம் மாதிரி.

'மொத பொணமா தங்கதுர பொணம்தான் சுடுகாட்டுக்குப் போச்சி. போனன். பொணத்தப் பாக்க வுடல. ரெண்டாவது பொணமா லட்சுமியோட பொணம் சுடுகாட்டுக்குப் போச்சி. போனன். பொணத்தப் பாக்க வுடல. கடசியா எங்கம்மா பொணம் போச்சி. பாக்கப் போனன். பொணத்தப் பாக்க வுடல. எங்கம்மா பொணத்துக்கு ஒரு குடம் தண்ணிகூட ஊத்தல. பொணத் தோட தலயில எண்ணெ வைக்கல, வாக்கரிசி போடல.

'நல்லா இருட்டிப் போச்சி. ஊர்ல யாரும் எங்கிட்ட ஒரு வார்த்த பேசல. 'தெருவுல எதுக்குக் கெடக்கிற வீட்டுக்குப் போ'ன்னு சொல்லல. பொணத் தத்தான் பாக்க முடியல, பொணக்குழியையாவது பாக்கலாம், அங்கியே ஏதாச்சும் ஒரு மரத்தில தொங்கிச் செத்திடலாம்னு போனன். மூணு பொணக்குழி மேட்டுக்கும் போனன். மூணு எடத்திலயும் நான் ஒரு தப்பும் செய்யல. நம்பளால ஒரு உசுரு போயிடுமேன்னு எரக்கப்பட்டன். அதான் நான் செஞ்ச தப்புன்னு சொன்னன். ஒவ்வொரு பொணக்குழி மேட்டுலயும் மண்ணெடுத்து நெத்தியில பூசுனன். மூணு பொணக்குழி மேட்டுலயும் ஒவ் வொரு புடி மண்ண அள்ளி மடியில கட்டிக்கிட்டன். தங்கதுர பொணக்குழி மேட்டுல தாலியக் கழட்டிப் போட்டன். அது ஒரு நாள்கூட எங் கழுத்தில கெடக்கல. அம்மாம் அதிர்ஷ்டக்காரி நான். காலயில கட்டுன தாலிய அன்னிய சாயங்காலமே அறுத்திட்டன். எங்கியாவது ஒரு மரத்தில தொங்கிச் செத்திடலாம்னு நெனச்சிக்கிட்டு இருட்டுல நடக்க ஆரம்பிச்சன்.

'கால்போன போக்குதான். மனம்போன போக்குதான். இருவத்தி அஞ்சி வருஷம் ஓடிப்போச்சி. இந்த மலைக்கு வந்து அஞ்சி வருஷமாயிடிச்சி. எதுக்கு

வந்தன், எதுக்காக இந்தக் கோயில் வாசல்ல குந்தியிருக்கன் எதுவும் தெரியாது. என்னெத் தேடவும் ஆளில்ல. நானும் யாரயும் தேடுறதில்ல. எனக்காகக் கவலப்பட யாருமில்ல. நானும் யாருக்காகவும் கவலப்படுறதில்ல. ஊர்ல எல்லாரும் என்னெ மறந்துபோயிருப்பாங்க. அப்படியே இருக்கட்டும். எங் கதெ ஒங்களுக்குத் தெரியாது. தெரியாத கதெயச் சொல்லி எதுக்குத் தெரியவைக்கணும்? என்னெப் பத்திச் சொல்ல என்னா இருக்கு சாமி? செத்துப்போன பொணத்துக்குக் கதெ இருக்கா சாமி?'

***

ஜோதி கண்களை மூடிக்கொண்டிருந்தாள். கண்ணீர் வழிந்துகொண்டிருந்தது. என்ன தோன்றியதோ எழுந்து சென்று எட்டுக் கை அம்மன் கோயிலின் வாசலின் முன் விழுந்து கும்பிட்டாள். அப்போது கிழக்கிலிருந்து வந்த மேகம் ஜோதியையும், எட்டுக் கை அம்மன் சாமி கோயிலையும் முழுமையாக மறைத்துவிட்டது.

சிறிது நேரம் கழித்துத்தான் வந்தாள். அவளுடைய முகம் பார்ப்பதற்கு அழுதுவிட்டு வந்ததுபோல் இருந்தது. தட்டிலிருந்த திருநீற்றைக் கொஞ்சம் அள்ளிப் பூசிக்கொண்டாள். எட்டுக் கை அம்மன் கோயிலிலிருந்து இரண்டு பெண்கள் வந்து ஜோதியைக் கும்பிட்டனர். இரண்டு பெண்களையும் பார்த்தேன். தாயும் மகளுமாக இருக்கலாம் என்று தோன்றியது. ''சாமிய அனுப்பிட்டுக் கூப்புடுறன். ஒக்காருங்க சாமி'' என்று ஜோதி சொன்னதும் அவர்கள் எனக்குப் பின்னால் உட்கார்ந்துகொண்டனர்.

''ஒனக்கு என்னாச்சி? திடீர்னு கண்ண மூடிக்கிட்டு ஒக்காந்திருந்த, கண்ணுல தண்ணியா வந்துகிட்டு இருந்துச்சி. இப்ப ஒம் முகத்தப் பாக்கவே நல்லா இல்ல'' என்று சொன்னேன்.

''ஈசன்கிட்ட பேசிக்கிட்டிருந்தன்.''

''சாமி வந்ததச் சொல்லவே இல்ல'' என்று சொன்னான்.

முன்பு ஜோதி கண்களை மூடிக்கொண்டதுபோல நானும் மூடிக்கொண்டேன். உண்மையைப் பேசுவதா வேண்டாமா என்ற குழப்பத்தில் எனக்குள் நானே பேசிக்கொள்ள ஆரம்பித்தேன்.

***

'ஆறு வருஷத்துக்கு முன்னாடி ஒரு ராத்திரி நல்லா தூங்கிக்கிட்டிருந்தன். திடீர்னு என்னெ எழுப்பி, 'யாரோ நம்ப வீட்டுக் கதவுகிட்ட நின்னு எட்டி எட்டிப் பாக்குறாங்க'ன்னு சொன்னா. திருடனா இருக்கலாம்னு பதறிப் போய்க் கதவத் தொறந்து பாத்தா யாருமில்ல. வீட்டச் சுத்திப் பாத்தன்.

ஆளில்ல. தெருமுனைவர போய்ப் பாத்தன். யாருமில்ல. எதிர் வீட்டுல, பக்கத்து வீட்டுல எழுப்பிச் சொன்னன். தெருவே தேடிச்சி. யாரும் கெடைக்கல. யாருமில்லியேன்னு சொன்னத சுமதி நம்பல. அன்னிக்கி ராத்திரி தெருவே முழிச்சிக்கிட்டிருந்துச்சி. மறுநாள் ராத்திரியும், 'நம்ப வீட்டுக் கதவு கிட்ட யாரோ நின்னுகிட்டு எட்டிஎட்டிப் பாக்குறாங்க'ன்னு சொன்னா. போய்ப் பாத்தன். யாருமில்ல. யாருமில்லன்னு சொன்னத அவ நம்பல. சொன்னதயே சொல்லிக்கிட்டிருந்தா. 'நீயே வந்து பாரு'ன்னு சொன்னாலும் பாக்கிறதில்ல. ராத்திரி முழுக்க அவளும் முழிச்சிக்கிட்டிருந்தா. நானும் முழிச்சிக்கிட்டிருந்தன்.

'ஒரு நாளாச்சி, ரெண்டு நாளாச்சி, ஒரு வாரமாச்சி, ரெண்டு வாரமாச்சி, அப்பறம் மாசம், வருஷம்னு ஆயி, இப்ப ஆறு வருஷமும் ஓடிப்போச்சி. ராத்திரியில மட்டும் சொல்லிக்கிட்டிருந்தவ, அப்பறம் பகல்லயும் சொல்ல ஆரம்பிச்சா. ஒரு நிமிஷம் வாய் ஓயாது. ஆரம்பத்தில கதவுகிட்ட நின்னு யாரோ எட்டிஎட்டிப் பாக்குறாங்கன்னு சொன்னவ, அப்பறம் ஜன்னல் கிட்ட நின்னுக்கிட்டு யாரோ எட்டிஎட்டிப் பாக்குறாங்கன்னு சொல்ல ஆரம்பிச்சா.

'ஆரம்பத்தில ராத்திரியில மட்டும் வீட்டப் பூட்டிக்கிட்டிருப்பா. நாளாக நாளாகப் பகல்லயும் கதவு, ஜன்னல் எல்லாத்தயும் பூட்டிக்க ஆரம்பிச்சிட்டா. வீட்டவிட்டு வெளியே வரதே இல்ல. நான் ஆபிஸ் போயிட்டு வந்து கதவத் தட்டுனா லேசில தொறக்க மாட்டா. 'நான்தான் நான்தான்'னு நூறு தடவ சொன்ன பிறகுதான் தொறப்பா. புள்ளைங்க ஸ்கூலுக்குப் போயிட்டு வந்தாலும் லேசில கதவத் தொறக்க மாட்டா. அவ வீட்டவிட்டு வெளியே வராத மாதிரியே வீட்டுக்குள்ளார யாரையும் சேக்கவும் மாட்டா. மீறி யாராவது வந்தா, 'உளவு பாக்க வந்திங்களா?'ன்னு கேட்டுச் சண்டைக்குப் போவா. எதிர் வீட்டு, பக்கத்து வீட்டுச் சனங்கதான்னில்ல சொந்தக்காரங்க வந்தாலும் அதே கேள்வியத்தான் கேப்பா. அவளோட அப்பா, அம்மா வந்தாலும் அதே மாதிரிதான் கேட்டுச் சண்டக்கிப் போவா.

'முன்னெல்லாம் அர மணி நேரத்துக்கு, ஒரு மணி நேரத்துக்கு ஒரு முற தான் கதவுகிட்ட நின்னுகிட்டு, 'யாரோ எட்டிஎட்டிப் பாக்குறாங்க'ன்னு சொல்லுவா. அப்பறம் ராத்திரி பகல்னு வாய் ஓயாம சொன்னதயே சொல்ல ஆரம்பிச்சிட்டா. டாக்டர்கிட்ட அழச்சிக்கிட்டுப் போனன். லேசுல வர மாட்டா. அடிச்சி, பொணமாப் புரட்டிதான் இழுத்துக்கிட்டுப் போவணும். ஒவ்வொரு முற டாக்டர்கிட்ட அழச்சிக்கிட்டுப் போவும் போதும், 'நான் பைத்தியமா, நான் பைத்தியமா'ன்னு கேட்டுச் சாவடிப்பா. சேலத்தில வச்சி ரெண்டு மாசம் பாத்தன். கோயம்புத்தூர்ல வச்சியிருந்தன். சென்னையிலயும் நாலு மாசம் வச்சியிருந்தன்.

'மாத்தரயச் சரியாப் போட வையிங்க. நல்லா தூங்க வையிங்க. நாளான சரியாயிடும்'ன்னுதான் எல்லா டாக்டரும் சொன்னாங்க. ஆனா சரியாகல.

டாக்டருங்க அவள வீட்டுக்கு அனுப்புனதுக்குக் காரணம் என்னான்னா, யாரோ கதவுகிட்ட நின்னு எட்டிஎட்டிப் பாக்குறாங்க, ஜன்னல்கிட்ட நின்னு எட்டிஎட்டிப் பாக்குறாங்கன்னு சொல்றதத் தவிர கதவ, ஜன்னலைப் பூட்டிக்கிட்டு இருக்கிறதத் தவிர வேற எந்தத் தொந்தரவும் இல்ல. சமையல் பண்றது, துணி துவைக்கிறது, வீட்டக் கூட்டுறதுன்னு எல்லா வேலை களையும் சரியாச் செஞ்சிடுவா. மாத்தரயத்தான் கட்டாயப்படுத்திப் போட வைக்கணும். ஒவ்வொரு முற மாத்தரயப் போட சொல்லும்போதும், 'நான் பைத்தியமா?'ன்னு கேப்பா. ஆரம்பத்தில நீ பைத்தியம் இல்லன்னு சொன்னன். அப்பறம், 'மாத்தரயப் போடுறியா ஒத வாங்குறியா'ன்னு கேட்டன். இப்ப மாத்தரயக் கொடுக்கிற ஒவ்வொரு முறயும் கன்னத்தில அறைய வேண்டியிருக்கு. என்னெவிடப் பசங்கதான் பாவம். அரண்டு மிரண்டு போறாங்க. சில நாளில வேலயில்லன்னா வீட்டக் கூட்டிக்கிட்டே இருப்பா. நூறு முற, இர நூறு முற கணக்கே இருக்காது. சில நாளில ஒரு மணி நேரம், ரெண்டு மணி நேரம் குளிச்சிக்கிட்டே இருப்பா. கன்னத்தில ஒரு அடி போட்டா ஒரு மணி நேரத்துக்கு எதுவும் செய்ய மாட்டா.

'ஒனக்குத் தெரியும். எங்க குடும்ப நெலமை. மத்தவங்க, பொறாம படுற மாதிரி, எரிச்சல் படுற மாதிரியா எங்க குடும்பம் இருந்துச்சி? இந்த வேல ஒண்ணுதான். நம்ப ஊர்ல மொதமொதல்ல பேங்க் வேலக்கிப் போனது நான்தான். அதுமட்டும்தான். தெரிஞ்சவங்க, சொந்தக்காரங்க, வேண்டிய வங்க, யாரோ மருந்து வச்சிட்டாங்க. யாரோ சீட்டுக்கட்டிப்புட்டாங்கன்னு சொன்னதால ஜோசியம் பாக்குறவன், தாயத்துக் கட்டுறவன், மந்திரிக் கிறவன், தகடு எழுதுறவன், தர்காவுல ஓதுறவன்னு அலஞ்சன். காலேஜில படிக்கிறப்ப சாமி இல்ல, பேய் இல்ல, ஜோசியமெல்லாம் பொய்ன்னு சொல்லிக்கிட்டுத் திரிஞ்ச ஆள்தான். எப்படியாவது நல்லாயிடாதான்னு அலஞ்சன். எதுவும் நடக்கல, எதிலயும் பலனில்ல. நல்லாப் படுத்துத் தூங்கு னவளுக்கு நடுராத்திரியில என்னா ஆயிருக்கும்? அதுதான் எனக்கு ஆறு வருஷமாத் தெரியல.

'நான் ஊர்லியே இருந்திருந்தா எங்கம்மா ஒன்னத்தான் எனக்குக் கட்டி வச்சியிருக்கும். எங்கம்மா எதுக்காக எங்க மாமா ஊருக்குக் கூட்டிக்கிட்டுப் போச்சின்னு தெரியல. உண்மையச் சொன்னா கட்டுனா இவளத்தான் கட்டுவன்னு சொல்லி சுமதியக் கட்டிக்கிட்டன். ஆனா, இப்ப ஆறு வருஷமா நான் தூங்கல. புள்ளைங்களும் தூங்கல. அவளும் தூங்கல. பல நேரங்கள்ல அவ செத்திட்டா தேவலாம்னு இருக்கு. இழுத்துக்கிட்டுப் போயிக் கண் காணாத எடத்தில விட்டுட்டு வந்திடலாமான்னுகூடத் தோணுது. பைத்தியம் முத்திப் போயித் தானாவே வீட்டவிட்டுப் போயிட்டாக்கூடப் போதும்னு இருக்கு. கொல்லிமல சாமின்னு ஒரு அம்மா இருக்கு. அவங்ககிட்ட திருநீறு வாங்கிப் பூசினா நல்லாயிடும்னு சொன்னாங்க. அதனாலதான் வந்தன்.'

***

எனக்கு அழுகை வர ஆரம்பித்ததும் கண்களைத் திறந்து பார்த்தேன். ஜோதி அதிசயமான பொருளைப் பார்ப்பதுபோல என்னையே பார்த்துக் கொண்டிருப்பது தெரிந்தது.

"சாமிக்கு என்னாச்சி?" என்று கேட்டாள். பிறகு தானாகவே, "கோயில்ல இருக்கிறவங்களாலயும் மனசில உள்ளதப் பேச முடியாது. கோயிலுக்கு வர்றவங்களாலயும் மனசில உள்ளதப் பேச முடியாது" என்று சொன்னாள். அவள் சொன்னது எனக்காகச் சொன்ன மாதிரியே இருந்தாலும் நான் வாயைத் திறக்கவில்லை. நடுத்தர வயதுள்ள ஒரு ஆணும் ஒரு பெண்ணும் வந்து ஜோதியைப் பணிவாகக் கும்பிட்டுவிட்டு, "அம்மாகிட்ட கொஞ்சம் பேசணும்" என்று ஒரே குரலாக இரண்டு பேரும் சொன்னார்கள்.

"சாமிய அனுப்பிடுறன்" என்று ஜோதி சொன்னாள். எனக்கு மேற்குப் பக்கமாக அந்தாளும், அந்தப் பெண்ணும் உட்கார்ந்துகொண்டனர். அடுத்து ஆறு பெண்கள் வந்தனர். கூட்டம் சேரத் தொடங்கியது.

"அவசரமில்லன்னா இருங்க. இருக்கிற சாமிகள அனுப்பிடுறன்" என்று ஜோதி தணிந்த குரலில் சொன்னாள்.

"கோயிலுக்குப் போன சார் வந்திடுவாரு."

"அப்படின்னா கிளம்புங்க."

"எதாவது ஊர்ல சொல்லணுமா?"

"காத்தப் பத்திச் சொல்றதுக்கு என்னா இருக்கு சாமி?" என்று கேட்கும் போது ஜோதியின் கண்கள் கலங்கியதைப் பார்த்தேன்.

"கிளம்பறன்."

"திருநீறு போட்டுவிடவா?" என்று கேட்டுவிட்டுத் திருநீற்றுத் தட்டி லிருந்து துளி எடுத்து என் தலையில் போட்டுவிட்டாள். "ஆ காட்டுங்க" என்று சொன்னாள். அவள் சொன்னபடியே செய்தேன். திருநீற்றை எடுத்து என் வாயில் போட்டாள். 'எனக்கே திருநீறு போடுறியா?' என்று கேட்கத் தோன்றியது. கேட்கவில்லை. புதுக் காதலியுடன் சேர்ந்து சிரிப்பதுபோல சிரித்தேன். சின்ன வயதில் அவளுடைய ஜடையைப் பிடித்து இழுத்துத் தலையில் கொட்டியதுபோல கொட்ட வேண்டும் என்ற ஆசை உண்டாயிற்று.

"சாமிக்குப் பழசெல்லாம் ஞாபகம் வந்திடுச்சிபோல" என்று சொன் னாள். அப்போது பழனிவேல் எட்டுக் கை அம்மன் கோயிலில் இருந்து வெளியே வந்துகொண்டிருப்பது தெரிந்ததும், "நான் வரட்டுமா?" என்று கேட்டுக்கொண்டே சட்டைப் பையிலிருந்து ஆயிரம் ரூபாய் நோட்டை எடுத்துத் திருநீற்றுத் தட்டில் வைப்பதற்கு முயன்றபோது, "காணிக்க கேக்குறவன் ஈசனா?" என்று கேட்டாள்.

"இருக்கட்டும்" என்று சொல்லி நான் முடிப்பதற்குள், "என்ன இருக் கட்டும்? சின்ன வயசில அங்க தட்டுனம், இங்க தட்டுனம், சடயப் புடிச்சி

இழுத்தம், தலயில கொட்டுனம். இப்ப அப்படிச் செய்யலாமான்னு ஆச பட்ட ஆளு காசு கொடுக்கலாமா?'' என்று ஜோதி சொன்னது எனக்கு ஆச்சரியமாக இருந்தது.

கொஞ்சம் கூடுதலாகத் திருநீற்றையும் சாமி படத்தில் செருகி வைத் திருந்த பூவையும் எடுத்து ஒரு காகிதத்தில் வைத்து மடித்து, ''சுமதி தலயில, வாயில, புள்ளைங்க தலயில, வாயில போட்டுவிடுங்க. பூவ ஈசானி மூலையில போட்டுடுங்க. இடிபோல வந்த துன்பம் பனிபோல மறஞ்சிடும்'' என்று சொல்லிக் காகிதப் பொட்டலத்தை என்னிடம் நீட்டினாள். 'வாங்குவதா, வேண்டாமா?' குழப்பமாகிவிட்டது. நான் தயங்கிக்கொண்டிருப்பதைப் பார்த்த ஜோதி, ''புடிங்க மாமா'' என்று சொல்லி என்னுடைய கையில் பொட்டலத்தைத் திணித்துவிட்டாள். ஒரு கணம் நான் திக்குமுக்காடிப் போனேன்.

''நீ ஒன்னெப் பத்தி எந்த உண்மயயும் சொல்லல'' என்று நான் சொல்லி முடிப்பதற்குள் முகத்தில் அடிப்பதுபோல், ''நீங்களும்தான்'' என்று சொன்னாள்.

பழனிவேல் எனக்கு அருகில் வந்து நின்றார்.

''வர்றன்'' என்று சொல்லிவிட்டு நடக்க ஆரம்பித்ததும், ''கோயிலுக்குப் போய்ச் சாமியப் பாக்க வேணாமா?'' என்று பழனிவேல் கேட்டார். ''தேவ இல்ல'' என்று சொல்லிவிட்டு, திரும்பி ஜோதி இருந்த இடத்தைப் பார்த்தேன். அவளையும் அவளுக்குப் பக்கத்தில் உட்கார்ந்திருந்த ஆட்களையும் மேகம் மறைத்துக்கொண்டிருந்தது தெரிந்தது. ஒரு கணம்தான். எங்களையும் மேகம் மறைத்துவிட்டது. ●

நீலம் மாத இதழ், ஜூலை 2022

பிணத்துக்குச் சொந்தக்காரி

“ராமன்கிற பேஷண்ட்டோட அட்டண்டர் யாரு?” என்று நர்ஸ் கேட்டதும், “நான்தான்” என்று சொல்லிக்கொண்டே பதைபதைப்புடன் எமர்ஜென்ஸி வார்டின் கதவை நோக்கி ஓடினாள் மீனாட்சி.

“டாக்டர் கூப்பிட்டாரு. உள்ளார வாங்க” என்று சொல்லிவிட்டுக் கதவைத் திறந்துவிட்டாள் நர்ஸ்.

ராமனின் படுக்கையை நோக்கி வேகமாகப் போனாள் மீனாட்சி. படுக்கை திரைச்சீலையால் மூடப்பட்டிருந்தது. ராமனின் படுக்கைக்குச் சற்றுத் தள்ளி நின்றுகொண்டிருந்த மருத்துவர், “நீங்கதான் அட்டண்டரா?” என்று கேட்டார்.

“ஆமாம் சார்.”

“ட்ரை பண்ணோம். முடியல. முடிஞ்சிடிச்சு. யாருக்குத் தகவல் சொல்லணுமோ சொல்லிடுங்க” என்று மருத்துவர் சொன்னதைச் சரியாகப் புரிந்துகொள்ளாத மீனாட்சி, “என்ன சார் ஆச்சி?” என்று கேட்டாள்.

“இறந்துட்டாரு. தகவல் சொல்லத்தான் கூப்பிட்டன்” என்று சொன்ன மருத்துவரின் வார்த்தை மீனாட்சிக்கு மின்சாரம் தாக்கியதுபோல் இருந்தது. அடுத்த வார்த்தை பேச முடியவில்லை. வாய் உலர்ந்துபோய்விட்டது. கைகால்கள் நடுங்கின. உடல் குளிர்ந்து சில்லிட்டு, வியர்த்துப்போயிற்று.

“புரொசிஜர் முடியுறதுக்கு ஒரு மணி நேரமாகும். புரொசிஜர் முடிஞ்சதும் பாடி மார்ச்சுவரிக்குப் போயிடும். அப்பறம் நீங்க வாங்கிக்கிட்டுப் போயிடலாம்” என்று மருத்துவர் சொன்ன வார்த்தைகள் எதுவும் மீனாட்சியின் காதில் விழுந்த மாதிரி தெரியவில்லை. ‘ஹெல்ப் டெஸ்க்’ என்று எழுதியிருந்த இடத்தில் நின்றுகொண்டிருந்த நர்ஸைக் கூப்பிட்டு, “புரொசிஜர் செய்யுறதுக்குச் சொல்லிடுங்க” என்று சொல்லிவிட்டு மருத்துவர் தனது அறையை நோக்கி நடக்க ஆரம்பித்தார். “சார்” என்று மீனாட்சி கூப்பிட்டதும், ‘என்ன வேணும்?’ என்பதுபோல் மருத்துவர் திரும்பிப் பார்த்தார். மீனாட்சிக்கு அழுகைதான் வந்தது, பேச்சு வரவில்லை. கைகால்கள் நடுங்க வியர்த்துப்போய் நின்றுகொண்டிருந்த மீனாட்சியைப் பார்த்த மருத்துவர், “சிவியர் ஸ்ட்ரோக் வந்திருக்கு. ஒண்ணும் செய்ய முடியல. சோ, விஷயம் முடிஞ்சிடிச்சி” என்று சொல்லிவிட்டு அறைக்குள் போய்விட்டார்.

ராமன் இறந்துவிட்டார் என்ற தகவலைத் தான் சொல்வதைவிட மருத்துவர் சொன்னால் சரியாக இருக்கும் என்று நினைத்த மீனாட்சி மருத்துவரின் அறைக்குள் போனாள்.

விஷயம்தான் முடிந்துவிட்டதே அப்புறம் என்ன என்பதுபோல் மருத்துவர் பார்த்தார். மீனாட்சி, மருத்துவரையே பார்த்துக்கொண்டிருந்தாளே தவிர அவளால் பேச முடியவில்லை. "என்ன?" என்று மருத்துவர் கேட்டார்.

"நான் வெறும் அட்டண்டர் சார்."

"சரி."

"பிணத்துக்குச் சொந்தக்காரி நான் இல்ல சார்."

"வாட்?" என்று அதிர்ச்சி அடைந்ததுபோல் கேட்ட மருத்துவர், "லேபரா?" என்று கேட்டார்.

"ஆமாம் சார்."

"சொந்தக்காரங்ககிட்ட சொல்லிடுங்க."

"இறந்துபோனவரோட மகனும் மகளும் அமெரிக்காவில இருக்காங்க சார். அவரோட அக்கா மட்டும்தான் இங்க இருக்காங்க. செத்திட்டாருன்னு சொல்றதுக்குப் பயமா இருக்கு. நீங்க சொன்னா நல்லா இருக்கும் சார்" என்று மீனாட்சி சொல்லி முடிப்பதற்குள், "அது என்னோட வேல இல்ல. நான் சொல்லவும் கூடாது. நான் ரிப்போர்ட் மட்டும்தான் கொடுப்பன்" என்று சொல்லிவிட்டு மருத்துவர் வெளியே போனார்.

"என்னடா இது வம்பா இருக்கு?" என்று சொல்லித் தன் தலையில் அடித்துக்கொண்டே மருத்துவரின் அறையைவிட்டு வெளியே வந்தாள் மீனாட்சி.

அழுதுகொண்டே செல்போனில் வாட்ஸ்அப் கால் போட்டு ராமன் மகனிடம் விஷயத்தைச் சொன்னதும், "அப்படியா? எப்ப நடந்துச்சு? டாக்டர் என்ன சொன்னாரு? முடியலன்னுட்டாங்களா?" என்று நூறு கேள்விகளைக் கேட்டுவிட்டு போனை வைத்துவிட்டான்.

ராமன் மகளுக்குச் செய்தியைச் சொன்னாள். "என்ன சொல்ற? பத்து நிமிஷத்துக்கு முன்னாடி நல்லா இருக்காருன்னு சொன்னியே" என்று கேட்டுக்கொண்டே அழ ஆரம்பித்துவிட்டாள். போனின் இணைப்பு கட் ஆனதும், ஏஜென்ஸிகாரருக்கு போன் போட்டு ராமன் இறந்த செய்தியைச் சொன்ன தோடு, "எனக்குப் பயமா இருக்கு வர முடியுமா சார்?" என்று கேட்டாள். "சாரோட பையன்கிட்டயும், பொண்ணுகிட்டயும் பேசுறேன். என்ன ஏற்பாடு செய்யுறாங்கன்னு தெரிஞ்சுக்கிட்டுச் சொல்றன். ரிலாக்ஸா இருங்க. நானே கூப்பிடுறேன்" என்று சொல்லிவிட்டு ஏஜென்ஸிகாரர் போனை வைத்தது மீனாட்சிக்கு எரிச்சலாக இருந்தது.

ராமன் மகனிடமும் மகளிடமும், ஏஜென்ஸிக்காரரிடமும் விஷயத்தைச் சொன்ன பிறகுதான் மீனாட்சிக்கு நெஞ்சின் படபடப்பு குறைந்தது. கைகால்கள் நடுங்குவதும் வியர்ப்பதும் மட்டுப்பட்டது. ஏஜென்ஸிக்காரரிட மிருந்து போன் வந்தது. ''சாரோட பொண்ணுகிட்டயும், பையன்கிட்டயும் பேசிட்டேன். பாடிய என்ன செய்யுறதுங்கிறதப் பத்திச் சொல்றேன்னு சொல்லியிருக்காங்க. தகவல் வந்ததும் சொல்றேன்'' என்று சொன்ன வேகத்தில் போனை வைத்துவிட்டார். ஏஜென்ஸிக்காரர் போனை வைத்த மறுநிமிடமே ராமன் மகனிடமிருந்து போன் வந்தது.

''காலயில அத்த வருவாங்க. பாடிய நாளைக்கே வாங்கிக்கிறதா, நாங்க வந்த பிறகு வாங்கிக்கிறதான்னு கொஞ்ச நேரம் கழிச்சி சொல்றன். நீங்க ஆஸ்பிட்டலியே இருங்க. நான் கூப்பிடுறன். எங்க அத்த ஒங்ககிட்ட பேசு வாங்க'' என்று சொல்லிவிட்டு போனை வைத்துவிட்டான்.

ராமன் அக்காவிடமிருந்து போன் வந்தது. பதற்றத்தில் சொல்லாமல் விட்டு விட்டோமே என்று தன்னையே திட்டிக்கொண்டு போனை எடுத்துப் பேசி னாள். ''விஷயம் கேள்விப்பட்டன். எனக்கு முன்னாடியே அவன் போயிட் டான். அதான் வருத்தமா இருக்கு. பாடிய எப்ப வாங்குறதுன்னு இன்னும் முடிவாகல. முடிவானதும் சொல்றன். இப்ப என்னால வர முடியாது. வந்தாலும் செய்யுறதுக்கு ஒண்ணுமில்ல. எனக்கும் வயசாயிடிச்சி இல்லயா? பில் செட்டில்மண்ட் எல்லாம் ஆன்லைனிலியே பண்ணிடுவாங்க. அதெப் பத்தி நீ ஒண்ணும் கவலப்பட வேணாம். காலயில வர்றன். வச்சிடு'' என்று சொல்லிவிட்டு போனை வைத்துவிட்டாள்.

ராமன் இறந்துவிட்டார் என்று சொன்னபோது ஏற்பட்ட பயத்தைவிட மீனாட்சிக்கு இப்போதுதான் கூடுதலாகப் பயம் ஏற்பட்டது. ராமன் மகனும் மகளும் வந்த பிறகுதான் பிணத்தை வாங்குவார்களா, அவருடைய அக்கா வந்து வாங்குவார்களா, அவருடைய மகனும் மகளும் ஊருக்கு வருவதற்கு எத்தனை நாளாகும்? அதுவரை பிணம் மருத்துவமனையிலேயே இருக்குமா? பிணத்தை வாங்கினால் எத்தனை நாள் வீட்டில் வைத்திருப்பார்கள்? அது வரைக்கும் இருக்க வேண்டுமா? பிணத்துடன் எத்தனை நாட்கள் இருக்க முடியும்? மீனாட்சிக்குக் கோபத்தில், பயத்தில் அழுகை வந்தது. ''இப்படி வந்து மாட்டிக்கிட்டனே'' என்று சொல்லித் தன்னையே நொந்துகொண்டாள்.

எமர்ஜென்ஸி வார்டைவிட்டு வெளியே போய்விடலாம் என்று நினைத் தாள். பிணத்தை ஒரு முறை பார்த்துவிட்டுப் போகலாம் என்று தோன் றியது. பிணம் இருந்த படுக்கை பக்கம் பார்த்தாள். நான்கு பக்கமும் திரைச்சீலையால் மூடப்பட்டிருந்தது. ''இப்படியா ஒரு ஆளுக்குச் சாவு வரும்? சனங்க எப்படி எப்படியோ எல்லாம் செத்துப்போறாங்க'' என்று முனகிய மீனாட்சிக்கு வாய்விட்டு அழ வேண்டும்போல் இருந்தது.

என்றும்போல்தான் இன்றும் இரவு எட்டு மணிக்கு ராமன் சாப்பிட்டார். சாப்பிட்டு முடித்த ஐந்தாவது நிமிடமே கழிப்பறைக்குப் போனார். வெளியே

வந்து, ''ஒரு மாதிரியா இருக்கு'' என்று சொன்னார். ''கொஞ்சம் நடந்துட்டு வர்றிங்களா சார்'' என்று கேட்டதற்கு, ''நெஞ்சடைக்கிற மாதிரி இருக்கு. என்னன்னு தெரியல'' என்று சொல்லிவிட்டுச் சாப்பாட்டு மேஜைக்கு அருகில் இருந்த நாற்காலியில் உட்கார்ந்தார். ''ஃபேனக் கூட்டி வை'' என்று சொன்னார். சாப்பிட்ட பாத்திரங்களைக் கழுவிக்கொண்டிருந்த மீனாட்சி, பாத்திரங்களை அப்படியே போட்டுவிட்டு வந்து, ஃபேனின் வேகத்தைக் கூட்டி வைத்தாள். ''ஆஸ்பத்திரிக்குப் போகலாமா சார்'' என்று கேட்டாள். ''தேவயில்ல'' என்று சொல்லிக்கொண்டிருக்கும்போதே நெஞ்சைப் பிடித்த படி நாற்காலியிலிருந்து கீழே விழுந்துவிட்டார். ஓடிப்போய், தூக்கி உட் கார வைத்து, நெஞ்சைத் தடவிக்கொடுத்து, ''ஒண்ணுமில்ல சார். ஃப்ரியா இருங்க. சுடுதண்ணி தரட்டுமா? ஆஸ்பத்திரிக்குப் போகலாமா சார்?'' என்று கேட்டாள். எதற்கும் பதில் இல்லை என்பதால் ராமனுடைய மகனுக்கும் மகளுக்கும் போன் போட்டு விஷயத்தைச் சொன்னாள். பதற்றமாக இருந் தாலும் ஏஜென்ஸிகாரருக்கு விஷயத்தைச் சொன்னாள். ஆம்புலன்ஸுக்கு போன் போட்டாள். எந்த மருத்துவமனைக்குப் போக வேண்டும் என்று ராமன் மகனிடம் கேட்டாள். தனிவீடு என்பதால் அக்கம்பக்கத்தில் யாரையும் துணைக்குக்கூடக் கூப்பிட முடியாமல் ஆம்புலன்ஸ் வரும்வரை ஒற்றை ஆளாக அல்லாடினாள். கொஞ்ச நேரத்தில் ஆம்புலன்ஸ் வந்து நின்றது. ராமனை ஆம்புலன்ஸில் ஏற்றிக்கொண்டு வந்து, எமர்ஜென்ஸி வார்டில் சேர்த்த பிறகுதான் மீனாட்சிக்கு மூச்சுவிடவே முடிந்தது. வீட்டிலிருந்து மருத்துவமனை வரும்வரை நிமிடத்திற்கு நிமிடம் ராமன் மகனிடமும் மகளிடமும் வாட்ஸ்அப் காலில் தகவல் சொல்லிக்கொண்டே இருந்தாள். ராமன் வீட்டில் சாப்பிடும்போது மணி எட்டு. அவர் இறந்து விட்டார் என்று மருத்துவர் சொல்லும்போது மணி ஒன்பதே கால்.

ராமன் மகனிடமிருந்து போன் வந்தது. போனை எடுத்து, ''சொல்லுங்க சார்'' என்று சொன்னாள். ''இங்க பேசக் கூடாது, வெளியே போயிப் பேசுங்க'' என்று முகத்தில் அறைவதுபோல் நர்ஸ் சொன்னதும், ''நான் எமர்ஜென்ஸி வார்டுகுள்ளார இருக்கிறன் வெளியே வந்திட்டுப் பேசறன் சார்'' என்று சொல்லிவிட்டு போனை அணைத்தாள். ''நான் ஒரு முற பாக்கலாமா?'' என்று மீனாட்சி, நர்ஸிடம் கேட்டாள்.

''பார்த்துட்டு ஒடனே போயிடணும்.''

''கொஞ்சம் கூட வர முடியுமா?'' என்று மீனாட்சி கெஞ்சுவதுபோல் கேட்டாள். ஃபைலில் ஏதோ எழுதிக்கொண்டே, ''நீங்கதான அட்டண்டர்? ஒங்களுக்கு என்ன பயம்?'' என்று நர்ஸ் கேட்டாள்.

''நான் பொணத்துக்குச் சொந்தக்காரி இல்ல. சம்பளத்துக்கு வேல செய்ய வந்த அட்டண்டர்தான்'' மீனாட்சி சொன்னதும், ஏற இறங்க பார்த்த நர்ஸ், ''வெயிட் பண்ணுங்க'' என்று சொன்னாள். ஃபைலை எழுதி முடித்துவிட்டு, ''வாங்க'' என்று சொன்னாள். மீனாட்சி, நர்ஸுடன் போனாள். திரைச்சீலையை

லேசாக விலக்கிவிட்டு, ''பாருங்க'' என்று சொல்லும்போது போன் மணி அடிக்கிற சத்தம் கேட்டது. ''பார்த்திட்டு ஒடனே வந்திடணும்'' என்று நர்ஸ் சொல்லிவிட்டு போனை எடுக்க வேகமாக ஓடினாள்.

பிணம் பச்சை நிறப் போர்வையால் மூடப்பட்டிருந்தது. பிணத்தை ஒட்டி நின்றுகொண்டிருப்பது மாய உலகத்தில் இருப்பதுபோல் தோன்றியது.

பதட்டத்தில், பயத்தில் பிணத்தை மூடியிருந்த போர்வையை விலக்கி விட்டுப் பார்க்க முடியாமல் நடுங்கினாள். 'முடிஞ்சிடுச்சி' என்று மருத்துவர் சொன்னபோது ஏற்பட்ட பயத்தைவிட இப்போதுதான் கூடுதலான பயமும் நடுக்கமும் உண்டாயிற்று. தண்ணீர் தொட்டியில் மூழ்கி எழுந்து வந்தது போல் வியர்த்துக் கொட்டிவிட்டது.

''புரொசிஜர் செய்யுறதுக்கு வந்துட்டாங்க, வெளியே வாங்க'' என்று நர்ஸ் சொன்னது கேட்டதும், பிணத்தின் மீது இருந்த போர்வையை விலக்கி விட்டு முகத்தைப் பார்த்தாள். தூங்கிக்கொண்டிருப்பதுபோல் இருந்தது. பிணத்தின் முகத்தைப் பார்த்த மறுநொடியே முதன்முதலாக வேலைக்குச் சேர்ந்த அன்று ராமன், 'ஓட்டர் ஐடி, ரேஷன் கார்டு, பேங்க் புக் கொடுங்க. ஏஜென்ஸிக்காரர் தவிர ஒங்களப் பாக்குறதுக்கு இங்கே யாரும் வரக் கூடாது. ஊருக்குப் போக லீவு வேணும்னா, மாற்று ஆள் வந்த பிறகுதான் போக ணும். இஷ்டத்துக்கு லீவ் போடக் கூடாது' என்று சொன்னது நினைவுக்கு வந்தது.

ராமன் காலையில் ஒரு மணி நேரமும், சாயங்காலம் ஒரு மணி நேரமும் நடைபயிற்சிக்குப் போவார். யோகா பயிற்சி செய்வார். அவ்வளவுதான். பேப்பர் படிப்பது, மியூசிக் கேட்பது மட்டும்தான் அவருடைய வேலை. ஒரு நாளும் மீனாட்சியின் அறைக்குள் வந்ததில்லை. முன்னே விட்டு பின்னால் ஓரக்கண்ணால் பார்த்ததில்லை. நேற்று இரவு சாப்பிடும்போது, 'என்னோட ஒய்ஃப் இறந்து நாலு மாசம் தனியாத்தான் இருந்தன். வயசு எழுபத்தி நாலு ஆகுது. ஒரு அட்டண்டர் கூட இருக்கட்டும்னு பசங்க கட்டாயப்படுத்தின தாலதான் ஒன்னெ வேலக்கி எடுத்தன். என்னெ அமெரிக்காவுக்கு வந்துட சொல்லிக் கட்டாயப்படுத்துறாங்க. நான் இந்த வீட்டுல அம்பத்திரண்டு வருஷமா இருந்துட்டன். இந்த வயசில இனிமே எங்க போறது? போனாலும் அது என்னோட வீடுல்லதானே. இங்கயும் எனக்கு ஒரு வேலயும் இல்ல. ஆன்லைன்லேயே எல்லா வேலையயும் பசங்க செஞ்சிடுறாங்க. பென்ஷன் வாங்குறதுக்காக வருஷத்துக்கு ஒரு முற, 'நான் இன்னும் சாகல'ன்னு ஒரு படிவம் தரணும். அதுக்காக ட்ரசரிக்குப் போவன். எனக்கும் என் பசங் களுக்கும் இருக்குற ஒரே தொடர்பு செல்போன்தான். படிக்கிறப்பவே அமெரிக்காவுல வேல பாக்குற மாதிரி படிங்கன்னு சொன்னதும், அமெரிக்கா வில போயி வேல பாக்குறது நல்லதுன்னு சொன்னதும் நாங்கதான்' என்று சொல்லிவிட்டு, சிறிது நேரம் அமைதியாக இருந்தார். பிறகு, தன்னுடைய அறைக்குள் சென்று கதவைச் சாத்திக்கொண்டார். ஒருநாளும் இல்லாமல்

அதிகமாப் பேசியது, குடும்ப விஷயங்களைப் பற்றிப் பேசியதெல்லாம் மீனாட்சிக்கு ஆச்சரியமாக இருந்தது. 'இப்படிச் செத்துப்போறதுக்காகத்தான் அப்படிப் பேசினாரா?'

பிணத்தின் முகத்தைப் பார்க்கப்பார்க்க மீனாட்சிக்கு அழுகை வந்து கொண்டேயிருந்தது. ராமனின் வீட்டுக்கு மீனாட்சி அட்டண்டராக வந்த பிறகு, உறவினர் வீட்டுக்கென்று அவர் ஒருநாளும் போனதில்லை. உறவினர்கள் என்று சொல்லி அவரைத் தேடிக்கொண்டு யாரும் வந்த தில்லை. அவருடைய அக்காகூட ஒரே ஒருமுறைதான் வந்தார். அதுவும் காலையில் வந்து சாயங்காலமே போய்விட்டார். நண்பர்கள் என்று அபூர்வ மாக ஓரிரு ஆட்கள்தான் வருவார்கள். வந்தாலும் அரை மணி நேரத்தில், ஒரு மணி நேரத்துக்குள்ளாகவே போய்விடுவார்கள். 'அதிசயமான ஆள்தான்' என்று நினைத்துக்கொள்வாள்.

மீனாட்சி, மருத்துவரின் வீட்டில் குழந்தையைப் பார்த்துக்கொண்டது, மருத்துவமனையில் குழந்தை பெற்ற பெண்ணுடன் இருந்தது, சினிமாவில் நடிக்கப் போகிறேன் என்று பைத்தியமான பையனைப் பார்த்துக்கொண்டது, வயதான கணவன் மனைவியைப் பார்த்துக்கொண்டது என இதுவரை மொத்தம் எட்டு இடங்களில் வேலை செய்திருக்கிறாள். எட்டு இடங்களில் வேலை செய்திருந்தாலும் குளியலறையில் வழுக்கி விழுந்து இடுப்பு ஒடிந்த பெண்ணுடன் இருந்தபோதுதான் அவஸ்தைப்பட்டாள். அதிலிருந்து எலும்பு முறிவு என்று படுத்திருக்கும் நோயாளிகளுக்கு அட்டண்டராகப் போகக் கூடாது என்று முடிவாக இருந்துவிட்டாள். பல இடங்களில் அட்டண்ட ராக வேலை பார்த்தாலும் ராமனின் வீட்டில்தான் கொஞ்சம் சொகு சாக இருந்தாள். ஒரே ஆள். தன் வேலைகளைத் தானே பார்த்துக்கொள் கிறவர். சம்பளத்தையும் முதல் தேதியே தந்துவிடுகிற ஆள் என்பதால் முடிந்தவரை ராமனின் வீட்டிலேயே காலத்தை ஓட்டிவிடலாம் என்றுதான் நினைத்துகொண்டிருந்தாள்.

'மகனும் மகளும் அமெரிக்காவுல வேல பாக்குறதால அங்கியே வேல பாக்குற பொண்ணையும், பையனையும் பார்த்து கல்யாணம் கட்டிவச்சம். ரெண்டு, மூணு வருஷத்துக்கு ஒரு முறதான் வருவாங்க. அதுவும் கல் யாணம், சாவுன்னாத்தான். கடசியா அவங்க வந்தது என்னோட ஒய்ஃப் சாவுக்குத்தான். இனிமே எப்போ வருவாங்கன்னு சொல்ல முடியாது' என்று ராமன் சொன்னது ஞாபகத்திற்கு வந்தது.

''எவ்வளவு நேரமாப் பாத்துக்கிட்டு இருப்பிங்க, வெளியே போங்க. புரொசிஜர் செய்யுறதுக்கு ஸ்டாஃப்ங்க வந்துட்டாங்க'' என்று நர்ஸ் அதட்டுவதுபோல் சொன்ன பிறகுதான் மீனாட்சிக்குச் சுயநினைவு வந்த மாதிரி பிணத்தின் முகத்தைக் கவனமாகப் பார்த்தாள். படுக்கையை ஒட்டி நர்ஸ் நின்றுகொண்டு, ''வெளியே போயி வெயிட் பண்ணுங்க. பாடி வெளியே வரும்போது பாத்துக்கங்க'' என்று சொன்னதும், திரைச்சீலைக்குள் ளிருந்து அரைகுறை மனதுடன் வெளியே வந்தாள் மீனாட்சி.

காக்கி நிற உடையணிந்திருந்த இரண்டு பேர் பிணம் இருந்த இடத்துக்கு வந்ததும், நர்ஸ் திரைச்சீலையை விலக்கிவிட்டாள். எல்லோரும் திரைச் சீலைக்குள் போனார்கள். புரொசிஜர் என்றால் என்ன? எப்படிச் செய்வார்கள்? என்று பார்க்கலாம் என்று தோன்றியது. எமர்ஜென்ஸி வார்டு முழுவதுமே மருந்து வாடையால் நிரம்பியிருந்தது. பகல்போல் வெளிச்சமாக இருந்தது. அதிசயமான உலகம்போல் இருந்தது. ராமனின் பிணம் இருந்த படுக்கையை ஒட்டி, மூன்று படுக்கைகளும் அதற்கு எதிர்ப்புறம் நான்கு படுக்கைகளும் இருந்தன. எல்லாப் படுக்கைகளிலும் ஆட்கள் இருப்பது தெரிந்தது. உதவியாளர்கள் என்று யாரும் இல்லை. ஒரு ஆள் ஸ்ட்ரெச் சரைத் தள்ளிக்கொண்டு உள்ளே வந்தான். ''இங்க ஏன் நிக்கிறிங்க, வெளியே போங்க'' என்று அடித்து விரட்டுவதுபோல் சொன்னான். எமர்ஜென்ஸி வார்டைவிட்டு வெளியே வந்த மீனாட்சி உதவியாளர்கள் உட்கார்ந் திருக்கும் இடத்தைப் பார்த்தாள். நாற்காலியில் உட்கார்ந்தபடியே இரண்டு ஆண்கள் தூங்கிக்கொண்டிருந்தனர்.

மருத்துவமனை எப்படி இருக்கிறது? எந்த மாடியில் இருக்கிறோம்? பக்கத்தில் என்ன நடக்கிறது? யார் இருக்கிறார்கள்? என்று பார்ப்பதற்குக் கூட மீனாட்சிக்கு நேரமில்லை. வீட்டைவிட்டுக் கிளம்பும்போது எப்படி யாவது போய் மருத்துவமனையில் சேர்த்தால் போதும் என்ற அவசரத்தில் இருந்தாள். மருத்துவமனையில் சேர்த்தப் பிறகு எப்படியாவது உயிர் பிழைத்தால் போதும் என்ற பதைபதைப்புடன் இருந்தாள். இறந்துவிட்டார் என்று தெரிந்ததும், ஐயோ இறந்துவிட்டாரே என்று அழுதாள். இப்போது, பிணத்தை எப்போது வாங்கிக்கொண்டு போய், எப்போது புதைப்பார்கள் என்ற கவலையில் நின்றுகொண்டிருந்தாள். ராமன் இப்படிச் சட்டென்று இறந்துபோவார் என்றோ தன்னந்தனியாக இப்படியொரு சிக்கலில் மாட்டிக் கொண்டு அல்லல்படுவோம் என்றோ அவள் நினைத்துக்கூடப் பார்த்ததில்லை.

'இப்படி வந்து நிக்குறேனே' என்று நினைத்ததுமே அவளுக்கு அழுகை பொங்கிக்கொண்டு வந்தது. 'எனக்கு ஏன் இந்தத் தலயெழுத்து?'

மீனாட்சி பத்தாம் வகுப்பு படித்துக்கொண்டிருந்தபோது அவளுடைய அப்பா இறந்துவிட்டார். அவர் இறந்த மூன்றாவது மாதமே, 'உனக்கு கல்யாணம் பண்ணப் போறேன்' என்று அவளுடைய அம்மா பூங்கோதை சொன்னபோது, 'நான் படிக்கப் போறன்' என்று சொல்லி அடம்பிடித்து, பன்னிரண்டாம் வகுப்புவரைப் படித்தாள். 'அண்ணன், தம்பி இல்ல. ஆம்பள தொண இல்ல, சொத்துப்பத்து இல்ல, வயசுக்கு வந்த பொண்ண வச்சியிருக்க மாட்டன்' என்று சொல்லிக் கட்டாயப்படுத்தித் தன்னுடைய அண்ணன் மகன் பாலுவுக்குக் கட்டிவைத்தாள் பூங்கோதை. கல்யாணமான மறு வருடமே மீனாட்சிக்கு ஆண் பிள்ளை பிறந்தது, அதற்கடுத்து பெண் பிள்ளை பிறந்தது. பாலு டிரைவராக இருந்தான். லாரி ஓட்டப் போனால் திரும்பி வருவதற்குப் பத்திருபது நாட்கள் ஆகும். ஆந்திராவுக்குப் போனபோது

விபத்தில் சிக்கி இறந்துவிட்டான் என்று போன் வந்தது. பிணம் வந்து சேர்வதற்கு மூன்று நாட்கள் ஆகிவிட்டது. பாலு இறந்து நான்கைந்து மாதங்கள் கழித்து, துக்கம் விசாரிப்பதற்காக வந்த ஜீவிதா, ''மெட்ராசுக்கு வா, நான் வேலை வாங்கித் தர்றேன், நானும் அட்டண்டர் வேலதான் செய்யுறன், நீயும் செய்'' என்று சொன்னாள். நம்ம கூடப் படித்தவள் கூப்பிடுகிறாள், போய்ப் பார்க்கலாம். பிடித்தால் செய்வோம், இல்லை என்றால் ஊருக்குத் திரும்பி வந்துவிடலாம் என்ற எண்ணத்தில்தான் முதன்முதலில் அட்டண்டர் வேலைக்குப் போனாள்.

ஆறு வருடங்கள் ஓடிவிட்டன. சென்னைக்கு வந்து ஆறு வருடங்களுக்கு மேல் ஆனாலும் ஊருக்குப் போனது மொத்தமாக ஏழெட்டு முறைதான் இருக்கும். ஊருக்குப் போகிற ஒவ்வொரு முறையும் மீனாட்சியின் அம்மாவும் மாமியாரும், 'திரும்பிப் போகக் கூடாது, மீறி போனா, உன் னோட ரெண்டு குட்டிகளையும் இழுத்துகிட்டுப் போ. ஒனக்கு வேல முக்கியமா? புள்ளைங்க முக்கியமா?' என்று கேட்பார்கள்.

'புள்ளைங்கள இங்க விட்டுட்டுப் போய் அங்கு இருக்கிறதுக்கு எனக்கு மட்டும் ஆசயா? எனக்கும்தான் புள்ளைங்ககூட இருக்க ஆச. வீட்டிலேயே இருந்தா பணம் எப்படி வரும்? சோறு எப்படித் திங்கிறது?' என்று எதிர்க் கேள்வி கேட்டாலும் சின்னப் பிள்ளைகளை விட்டுவிட்டுப் போகிறோம், சென்னையில் தங்கி இருக்கிறோம் என்ற கவலை எப்போதும் அவளுக்கு இருக்கத்தான் செய்தது.

'புள்ளைங்க அழுவது. மாமியாரும் திட்டுறா, எங்கம்மாவும் ஊருக்கு வந்திடச் சொல்லித் திட்டுது' என்று மீனாட்சி சொல்லும்போதெல்லாம், 'நான் ஏஜென்ஸி ஆரம்பிக்கலாம்னு இருக்கன். நம்பகமான ஆள் வேணும். அதனாலதான் சொல்றேன் கொஞ்சம் நாள் மட்டும் பாரு' என்று சொல்லி ஜீவிதா சமாதானம் செய்வாள். ஏஜென்ஸி ஆரம்பித்தால், அங்கே இங்கே என்று யாருடைய வீட்டிலும் போய் வேலை செய்யாமல் அலுவலகத்திலேயே இருந்துகொண்டு வேலை செய்யலாம் என்ற ஆசை மனதில் இருந்ததால் தான் ஜீவிதாவின் பேச்சைக் கேட்டுக்கொண்டிருந்தாள். ஏஜென்ஸி ஆரம்பிப் பதும் நடத்துவதும் சுலபமல்ல என்று தெரிந்தாலும், 'நானா பணம் போடப் போறன். கூட இருந்து வேலதான செய்யப்போறேன்' என்று தன்னையே சமாதானம் செய்துகொள்வாள்.

ஏஜென்ஸி நடத்துவதற்குப் பெரிய வீடு வேண்டும். ஏஜென்ஸியைப் பதிவு செய்ய வேண்டும். தமிழிலும் ஆங்கிலத்திலும் பேசுவதற்கு ஆள் வேண்டும். கம்ப்யூட்டரும், கம்ப்யூட்டரில் வேலை செய்வதற்கு ஆளும் வேண்டும். ஆன்லைனில் விளம்பரம் செய்ய வேண்டும். முகநூல், ட்விட்டர், இன்ஸ்டாகிராம் என்று எல்லா வகையிலும் விளம்பரம் செய்ய வேண்டும். மருத்துவர்களோடும் மருத்துவமனைகளோடும் தொடர்பில் இருக்க வேண்டும்.

மருத்துவமனைகளின் வழியாகத்தான் அட்டண்டர்கள் தேவைபற்றிய தக வல்கள் அதிகமாக வரும். எந்தெந்த வயதில் ஆட்களைக் கேட்கிறார்கள் என்று தெரிந்துகொண்டு, அதற்கேற்ற வகையில் ஆண், பெண், பிள்ளைகள் என்று அனுப்ப வேண்டும். வேலை கேட்டு போன் செய்கிறவர்களோடு தொடர்பில் இருக்க வேண்டும். வேலைக்குப் போகிற அட்டண்டர்களால் பிரச்சினை வந்தாலும், வேலைக்கு ஆள் எடுக்கிறவர்களால் பிரச்சினை வந்தாலும் பேசித் தீர்ப்பதற்கு வாய் திறமை வேண்டும். அட்டண்டரால் பிரச்சினை வந்தால், 'எதுக்கு ஏஜென்ஸியோட பேரக் கெடுக்குறிங்க? அனுப்புறப்பவே போற எடத்துல சொல்றத மட்டும் செய்யுங்க. தேவ இல்லாமப் பேச வேண்டாம். தேவயில்லாம வெளியே போகக் கூடாது. செக்ஸ் டார்ச்சர் கொடுத்தா, திட்டுனா, அடிச்சா மட்டும் சொல்லுங்கன்னுதான் சொல்லி அனுப்புனன். நீங்க வேல புடிக்கலன்னு போயிடுவிங்க, ஏஜென்ஸி பேருதான கெட்டுப்போகும்' என்று அட்டண்டர்களிடம் சொல்வதுபோல், வேலைக்கு ஆள் எடுக்கும் ஆட்களிடம், 'ஆள் சரியில்லன்னா, வேற ஆள் மாத்தி அனுப்புறன். பேமண்ட் மட்டும் ஒடனே அனுப்பிடுங்க' என்று சொல்வார்கள். எவ்வளவுதான் உண் மையைச் சொன்னாலும் அட்டண்டர்கள் சொல்வதைவிட வேலைக்கு ஆள் எடுத்தவர்கள் சொல்வதைத்தான் ஏஜென்ஸிகாரர்கள் கேட்பார்கள். ஏனென்றால் அவர்கள்தான் ஆறு மாதங்களுக்கு ஒரு முறை பதினெட் டாயிரம் ரூபாய் கமிஷன் தருகிறவர்கள். ஒரு ஏஜென்ஸி பிடிக்கவில்லை என்று அடுத்த ஏஜென்ஸிக்கு அட்டண்டர்கள் எளிதில் போய்விட முடியாது. ஏஜென்ஸிகாரர்களுக்கிடையே போட்டியிருந்தாலும், ஒற்றுமை உண்டு. ஒரு அட்டண்டர் தவறு செய்துவிட்டால், அந்த அட்டண்டரைப் பற்றி, 'ஆள் சரியில்ல, வந்தா பாத்துக்கங்க' என்று அடுத்தடுத்த ஏஜென்ஸிகாரர்களிடம் சொல்லிவிடுவார்கள்.

ஏஜென்ஸி ஆரம்பிப்பதுபற்றி ஜீவிதா பேசும்போதெல்லாம், 'ஏஜென்ஸி ஆரம்பிச்சி பணம் சம்பாதிக்கிறமோ இல்லியோ 'நல்ல அட்டண்டர்'ன்னு பேர் வாங்கினாலே போதும்' என்று சொல்வாள். மீனாட்சி வேலைக்குப் போன எந்த இடத்திலும், 'எனக்கு இங்க புடிக்கல. என்னெ வேற எடத் துக்கு மாத்திவிடுங்க' என்று கேட்டதில்லை. அதேபோல் வீட்டுக்காரர்களும் ஏஜென்ஸிக்காரரிடம், 'நீங்கள் அனுப்பிய ஆள் சரியில்ல, வேற ஆள அனுப்புங்க' என்றும் இதுவரை கேட்டதில்லை.

அட்டண்டராக வேலைக்குப் போகிறவர்கள் எல்லோருமே நல்லவர் களாக இருப்பார்கள் என்று சொல்ல முடியாது. பணம் திருடுபவர்கள், நகை திருடுபவர்கள், சபலப் புத்திகொண்ட ஆண்கள் இருந்தால் அவர்களைப் பயன்படுத்திக்கொண்டு பணம் பறிப்பவர்கள், அடிக்கடி வெளியே போகிற வர்கள், ஓயாமல் போன் பேசிக்கொண்டேயிருப்பவர்கள் என்று ஒரு சிலர் இருப்பார்கள். அந்த மாதிரியெல்லாம் மீனாட்சி ஒருநாளும் இருந்ததில்லை. அட்டண்டர்கள் என்றாலே மிஷின் மாதிரி இருப்பார்கள் என்று பெயர்

எடுத்தவளில்லை. ஓயாமல் தொலைக்காட்சி பார்க்கிறாள் என்று கெட்ட பெயர் எடுத்தவளில்லை.

சினிமா எடுக்கப்போகிறேன் என்று பைத்தியமான பையனைப் பார்த்துக் கொண்டபோதுதான் தொந்தரவு இருந்தது. பணமும் கொடுத்தான், பொருட்களும் வாங்கிக் கொடுத்தான். 'தம்பி நான் வயித்துச் சோத்துக்காக வேல செய்ய வந்திருக்கன். ஒன்னோட அஞ்சி நிமிஷ ஆசைக்காக என் னோட வயித்த நிரப்பி வுட்டுடாத. அப்பறம் சாவுற வரைக்கும் நான்தான் அவஸ்தைப்படணும். எனக்கு ஒன்னோட பணமும் வேணாம், பொருளும் வேணாம்' என்று சொல்லிவிட்டாள். ஆனாலும், அந்தப் பையன் அவ்வப் போது 'அங்கே இங்கே' என்று தொடுவான், தட்டுவான். அவன் தொடுவதும் தட்டுவதும் தெரிந்தாலும் தெரியாதது போலவே நடந்துகொள்வாள். கோபம் வரும்போதும், வருத்தம் வரும்போதும், 'எம் புருஷன் சாவாம இருந்திருந்தா நான் எதுக்கு இங்க வந்து புழுக்க வேல செய்யுறன்' என்று தன்னைத் தானே நொந்துகொள்வாள். எப்போதெல்லாம் வேலை கடின மாக இருக்கிறதோ, எப்போதெல்லாம் மனம் கஷ்டமாக இருக்கிறதோ அப்போதெல்லாம், 'ஏன்தான் அடிப்பட்டுச் செத்தானோ' என்று பாலுவைத் திட்டுவாள். வேலையெல்லாம் முடித்துவிட்டுப் படுத்தப் பிறகுதான் அவளுக்குத் தன்னுடைய பிள்ளைகள்பற்றி, தன்னுடைய அம்மாபற்றி ஞாபகம் வரும். வீடியோ கால் போட்டு பேசுவாள். சில நேரங்களில், 'சொத்துப் பத்து இருந்தா நான் எதுக்கு யாரோட வீட்டிலேயோ படுத்திருக்கேன்?' என்று மனம் சலித்துப் புலம்புவாள். அந்த மாதிரி சமயங்களில், 'விடிஞ் சதும் ஊருக்குப் போய்விட வேண்டும்' என்று முடிவெடுப்பாள். மறு நொடியே ஊருக்குப் போய் என்ன செய்வது என்ற கேள்வி எழும். பன்னிரண்டாம் வகுப்பு படிக்கும்வரை காட்டு வேலைக்குப் போனதில்லை, அவளுடைய அம்மாவும் கூப்பிட்டதில்லை. பாலு லாரி டிரைவராக இருந்த தால் பணப் புழக்கம் இருந்தது. வேலைக்குப் போ என்று பாலுவும் கட்டாயப் படுத்தியதில்லை. காட்டு வேலைக்குப் பழகியிருந்தால் அட்டண்டர் வேலைக்கு வந்திருக்கவே மாட்டாள்.

பாலுவுடன் மொத்தமே ஏழு வருடங்கள்தான் வாழ்ந்தாள். ஏழு வருடங் களில் எத்தனை நாள் அவன் வீட்டிலிருந்தான் என்று எண்ணிவிடலாம். 'வண்டிக்கிப் போவணும்' என்றுதான் வீட்டிலிருக்கும்போதுகூடச் சொல்லிக் கொண்டிருப்பான். பாலுவைப் பற்றி நினைக்கும்போதெல்லாம், 'ரொம்ப அவசரமாப் போயிச் சேந்திட்டான், என்னெ ரோட்டுல வுட்டுட்டு' என்று சொல்வாள்.

'யாரோட சாவுக்காகவோ இப்படி நடுராத்திரியில நின்னுக்கிட்டிருக் கனே' என்று நினைத்ததுமே மீனாட்சிக்குக் கண்கள் கலங்கிவிட்டன. ராமன் இரவில் இறந்ததற்குப் பதிலாகப் பகலில் இறந்திருக்கலாம் என்று தோன்றியது. பகலில் இவ்வளவு பயம் இருக்காது என்று நினைத்தாள். காலையில் யார்

தான் வந்து பிணத்தை வாங்குவார்கள் என்று யோசித்துக்கொண்டிருக்கும் போது ராமன் மகனிடமிருந்து போன் வந்தது. ''காலையில எங்க அத்தையும் மாமாவும் வருவாங்க. எனக்கு டிக்கெட் போட்டிருக்கன். ஆஸ்பிட்டலியே இருங்க. பாடியக் காலையிலேயே வாங்கிக்கிறதா, நானும் என் தங்கச்சியும் வந்த பிறகு வாங்கிக்கிறதான்னு இன்னும் முடிவாகல, முடிவானதும் சொல் றன். ரெண்டு, மூணு நாளக்கி இருங்க. மத்த விஷயத்த அப்பறம் சொல்றன்'' என்று சொல்லிவிட்டு போனை வைத்துவிட்டான். மீனாட்சிக்குக் கோபம் வந்தது. ''இவங்க எப்ப வந்து பொணத்த வாங்குறது? அதுவரைக்கும் பொணத்துக்கு யாரு காவ காக்கிறது?'' என்று சொல்லி முணுமுணுத்தாள். அப்போது எமர்ஜென்ஸி வார்டிலிருந்து வெளியே வந்த நர்ஸ், ''ராமனோட அட்டண்டர் யாரு?'' என்று கேட்டு ஒரு படிவத்தில் கையெழுத்துக் கேட் டாள்.

''நான் பொணத்துக்குச் சொந்தக்காரி இல்லிங்க. அட்டண்டர்.''

''அட்மிஷன் போட்டது யாரு?''

''நான்தான்.''

''அப்படின்னா நீங்களே போடலாம். போடுங்க, தப்பு ஒண்ணும் இல்ல'' என்று சொல்லிக் கட்டாயப்படுத்தியதால் பயந்துகொண்டே கையெழுத்துப் போட்டாள். படிவத்தை எடுத்துக்கொண்டு நர்ஸ் உள்ளே போனதும், அவசர அவசரமாக ராமன் மகனுக்கு நர்ஸ் கையெழுத்து வாங்கிய விஷயத்தைச் சொன்னாள். ''கையெழுத்துப் போட்டச்சில்ல. விஷயத்த விடுங்க. அப்பறம் பேசறன்'' என்று சொல்லிவிட்டு போனை வைத்துவிட்டான்.

''பெத்த அப்பன விட்டுட்டுப் போயி அப்படியென்ன வெளிநாட்டுல பணம் சம்பாதிக்கிறது? பணத்துக்காக, சொத்துக்காக, சொகத்துக்காகத்தான போயிட்டாங்க?'' என்று யோசித்த அடுத்த நொடியே மீனாட்சிக்குக் கல்லால் மண்டையில் அடித்ததுபோல், 'நானும் பத்து, பதினொரு வயசு புள்ளைங்கள வுட்டுட்டு வந்து பணத்துக்காகத்தான் அட்டண்டர் வேல பாக்குறன்' என்ற எண்ணம் உண்டானதும் அழுகை பொங்கிக்கொண்டு வந்தது.

''அநாதப் பொணமாச் சாகணும்னு அவருக்கு விதிபோல. அநாதப் பொணத்துக்குக் காவ காக்கணும்னு எனக்கு விதிபோல'' என்று சொல்லும் போது ராமனின் பிணத்தை ஸ்ட்ரெச்சரில் வைத்து தள்ளிக்கொண்டு வருவது தெரிந்ததும் சொந்தக்காரப் பிணத்தைப் பார்ப்பதற்கு ஓடுவதுபோல் ஸ்ட்ரெச்சரை நோக்கி அரக்கப்பரக்க ஓடினாள் மீனாட்சி. •

ஆனந்த விகடன், நவம்பர் 10, 2022

ஆண்டவரின் கிருபை

"சீக்கிரம் படும்மா. காலயில ஆப்ரேஷனுக்குப் போக வேணாமா?" என்று சொன்ன சுலோச்சனாவின் முகத்தைப் பார்க்கப் பிடிக்காத மாதிரி கட்டிலில் உட்கார்ந்திருந்தாள் பிரேமா.

நாற்காலியில் உட்கார்ந்திருந்தாள் சுலோச்சனா. தாயும் மகளும்தான். ஆனாலும், இருவருமே ஒருவரையொருவர் பார்க்கத் தவிர்ப்பதுபோல்தான் உட்கார்ந்திருந்தனர்.

"பசிக்குதா?"

"இல்ல."

"பசி இல்லாம எப்படி இருக்கும்? வெறும் வயிறு எப்படிக் கண்ண மூட வுடும்?" என்று சுலோச்சனா சொன்னதற்கு பிரேமா எதுவும் பேசவில்லை.

பிரேமா எரிந்துகொண்டிருந்த இரவு விளக்கையே பார்த்துக்கொண் டிருந்தாள். அவளுக்கு யாருடனாவது மனம்விட்டுப் பேச வேண்டும்போல இருந்தது. கர்ப்பப்பையை எடுப்பதற்காக மருத்துவமனையில் மதியம் சேர்ந் ததிலிருந்து சுலோச்சனாவின் முகத்தைப் பார்க்கத் தைரியம் இல்லாமல் இருந்தாள். சுலோச்சனாவும் எப்போதும்போல் இல்லாமல் இன்று ஒவ் வொரு வார்த்தையாகத்தான் அளந்து பேசிக்கொண்டிருந்தாள்.

செல்போனை எடுத்த பிரேமா, 'யாருடன் பேசலாம்?' என்று யோசித் ததும், மேனகாதான் முதலில் நினைவுக்கு வந்தாள். 'அவளுக்கு போன் போடலாமா? தூங்கி இருப்பாளா? விழித்துக்கொண்டிருப்பாளா?' என்று நினைத்துத் தயங்கினாள். பிரேமாவுடன் வேலை செய்கிற பெண்தான் மேனகா. அவளுடன் மட்டும்தான் மனதிலுள்ளதை ஒளிவுமறை வில்லாமல் பேசுவாள். இருவருமே உதவிப் பேராசிரியர்கள்தான் என்றாலும் 'வாடி போடி' என்று பேசிக்கொள்வார்கள். பிரேமாவைவிட மேனகா நான்கு வயது பெரியவள். இன்று பிரேமா மருத்துவமனையில் சேரப்போகிறாள் என்பது அவளுக்குத் தெரியும். தெரிந்த விஷயத்தையே திரும்பவும் பேச வேண்டுமா என்று யோசித்தாள். பிடிக்காத பொருள் கையில் இருப்பது போல செல்போனை வெறுப்புடன் படுக்கையில் வைத்தாள். கடிகாரத்தைப்

பார்த்தாள். மணி பத்து. நாளை காலை ஏழு மணிக்குக் கர்ப்பப்பையை எடுப்பதற்கான எல்லா நடைமுறைகளையும் இரவு எட்டு மணிக்கே முடித்து விட்டுப் போய்விட்டார்கள். இனி நாளை காலையில்தான் அறுவைச் சிகிச்சை அறைக்கு அழைத்துக்கொண்டு போவதற்காகத்தான் நர்சுகள் வரு வார்கள். தூக்கம் வராததால் அதுவரை என்ன செய்வது என்று நினைத் ததும் எரிச்சல் உண்டாயிற்று. செல்போனை எடுத்தாள். முகநூல், வாட்ஸ்அப் பார்க்கலாமா என்று யோசித்தாள். ''எல்லா சனியனும் தன்ன விளம்பரப் படுத்திக்கிட்டுக் கெடக்கும்'' என்று முனகிக்கொண்டே செல்போனை முன்பு இருந்த இடத்திலேயே வைத்தாள்.

''இதோட முடிஞ்சா போதும். நீ ஆஸ்பத்திரிக்கி அலயாம இருந்தா போதும். அதத்தான் கர்த்தர்கிட்ட தினமும் ஜெபிக்கிறன்'' என்று சொல்லிக் கொண்டிருக்கும்போதே சுலோச்சனாவுக்கு அழுகை வந்துவிட்டது.

''நாளைக்கி என்னோட வாழ்க்கயில முக்கியமான நாள். பிறந்த நாளப் போல. சாவுற நாளப் போல.'' முணுமுணுத்துக்கொண்டே பிரேமா கண் களை மூடினாள். மூடியிருந்த கண்களிலிருந்து கண்ணீர் வழிந்தது. உட்கார்ந்திருந்தால் வாய்விட்டு அழுதுவிடுவோமோ என்ற பயத்தில் குப்புறப் படுத்துக்கொண்டாள். நிதானமாக இருக்கத்தான் விரும்பினாள். முடிய வில்லை. படபடப்பாக இருந்தது.

பிரேமாவுக்குக் கல்யாணமாகும்போது இருபத்து ஆறு வயது. கல்யாண மாகி இரண்டு வருடங்கள் கழிந்தும் அவளுக்குக் குழந்தை உண்டாக வில்லை. உறவினர்கள், தெரிந்தவர்கள், நண்பர்கள், உடன் வேலை செய்யும் பேராசிரியர்கள் என எல்லோருமே உலகிலேயே மிக முக்கியமான விஷயம் அவளுக்குக் குழந்தை உண்டாகவில்லை என்பதுதான்போல், 'நல்ல செய்தி உண்டா?', 'நல்ல செய்தி சொல்ல மாட்டியா?', 'என்ன விசேஷம்?', 'விசேஷம் இல்லியா?', 'ஸ்வீட் தர மாட்டியா?' என்று கேட்டு நச்சரிக்க ஆரம்பித்தார்கள். ஆரம்பத்தில், 'சொல்றன்' என்று சொன்னாள். அடுத் தடுத்த ஆண்டுகளில், 'ட்ரீட்மண்டுல இருக்கன்' என்று சொன்னாள். நாளாக நாளாக, 'இருந்தா சொல்ல மாட்டனா?' என்று திருப்பிக் கேட்டாள். பிறகு வந்த நாட்களில் யார் கேட்டாலும், எது கேட்டாலும் காதில் விழாததுபோல் நகர்ந்து தூரமாகப் போய்விடுவாள். யாருடைய விசேஷத்துக்கும் போகக் கூடாது என்று முடிவெடுத்து, அதன்படியே நடந்துகொண்டாள். கூட்டமாக இருக்கிற இடத்துக்குக்கூடப் போவதைத் தவிர்த்துவந்தாள். அப்படி இருந்தும் விட மாட்டார்கள். போன் போடும்போது கேட்கிற முதல் கேள்வியே, 'விசேஷம் ஒண்ணுமில்லியா?' என்பதாகத்தான் இருக்கும். அடுத்த கேள்வி, 'இன்னுமா பொறக்கல?' என்பதாக இருக்கும். இந்தக் கேள்விகளைக் கேட்கும் போதெல்லாம் மண்டையே வெடித்துப்போகிற அளவுக்குக் கோபம் வரும். 'புருசன்கூடப் படுத்து புள்ள வாங்கிட்டியா?' என்று எப்படி எல்லோராலும் பச்சையாகக் கேட்க முடிகிறது?

கல்லூரியில் பேராசிரியர்களாக இருப்பவர்கள்கூட, ‘கல்யாணமாகி எத்தன வருஷமாச்சி? இன்னும் இஷ்யூ இல்லியா? எனக்கெல்லாம் ரெண்டே மாசத்தில கன்ஃபர்மாயிடுச்சி தெரியுமா? தள்ளிப்போடாதிங்க’ என்பதோடு நிற்காமல், தங்களுக்குத் தெரிந்த மருத்துவர்களின் பெயர்களை, மருத்துவ மனைகளின் பெயர்களைச் சொல்வார்கள். கொஞ்சம் பழகியவர்களாக இருந்தால், ‘கோயிலுக்குப் போயிட்டு வாங்க. நல்லது நடக்கும்’ என்று சொல்வார்கள். மற்றவர்கள் சொல்கிற அறிவுரைகளைக் கேட்கும்போதெல் லாம், ‘தனக்குக் குழந்த பொறக்கல’ என்பதுதான் அவர்களுடைய வாழ்நாள் கவலைபோல என்று நினைத்துக்கொள்வாள்.

‘ஆஸ்பத்திரிக்கிப் போனியே என்னாச்சி?’ என்று உறவினர்கள் கேட்கும் போதெல்லாம் அழுகை வந்துவிடும். என்ன பதில் சொல்வது? ‘ட்ரீட் மண்டுல இருக்கன்’ என்று எத்தனை வருடங்களுக்குச் சொல்லிக்கொண் டிருக்க முடியும்? ஒரு கட்டத்தில், ‘தத்தெடுத்துடுங்க அதுதான் பெஸ்ட்’ என்று மற்றவர்கள் சொல்லும்போதெல்லாம் அழுகையைவிடக் கோபம்தான் அதிகமாக வரும். பிரேமா கோபப்படும்போதும் அழும்போதும், ‘விடு, சனங்கன்னா அப்படித்தான் இருப்பாங்க’ என்று விக்டர் சொல்வான்.

உறவினர்கள், நண்பர்கள், கல்லூரிப் பேராசிரியர்களைப் பற்றி நினைத் ததுமே பிரேமாவுக்கு எரிச்சல் அதிகமாயிற்று. ‘கர்ப்பப்பையை எடுத்துவிட் டேன்’ என்று சொல்லும்போது அவர்களுடைய முகபாவம் எப்படி இருக்கும் என்று யோசித்தாள். படுக்கையில் படுத்துக்கொண்டிருப்பது பூமிக்கடியில் படுத்துக்கொண்டிருப்பதுபோல் இருந்ததால் எழுந்து உட்கார்ந்துகொண் டாள். பிறகு, சுலோச்சனாவைப் பார்த்தாள். பரிதாபமாக இருந்தது. தன்னால் தான் இங்கு வந்து இப்படி உட்கார்ந்துகொண்டிருக்கிறாள் என்று நினைத் ததுமே அவளுக்கு அழுகை வந்தது.

ஏன் இன்னும் குழந்தை உருவாகவில்லை என்று உறவினர்கள், தெரிந்த வர்கள் கேள்வி கேட்க ஆரம்பித்த பிறகுதான் மருத்துவரிடம் போனாள். கர்ப்பப்பையில் நீர்க்கட்டிகள் வளர்ந்திருக்கின்றன. அதனால்தான் குழந்தை உருவாகவில்லை. சிகிச்சை எடுத்துக்கொண்டால் சரியாகிவிடும் என்று மருத்துவர் சொன்னார். மருத்துவர் கொடுத்த மருந்து மாத்திரைகளைச் சாப் பிட்டாள். ஊசிகளைப் போட்டுக்கொண்டாள். சாப்பாட்டு விஷயத்திலும் மருத்துவர் சொன்னபடிதான் நடந்துகொண்டாள். எதுவும் பலன் தரவில்லை.

பொதுவாகப் பெண்களுக்குக் கர்ப்பப்பையில் நீர்க்கட்டிகள் உருவாகும். அவை தானாகவே அழிந்தும்போகும். பலருக்கு மருந்து மாத்திரைகளின் மூலம் கரைந்துவிடும். மிகச் சிலருக்குத்தான் லேப்ராஸ்கோபி சிகிச்சையின் மூலம் கரைய வைக்க வேண்டும். பிரேமாவுக்கு மாதவிடாயின்போது நீர்க்கட்டிகள் தானாகவும் கரைந்து போகவில்லை. மருந்து மாத்திரை களுக்கும் கரையவில்லை. லேப்ராஸ்கோபி சிகிச்சை அளித்தாலும் ஆறு மாதங்கள்வரைதான் வளராமல் இருக்கும். பிறகு, மீண்டும் வளர்ந்துவிடும். நீர்க்கட்டிகள் வளராமல் இருக்கிற காலத்தில் கருத்தரிக்கலாம் என்றால்

அதற்கும் இடையூறாக ஹார்மோன் இம்பேலன்ஸால் விட்டுவிட்டு மூன்று, நான்கு மாதங்களுக்கு ஒரு முறைதான் மாதவிடாய் வரும். வந்தால் இரண்டு வாரத்துக்கு நிற்காது. சீரற்ற மாதவிடாய்ச் சிகிச்சைக்காக நாட்டு மருந்து, சித்த மருந்து, ஆங்கில மருந்து என்று மாற்றிமாற்றி சாப்பிட்டாள். எதுவும் நடக்கவில்லை. கர்ப்பப்பைப் புற்றுநோயும், வலது பக்கத்தில் மார்பகப் புற்று நோயும் வந்ததுதான் மிச்சம். கர்ப்பப்பையை எடுத்துவிட்டால் மார்பகத்தில் புற்றுநோய் வளர்வதற்கு வாய்ப்பு குறைவு என்று மருத்துவர் சொன்னார். ஒரு வருடமாகக் கர்ப்பப்பையை எடுக்க மாட்டேன் என்று அடம்பிடித் தாள். வேண்டுமானால் மார்பகத்தில் அறுவைச் சிகிச்சை செய்யுங்கள் என்று சொன்னாள். ஆறு மாதங்களுக்கு முன்புதான் வலது பக்க மார் பகத்திலிருந்து புற்றுநோய்க் கட்டி எடுக்கப்பட்டது. மார்பகத்தை முழுமை யாக அகற்றிவிடுவார்களோ என்ற கவலையில் அன்று அவள் அழுத அழுகைக்கு அளவே இல்லை. தன்னுடைய மார்பகங்கள் குறித்த பெருமிதம் எப்போதும் அவளிடம் உண்டு. ‘கொடூரம்’ என்று அன்று முழுவதும் சொல்லிக்கொண்டே இருந்தாள். மார்பகத்தில் அறுவைச் சிகிச்சை செய்த பிறகும் கர்ப்பப்பையில் புற்றுநோயின் வளர்ச்சி குறையவில்லை. கடைசி யாக, ‘எடுக்கலன்னா உயிருக்கு ஆபத்து’ என்று மருத்துவர் சொன்ன தையும், ‘எடுத்திடலாம். பிரச்சனய வளத்துக்கிட்டே போக வேண்டாம்’ என்று விக்டர் சொன்னதையும், ‘ஓடம்பு எம்மாம் தாங்கும்?’ என்று சுலோச்சனா சொன்னதையும் கேட்கவில்லை. ‘ரிமூவ் பண்றதுதான் நல்லது. நம்ம சேஃப்டிதான் முக்கியம்’ என்று நண்பர்கள், உடன் வேலை செய்யும் பேராசிரியர்கள் சொல்லியும் கேட்கவில்லை. ‘அதெ எடுத்துட்டா எப்படிப் புள்ள பொறக்கும்’ என்று எதிர்க் கேள்வி கேட்டாள். முந்தைய நாள் கர்ப்பப்பையைச் சோதித்த மருத்துவர், ‘வெரி சீரியஸ். கால்பிளாடர்ல ஸ்டோன் ஃபார்ம் ஆயிடிச்சி. அதுக்கும் ட்ரீட்மண்ட் எடுக்கணும். பிராப்ளம் கூடிக்கிட்டே போகுது. லேட் பண்ண வேண்டாம்’ என்று சொன்ன பிறகு தான் இன்று வந்து மருத்துவமனையில் சேர்ந்தாள்.

‘உயிரில்லாதது ஒடம்புக்குள்ளார எதுக்கு? எந்த நோய்க்குன்னுதான் மருந்து சாப்புடுறது? எந்த நோய்க்குன்னுதான் ஆஸ்பத்திரிக்கி அலயுறது?’ என்று சுலோச்சனா கேட்டதெல்லாம் நினைவுக்கு வந்தன.

பிரேமாவுக்குச் சிறு வயதில் மாத்திரை என்றாலே வெறுப்பாக இருக்கும். ஊசி என்றாலே பயமாக இருக்கும். சுலோச்சனா பெரிய போராட்டம் நடத்தித்தான் பிரேமாவை மாத்திரைகளை விழுங்க வைப்பாள். ஊசியைப் போட்டுக்கொள்ள வைப்பாள். ‘மாத்திர, ஊசின்னா எனக்கு அலர்ஜி’ என்று பெருமையாக மற்றவர்களிடம் சொல்லிச் சிரிப்பாள். ஆனால், குழந்தை பெற்றே ஆக வேண்டும் என்ற நிலைக்கு வந்த பிறகு ஊசிபோட்டுக்கொள்ள அவள் தயங்கியதே இல்லை. கொத்துக்கொத்தாக மாத்திரைகளை விழுங்கி னாள். ‘‘எல்லாம் புஸ்வாணமாயிடிச்சி’’ என்று சொல்லி உதட்டைப் பிதுக்கிக் காட்டினாள்.

''சீக்கிரம் படு. காலயில ஆப்ரேஷன் தியேட்டருக்குப் போவணும்.''

''...''

''நான் சொன்னத நீ எப்ப கேட்டிருக்க?'' என்று சுலோச்சனா சீண்டுவது மாதிரிக் கேட்டாள். எதற்காக அப்படிக் கேட்கிறாள் என்பது பிரேமாவுக்குப் புரிந்தது. அவள் சொன்னதைக் கேட்டிருந்தால் இவ்வளவு கஷ்டங்கள் வந்திருக்காதோ என்று நினைத்தாள். ''அப்படிச் சொல்ல முடியாது'' என்று தனக்குள் சொல்லிக்கொண்டாள்.

பிஎச்.டி. ஆய்வுக்காக பிரேமா சேர்ந்தபோதுதான் விக்டரும் பிஎச்.டி. ஆய்வுக்காகச் சேர்ந்தான். பிரேமாவுக்கு விக்டரைப் பிடித்துப்போய்விட்டது. கல்யாணம் செய்தால் அவனைத்தான் செய்துகொள்வேன் என்று சொன்னாள். 'ஒன்னோட வாய்த்துடுக்குக்கு அளவில்லியா?' என்று கேட்டுச் சண்டை பிடித்தாள் சுலோச்சனா. அருள்தாஸ், 'அவசரப்படாதம்மா' என்று சொன்னார்.

சிறு வயதிலிருந்தே வீட்டில் பிரேமாவின் இஷ்டம்தான். ஒரே பிள்ளை என்பதால் அருள்தாஸும் சுலோச்சனாவும் அதிகம் கண்டிக்க மாட்டார்கள். பொறியியல் படி என்று சொன்னதைக் கேட்காமல், ஆங்கில இலக்கியம் படித்தாள். பிஎச்.டி. பண்ண வேண்டாம், கல்யாணம் கட்டிக் கொள் என்று சொன்னதையும் கேட்கவில்லை. அருள்தாஸின் அக்கா மகன் மருத்துவராக இருந்தான். அவனைக் கட்டிக்கொள் என்று சொன்னதைக் கேட்காமல் விக்டரைத்தான் கல்யாணம் செய்துகொள்வேன் என்று பிடிவாதம் பிடித்தாள். வேறு வழியில்லாமல்தான் பிஎச்.டி. முடிந்ததும் விக்டருக்குக் கல்யாணம் செய்து வைத்தார்கள். ஒரே மதம், ஒரே சாதி என்பதால்தான் கல்யாணம் நடந்தது. உள்ளூரிலேயே ஒரு கல்லூரியில் வேலை பார் என்று சொன்னதைக்கூடக் கேட்காமல் கல்யாணமான கையோடு கோயம்புத்தூரில் தனியார் கல்லூரியில் வேலைக்குச் சேர்ந்தாள். விக்டருக்கும் அதே கல்லூரியில்தான் வேலை.

மாமியார் சண்டை போட்டார், வீட்டில் பிரச்சினை என்று எப்போதெல்லாம் பிரேமா சொல்கிறாளோ அப்போதெல்லாம் சுலோச்சனா சொல்கிற ஒரே வார்த்தை, 'அப்ப நான் சொன்னத நீ கேட்டியா?' என்பதுதான். எதையும் சொல்லக் கூடாது என்றுதான் நினைப்பாள். சொல்லிவிட்டு மூக்கறுபடுவாள்.

சுலோச்சனா உட்கார்ந்திருந்த விதமும் அவள் பிரேமாவைப் பார்த்த விதமும் சரியில்லை என்பதால் கட்டிலைவிட்டுக் கீழே இறங்கி வந்து, ''ஊர்லயிருந்து நேர ஆஸ்பத்திரிக்கி வந்திருக்க. டயர்டா இருக்கும் படும்மா'' என்று சொன்னாள்.

''எனக்கொன்னும் கஷ்டமில்ல நீ படு'' என்று சொல்லும்போதே சுலோச்சனாவினுடைய கண்கள் கலங்கியதைப் பார்த்த பிரேமா, ''எதுக்கு அழுவுற?

கவலப்பட்டு இனி என்ன ஆவப்போகுது. ஒரு புள்ளயப் பெக்குறதுக்காக அலஞ்சி வரிசையாப் புதுப்புது நோய வாங்கிக்கிட்டன். ஒடம்புல இருக்கிற ஒவ்வொரு உறுப்பா எடுத்துக்கிட்டிருக்கன். நீ எதுக்காக இப்ப அழுவுற? இதுல என் தப்பு ஒண்ணும் இல்லியே. எல்லாப் பொம்பளங்களையும் போல எனக்கும் குழந்த பிறக்கணும்னு ஆசப்பட்டன். அவ்வளவுதான். இது ஒண்ணும் பெரிய ஆச இல்லியே.''

''ஒங்கூடச் சேந்து நானும்தான் ஆஸ்பத்திரி ஆஸ்பத்திரியா அலஞ்சன். எதுக்காக?'' முன்பைவிட இப்போதுதான் சுலோச்சனாவுக்கு அதிகமாகக் கண்ணீர் வந்தது. பிரேமா, சுலோச்சனாவின் தோளில் கை வைத்து, ''பேசாம இரும்மா. கர்த்தரோட அருள் இதுதான்னா, நாம என்ன செய்ய முடியும். என்னோட கண்ணீர், வேதனயப் பாக்கிறதுக்கு அவருக்கு மனசில்ல. ஆண்ட வரும் எனக்கெதிராக இருக்கும்போது நான் என்ன செய்யட்டும்?'' என்று சொன்னாள்.

விக்டருக்கு இரண்டு அக்கா, ஒரு அண்ணன். மூன்று பேருக்குமே மூன்று, நான்கு என்று குழந்தைகள் இருக்கின்றன. ஆனாலும், விக்டரின் அம்மா வுக்கு, பிரேமாவுக்குக் குழந்தை பிறக்கவில்லை என்பதுதான் கவலை. 'பசு மாடுன்னா கண்ணு போடணும், பால் கொடுக்கணும். வறட்டு மாடு' என்று நேரிலேயே பல முறை சொல்லியிருக்கிறார். 'ஒங்கம்மா இப்படிச் சொன் னாங்க' என்று சொன்னால், 'அவங்க சொல்றதெல்லாம் காதில வாங்கிக்காத' என்று ஒரே வார்த்தையாக விக்டர் சொல்லிவிடுவான். பத்து, பன்னிரண்டு பேரக் குழந்தைகளைப் பார்த்துவிட்ட விக்டரின் அம்மாவுக்கே வருத்தம் இருக்கும்போது ஒரு பேரக்குழந்தையைக்கூடப் பார்க்காத சுலோச்சனாவுக்கு எவ்வளவு வருத்தம் இருக்கும் என்று யோசித்த பிரேமாவுக்கு அழுகை பொங்கிக்கொண்டு வந்தது. தான் அழுதால் சுலோச்சனா கஷ்டப்படுவாள் என்பதால் வந்த அழுகையை அடக்கிக்கொண்டு, 'எதயும் யோசிக்காதம்மா, தூங்கு' என்று சொல்லிவிட்டு வந்து கட்டிலில் ஏறி உட்கார்ந்துகொண்டாள்.

கதவை யாரோ தட்டுகிற சத்தம் கேட்டது. ''யாரு?'' என்று பிரேமா கேட்டாள்.

''நான்தான்'' என்று சொல்லிக் கதவைத் திறந்துகொண்டு உள்ளே வந்தான் விக்டர். ''இன்னும் படுக்கலியா'' என்று கேட்டான்.

''படுக்கணும்.''

''காலயில ஆப்ரேஷன் தியேட்டருக்குப் போவ வேண்டாமா?''

''ஆப்ரேஷன் செஞ்சி குழந்த பெத்துக்கவா போறன்?'' என்று பிரேமா கேட்டதும் விக்டரின் முகம் அப்படியே சுருங்கிப்போயிற்று. விக்டர் நின்று கொண்டிருந்த விதமும், அவனுடைய முகம் இருந்த விதமும் ரொம்ப நாட் களாகத் தீராத நோயில் படுத்திருந்த ஆள் மாதிரி இருந்தது.

குழந்தைக்காக அலைய ஆரம்பித்ததிலிருந்து விக்டரும் பிரேமாவுடன் சேர்ந்துதான் எல்லா இடங்களுக்கும் வந்துகொண்டிருக்கிறான். 'அலஞ்சி சாக

வேண்டியிருக்கு. ஒன்னாலதான் என் வாழ்க்க வீணாயிடுச்சி' என்று சொன்ன தில்லை. அப்படி மனதில் இருந்தாலும், 'இதுல நம்ம தப்பு ஒண்ணுமில்ல' என்றுதான் சொல்லியிருக்கிறான். 'ஆஸ்பத்திரிக்குப் போக வேண்டியது நீதான், ஒங்கூட என்னால வர முடியாது' என்று ஒருமுறைகூடச் சொன்ன தில்லை. 'இன்னொரு கல்யாணம் கட்டிக்க' என்று அவனுடைய அம்மா சொன்னபோதெல்லாம், 'பேசாம இருக்கணும் சரியா?' என்று ஒரே வார்த்தையில் அடித்துச் சொல்வான். பிரேமா அளவுக்கு அவ்வளவு நிறமில்லைதான். ஆனாலும் நல்ல உயரம். கொஞ்சம் வாட்டசாட்டமான ஆள்தான். விக்டரைப் பார்த்தாள். பார்த்ததுமே அவனுக்கும் தான் ஒரு தகப்ப னாக வேண்டும் என்ற ஆசை இருக்கத்தானே செய்யும். அதற்கு இனி வழியில்லை என்ற பிறகு, அவனுடைய மனம் எப்படி இருக்கும் என்று நினைத்ததும் பிரேமாவுக்குக் கண்கள் கலங்கிவிட்டன. தன்னுடைய உடலில் குறை இருந்ததால்தான் பொறுத்துக்கொண்டோம். விக்டரிடம் குறை இருந் திருந்தால் அவனை என்ன சொல்லி அசிங்கப்படுத்தி இருப்போம்? மனதுக்குள் அவனைப் பற்றி என்ன விதமான எண்ணம் உண்டாகியிருக்கும் என்று யோசிப்பதற்கே தயக்கமாக இருந்தது. விக்டரின் அளவுக்குப் பக்குவமாக, பொறுமையாக இருந்திருப்பேனா என்று தன்னிடமே கேட்டுக்கொண்டாள். அதற்குப் பதிலாக அவளிடமிருந்து பெருமூச்சு மட்டுமே வெளிப்பட்டது.

'உன்னால் ஒளிர்கிறது இந்த இரவு. உன் நினைவுகளால் நிறைந்திருக்கிறது இந்த இரவு. நெஞ்சில் நின்றெரியும் நெருப்பு நீ' என்று விக்டர் முதன் முதலாக அவளுக்கு எழுதிய கடிதத்தில் இருந்த வரிகள் நினைவுக்கு வந்தன. திருமணமான பிறகு கடிதமோ, கவிதை வரிகளோ தனக்கு அவன் எழுதித் தந்ததில்லை என்பதும் நினைவுக்கு வந்தது.

இனி குழந்தைக்கு வாய்ப்பில்லை என்று இரண்டு, மூன்று வருடங் களுக்கு முன்பே தெரிந்துவிட்டது. டெஸ்ட் டியூப் பேபிக்கான வாய்ப்பும் இல்லை என்பதால் வாடகைத் தாயின் மூலம் குழந்தை பெறலாம் என்று சொன்னதற்கு, 'உளறாம இரு' என்று சொன்னான். பிரேமா ரொம்பவும் நச்சரிக்க ஆரம்பித்ததால் மூன்று, நான்கு மாதங்கள் வாடகைத் தாயைத் தேடும் முயற்சியில் அலைந்தான். அதில் நிறைய சட்டச் சிக்கல்கள் இருப் பதைக் கண்டு மிரண்டு போனான். அடுத்த முயற்சியாகத் தத்தெடுக்கலாம் என்று ஒவ்வொரு அநாதை ஆசிரமமாக அலைந்தான். பிறந்த சில மணி நேரத்திலேயே குழந்தை கிடைக்க வேண்டும் என்று நண்பர்கள் மூலம் சில மருத்துவமனைகளிலும் சொல்லிவைத்தான். அதற்காகவும் பிரேமாவுடன் அலைந்தான். செலவு செய்யவும் தயாராக இருந்தான். விஷயத்தைத் தெரிந்து கொண்டு, 'யாரோ பெத்த புள்ளயக் கொண்டாந்து என் வீட்டுப் புள்ளையா ஆக்கப் பாக்குறியா? அப்படிச் செஞ்சா என் சொத்தில ஒரு பாக்கு அளவுக்குக் கூட ஒனக்குக் கெடைக்காது. வறடிக்கு எதுக்குச் சொத்து' என்று சொல்லி விக்டரின் அம்மா சண்டை போட்டாலும், தத்தெடுக்கும் முயற்சியில்

தொடர்ந்து ஈடுபட்டான். 'ஒனக்குப் பைத்தியம் புடிச்சிருக்கு' என்று சொன்னாலும், பிரேமா கூப்பிட்ட இடத்துக்கெல்லாம் போகவே செய்தான். அப்படிப்பட்டவன் இப்படி நின்றுகொண்டிருக்கிறானே என்று வருத்தப் பட்டாள். ''போயிப் படுங்க'' என்று சொன்னாள்.

''ஒக்காருங்க'' என்று சொல்லிவிட்டு எழுந்து கழிப்பறைக்குப் போனாள் சுலோச்சனா.

''சீக்கிரமாப் படு'' என்று சொல்லிவிட்டு வெளியே போனான் விக்டர்.

கழிப்பறையிலிருந்து வந்த சுலோச்சனா நாற்காலியை ஒரு ஓரமாக நகர்த்தி வைத்துவிட்டு வீட்டிலிருந்து கொண்டுவந்திருந்த போர்வையை விரித்துப் போட்டுப் படுத்துக்கொண்டு, ''ஒங்கப்பா எவ்வளவு கஷ்டப்படுறார்னு ஒனக்குத் தெரியாது. நீ நல்லபடியா இருக்கணும். அதுதான் அவரோட ஆச. காலயிலியே வந்திடுவாரு'' என்று சொன்னாள். அதற்கு பிரேமா எந்தப் பதிலும் சொல்லவில்லை.

உட்கார்ந்திருப்பதற்குப் பிடிக்காமல் படுத்துக்கொண்டாள். எதையும் நினைக்காமல், யோசிக்காமல் இருந்தால் தூங்கிவிடலாம் என்று நினைத்துக் கொண்டு கண்களை மூடினாள். 'இரவு தூங்கிக்கொண்டிருக்கிறது. கண் களும், மனமும் விழித்துக்கொண்டிருக்கிறது' என்ற ஆங்கிலக் கவிதை வரி நினைவுக்கு வந்தது.

இப்படிப் படுத்துக்கொண்டிருக்கிறோம் என்று மீண்டும் நினைத்ததுமே வந்த தூக்கமும் போய்விட்டது. ''இன்னிக்கி மட்டுமா இப்படி ஆஸ்பத் திரியில் படுத்திருக்கிறன்'' என்று தன்னிடமே கேட்டுக்கொண்டாள். ''இனிமே எதுக்காகவும் அலைய வேண்டியதில்ல'' என்று முனகிய அடுத்த நொடியே விக்டரின் அம்மா, 'தண்ணி இல்லாத குடமும் கர்ப்பப்பை நெறயாத பொண்ணும் ஒண்ணுதான்' என்று சொன்னது நினைவுக்கு வந்தது.

''தூங்க மாட்டியா? ஒலகத்தில ஒனக்கு மட்டும்தான் குழந்த பொறக்க லியா? நம்ப ஊர்லியே ஏழெட்டுப் பேருக்கு மேல குழந்த இல்ல. ஒங்க அத்தைக்கும்தான் குழந்த இல்ல. நம்ம போன ஒவ்வொரு ஆஸ்பத்திரிலயும் எம்மாம் கூட்டம் இருந்துச்சி, எல்லாத்தயும் பார்த்தத்தான'' என்று சுலோச்சனா சொன்னதும், 'பொம்பளைங்கிறது கர்ப்பப்பைதான். அது நெறையாதவ பொணம்தான். அழகு பாக்கவா கல்யாணம் கட்டியாரு வாங்க?' என்று விக்டரின் அம்மா கேட்டது நினைவுக்கு வந்தது. பிரேமா வுக்குப் படுத்துக்கொண்டிருக்க முடியவில்லை. எழுந்து எங்கேயாவது போகலாமா? போனாலும் வராண்டா வரைதான் போக முடியும்? கீழே போக முடியாது. கதவைப் பூட்டி வைத்திருப்பார்கள் என்று நினைத்ததும் கோபம் வந்தது. கோபத்தில், ''எனக்கு மட்டும் ஏன் இப்படி?'' என்று கேட்டுக்கொண்டாள். ''என்னெச் சாகடிச்ச கண்ணிவெடி என்னோட கர்ப்பப்பைதான்'' என்று சொல்லி முனகினாள்.

யாராருக்கெல்லாமோ ஏசு நல்லது செய்ததாகக் கேள்விப்பட்டிருக்கிறாள். படிப்புத் தந்ததாக, வேலை தந்ததாக, நோயைக் குணப்படுத்தியதாக, தனக்கு மட்டும் ஏன் அவர் எதுவும் செய்யவில்லை. பிரேமாவுக்கு நினைவு தெரிந்த நாளிலிருந்து ஒவ்வொரு ஞாயிற்றுக்கிழமையும் தவறாமல் சர்ச்சுக்குப் போய்த் திருப்பலி நிகழ்ச்சியில் பங்குகொண்டிருக்கிறாள். பைபிளைப் படிக்காத நாளில்லை. அவள் ஒருநாளும் ஏசுவை ஜெபிக்காமல் இருந்ததில்லை. ஏசுவை நினைக்காமல் அவள் எந்தக் காரியத்தையும் செய்ததில்லை.

குழந்தை பிறக்க வேண்டும் என்ற வேண்டுதலுக்காக சர்ச்சுக்குப் போகிற ஒவ்வொரு முறையும் காணிக்கை செலுத்தியிருக்கிறாள். மருத்துவமனைக்குப் போகிற ஒவ்வொரு முறையும் விக்டரைத் தன்னுடைய வயிற்றில் சிலுவைக் குறியை இடச் சொல்வாள். ஒரு குழந்தை பிறந்தால் போதும். அதுதான் அவளுடைய ஆசையாக இருந்தது. கர்ப்பப்பையில் பிரச்சினை என்று தெரிந்த பிறகு அவளுடன் விக்டர் இணையும்போதெல்லாம், 'ஆண்டவரே என்னை ஆசிர்வதியும்' என்று மனதுக்குள் பிரார்த்தனை செய்திருக்கிறாள். தன்னை அவர் கைவிட மாட்டார் என்றுதான் எப்போதும் நம்பிக்கொண்டிருந்தாள். இப்போது, 'ஆண்டவரே ஏன் என்னைக் கைவிட்டீர்' என்று கேட்கத் தோன்றியது. குழந்தை அழுகிற சத்தம் கேட்டது. பக்கத்து அறையில் குழந்தை பெற்ற பெண் இருக்கலாம் என்று நினைத்தாள். அந்தக் குழந்தை ஆணாக இருக்குமா, பெண்ணாக இருக்குமா எப்படி இருக்கும் என்று யோசிக்க ஆரம்பித்தாள். கண்களால் பார்க்க முடியாத அந்தக் குழந்தையைப் பற்றியும் அதனுடைய தாயைப் பற்றியும் யோசித்தாள். குறிப்பிட்ட தேதியில், நட்சத்திரத்தில், நேரத்தில் குழந்தை பிறக்க வேண்டும் என்று திட்டம்போட்டு அறுவைச் சிகிச்சை செய்து குழந்தையை எடுக்கிறார்கள். ஒரே பிரசவத்தில் மூன்று குழந்தைகள் பெற்றவர்கள், ஆண் குழந்தைக்காக நான்கைந்து பெண் குழந்தைகளைப் பெற்றவர்கள் இருக்கிறார்கள். தனக்குக் கர்ப்பமே தரிக்கவில்லை. ஒரு கத்தியை எடுத்துத் தானே தன்னுடைய வயிற்றைக் கிழித்துக்கொள்ள வேண்டும் என்ற வெறி பல முறை அவளுக்கு வந்திருக்கிறது. இப்போதும் அதே எண்ணம் உண்டாயிற்று.

கல்யாணம் முடிந்ததும் தனக்கு முதலில் பெண் குழந்தைதான் பிறக்கும் என்று நினைத்தாள். பிறக்க இருக்கும் குழந்தை எப்படி இருக்கும், விக்டர் மாதிரி இருக்குமா, தன்னை மாதிரி இருக்குமா, அது எப்படிச் சிரிக்கும், அழும், நடக்கும், அடம்பிடிக்கும், அடம்பிடித்தால் அடிப்பதா, வேண்டாமா, பிரி.கே.ஜி. எந்தப் பள்ளியில் சேர்ப்பது, இரண்டாவது குழந்தைக்கு மூன்று, நான்கு வருட இடைவெளியாவது இருக்க வேண்டும், குழந்தை பிறந்தால் என்ன பெயர் வைப்பது என்ற யோசனைகளிலும், பெயர்களை எழுதிப் பார்ப்பதிலும் நிறைய நேரத்தைச் செலவிட்டிருக்கிறாள். மருத்துவமனைக்குப் போகும்போதும் மருத்துவரைச் சந்திப்பதற்காகக் காத்துக்கொண்டிருக்கும் போதும் தனக்குப் பிறக்க இருக்கிற குழந்தை எப்படி இருக்கும் என்று

கற்பனை செய்துகொண்டிருப்பாள். கற்பனையில் உருவான குழந்தைகள் அவளுடைய மனதில் இரவும் பகலும் வளர்ந்துகொண்டிருக்கும். அப்படி அவள் கற்பனையில் நெய்து உருவாக்கிய குழந்தைகளின் எண்ணிக்கை குறைந்தது நூற்றுக்கு மேல் இருக்கும்.

மருத்துவமனைகளுக்குப் போக ஆரம்பித்த பிறகு ஆணோ, பெண்ணோ ஒரு குழந்தை பிறந்தால் போதும் என்ற முடிவுக்கு வந்தாள். அதுவு மில்லை என்றானபோது குழந்தை ஊனத்துடன் பிறந்தால்கூடச் சரிதான் என்ற நிலையும் மாறி, குழந்தை உயிருடன் பிறக்க வேண்டுமென்ற அவசியம்கூட இல்லை. வயிற்றிலேயே இறந்து பிறந்தால்கூடப் போதும் என்ற மனநிலைக்கு வந்தாள். எதுவும் நடக்காததால் மூன்று, நான்கு மாதங்கள் கர்ப்பமாக இருந்து, கலைந்தால்கூடச் சரிதான் என்று தன்னைச் சமாதானப் படுத்திக்கொண்டாள். 'ரெண்டு, மூணு மாசக் கருவுலியே கலஞ்சிபோச்சி. எதனாலன்னு தெரியல' என்று சொல்ல ஆசைப்பட்டாள். அதுதான் அவ ளுடைய கடைசி ஆசையாகவும் வேண்டுதலாகவும் இருந்தது. அதற்கும் வழியில்லை என்று தெரிந்துவிட்ட பிறகுதான் கர்ப்பப்பையை எடுப்பதற்குச் சம்மதித்தாள். 'எப்படியெல்லாம் அலஞ்சன்' என்று நினைத்ததுமே அழுகை வந்தது. அழுகையை அடக்குவதற்காக எழுந்து கதவைத் திறந்துகொண்டு வராண்டாவுக்கு வந்தாள்.

தெற்கு வடக்காக இருந்தது வராண்டா. ஒவ்வொரு பக்கமும் பத்து அறைகள் என்று இரண்டு பக்கங்களிலும் இருந்தன. வராண்டாவின் கடைசி வரை வந்தாள். திரும்பி தன்னுடைய பதினெட்டாம் எண் அறைவரை வந்தாள். எல்லா அறைகளுமே சாத்தப்பட்டிருந்தன. பகலாக இருந்திருந்தால் நர்சுகள் நடக்கிற, பேசுகிற சத்தங்கள் கேட்டிருக்கும். நோயாளிகளின் நட மாட்டம் இருந்திருக்கும். இரவு என்பதால் எந்தச் சத்தமுமில்லை. வராண்டா மங்கலான வெளிச்சத்தில் இருந்தது. மீண்டும் வராண்டாவின் கடைசிவரை வந்தாள். திரும்பி நடந்து வரும்போது வாசலில் சுலோச்சனா நின்றுகொண்டிருப்பது தெரிந்தது.

''எதுக்காக நீ ராத்திரியில பேயாட்டம் தூங்காம நடந்துகிட்டிருக்க.'' சுலோச்சனா கேட்டதற்குப் பதில் சொல்லாமல் அறைக்குள் வந்து கட்டிலில் ஏறிப் படுத்துக்கொண்டு போர்வையை எடுத்துப் போர்த்திக்கொண்டாள். கதவைச் சாத்திவிட்டு வந்து படுக்கையை ஒட்டி நின்றுகொண்டு, ''கர்ப்பப் பையை எடுக்கிறது ஒண்ணும் அதிசயமில்ல. நூத்துல பத்து பொம்பளைங்க கர்ப்பப்பையை எடுத்திட்டுத்தான் இருக்காங்க. மனசப்போட்டு ஒழப்பிக் காம படு. வேண்டிய அளவுக்குப் பட்டுட்ட. ஒடம்பும் ஓரளவுக்குத்தான் தாங்கும்'' என்று சுலோச்சனா சொன்னதும் போர்த்தியிருந்த போர்வையை விலக்கிவிட்டு, ''இப்படி ஆவறதுக்காகவா அவ்வளவு கஷ்டப்பட்டன். என் னோட கஷ்டம், கண்ணீர் கர்த்தருக்குத் தெரியும்தான?'' என்று கேட்டாள். பேச்சை வளர்க்க விரும்பாத மாதிரி பிரேமாவின் நெற்றியில் சிலுவைக்

குறியிட்டு, ‘‘தூங்கு. இல்லாத உசுருக்காக ஒன்னோட உசுர வுட்டுடாத’’ என்று சொல்லிவிட்டுப் போய்ப் படுத்துக்கொண்டாள்.

‘‘எல்லாத்தயும் மறந்திட்டுத் தூங்கு.’’

‘‘கனவா இது மறந்திட்டுத் தூங்குறதுக்கு?’’ கோபமாகக் கேட்ட பிரேமா வுக்கு எந்தப் பதிலும் சொல்லவில்லை சுலோச்சனா.

மருத்துவமனை மருத்துவமனையாக அலைந்தது, மருத்துவர்களைப் பார்ப் பதற்காகக் காத்துக்கொண்டிருந்தது, டெஸ்ட் கொடுப்பதற்காக, டெஸ்ட் ரிசல்ட்டை வாங்குவதற்காகக் காத்திருந்தது, ஒரு வேளை தவறாமல், ஒரு நாள் தவறாமல் மாத்திரைகளை விழுங்கியது, மாதவிடாய் சமயத்தில் உயிர் போகுமளவுக்கு ஏற்பட்ட வயிற்று வலி, பித்தப்பையில் உருவாகி இருக்கும் கற்களால் ஏற்படும் வலி, வயிறு வீக்கம் என்று எல்லாவற்றையும் தாங்கிக் கொண்டாள். கருமுட்டை நல்ல வளர்ச்சி பெற வேண்டும் என்பதற்காக மாதாமாதம் மாதவிடாய் வருவதற்கும், வந்தால் நிற்காமல் போவதைச் சரிசெய்வதற்கும் மாத்திரைகளைச் சாப்பிட்டாள். மாத்திரைகளை அதிக மாகச் சாப்பிட்டதால் வயிறு புண்ணாகிப்போனது. புண்ணாகிய வயிற்றைச் சரிசெய்வதற்காகவும் மாத்திரைகளைச் சாப்பிட்டாள். ஒரு நாள், இரண்டு நாள் மாத்திரைகள் போட மறந்துவிட்டால் சினை பிடித்த பசு மாட்டின் வயிறுபோல் வயிறு வீங்கிப் போய்விடும். உடலிலிருந்த உயிர்ச்சத்து முற்றிலு மாக வடிந்துவிட்டபோதும் எப்படியும் தனக்கு ஒரு குழந்தை பிறந்துவிடும் என்ற நம்பிக்கையோடுதான் இருந்தாள்.

ஆறு மாதங்களுக்கு ஒரு முறை கர்ப்பப்பையில் நீர்க்கட்டிகள் கரைந்து விட்டனவா, வளர்ச்சியடைந்திருக்கின்றனவா என்று பார்ப்பதற்காக மருத் துவர், பிறப்புறுப்புக்குள் கையைவிட்டுப் பார்ப்பதோடு மட்டுமல்லாமல், ‘ஸ்கேனிங்’ என்று சொல்வார். டிரான்ஸ்வஜினல் அல்ட்ராசவுண்ட் ஸ்கேனிங் இயந்திரம் அவளுடைய பிறப்புறுப்புக்குள் செலுத்தப்படும். ஆறு மாதங் களுக்கு ஒரு முறை மருத்துவர் முன்பும், ஸ்கேனிங் இயந்திரத்தின் முன்பும் புடவையை விலக்கி, கால்களை அகட்டிக் காட்டிக்கொண்டு படுத்திருக்க வேண்டும். நரகமாக இருக்கும். அதையும்தான் பல வருடங்களாகப் பொறுத்துக்கொண்டாள். கர்ப்பப்பைப் புற்றுநோய், மார்பகப் புற்றுநோய் என்று கீமோதெரபி சிகிச்சை அளிக்கும்போது ஏற்படும் வலியையும் பொறுத்துக்கொண்டாள். வலது பக்க மார்பகத்தை அகற்றிய அன்று செத்து விடலாம்போல இருந்தது. ‘எல்லாம் போச்சி’ என்று சொன்னாள். அவள் குழந்தை பெறுவதற்காக அலைந்தது, மழைத் துளியை ஆற்று வெள்ளத்தில் பிடிக்கப் போனது போலாகிவிட்டது.

பிரேமா வேலை செய்கிற கல்லூரியில் வேலை பார்க்கிற எல்லாப் பெண் களுக்குமே குழந்தை இருந்தது. அவளுடன் படித்தவர்கள், பழகியவர்கள், தெரிந்தவர்கள், நண்பர்கள் என்று எல்லோருக்குமே குழந்தைகள் இருந்தன.

அவளுடைய தோழி மேனகாவுக்குக்கூட மூன்று பிள்ளைகள் இருக்கின்றன. அவளுடன் சிகிச்சைக்காக மருத்துவமனைக்கு வந்த பெண்கள் பலருக்கும் குழந்தை பிறந்திருக்கிறது. பிரேமாவுக்கு மட்டும்தான் இல்லை. இதைத்தான் அவளால் தாங்கிக்கொள்ள முடியவில்லை. கல்லூரியின் ஓய்வறையில் உட்கார்ந்திருக்கும்போது உதவிப் பேராசிரியைகள் பேசுகிற விஷயங்களில் பெரும்பாலானவை தங்களுடைய குழந்தைகள் பற்றியதாகவே இருக்கும். அதையெல்லாம் கேட்கும்போது அழுகை முட்டிக்கொண்டு வரும். அழுகையை மறைப்பதற்காகக் கழிப்பறையை நோக்கிப் போய்விடுவாள்.

மருத்துவமனைக்குப் போக ஆரம்பித்ததிலிருந்து இன்றுவரை கணக் கிட்டுப் பார்த்தால் வீட்டிலிருந்த நேரத்தைவிட, கல்லூரியில் இருந்த நேரத்தைவிட, மருத்துவமனையில் இருந்த நேரம்தான் அதிகம். பிரேமா வேலை பார்க்கிற கல்லூரி ஒரு தனியார் நிறுவனம். தற்காலிகமான பணி தான். மாதம் இருபதாயிரம்தான் சம்பளம். விடுமுறை கேட்கப் போகிற ஒவ்வொரு முறையும், 'நின்னுடுங்க. லீவ் தர முடியாது' என்று சொல்லித் தாளாளர் அசிங்கப்படுத்தும்போதெல்லாம், 'என்னடா வாழ்க்கை இது' என்று நினைப்பாள். அவளுடைய சம்பளத்திலும், விக்டரின் சம்பளத்திலும் வீட்டுக்கு வாங்கிய சாமான்களுக்கான பணம் ஒரு சதவிகிதம்தான் இருக்கும். மற்றதெல்லாம் மருத்துவமனைக்குத்தான் போனது. 'எல்லாம் செஞ்சும் எதுவும் நடக்கல' என்று நினைத்தபடியே எழுந்து உட்கார்ந்தாள். நேரத்தைப் பார்த்தாள். மணி இரண்டு.

'வருத்தப்பட்டுப் பாரஞ்சுமக்கிறவர்களே! நீங்கள் எல்லாரும் என்னிடத் தில் வாருங்கள்; நான் உங்களுக்கு இளைப்பாறுதல் தருவேன்' என்ற பைபிள் வாசகமும், மாதாமாதம் சர்ச்சிலிருந்து வரக்கூடிய 'நற்செய்தி' என்ற பத்திரிகையும் ஞாபகத்துக்கு வந்தன. 'இனிமே எனக்கு என்ன நற்செய்தி வரப்போகுது? அன்பானவரே, ஆவியானவரே' என்று சர்ச்சில் பாடியதெல் லாம் நினைவுக்கு வந்தன. அந்த நினைவுகளை மறக்க நினைத்ததுபோல் தன்னிடமே, ''தூங்கிடு தூங்கிடு'' என்று சொன்னாள். அவளுடைய இஷ்டத் துக்கு எப்படி அவளுடைய உடம்பு ஒத்துழைக்கவில்லையோ அதே மாதிரி தான் அவளுடைய மனமும் ஒத்துழைக்கவில்லை.

'ஏன் குழந்தை பிறக்கவில்லை?' என்று யோசிக்க ஆரம்பித்த பிறகுதான் பிரேமாவுக்குத் தூக்கம் குறைய ஆரம்பித்தது. மருத்துவமனைகளுக்குப் போகப்போக, உடம்பிலிருக்கும் ஒவ்வொரு நோயும் தெரியவரதெரியவர தூக்கம் என்பது அவளுக்கு எப்போதாவது வருகிற திருவிழா மாதிரியாகி விட்டது. ஒருவேளை இன்று இரவு எட்டு, ஒன்பது மணிக்குச் சாப்பிட்டிருந் தால் தூக்கம் வந்திருக்கலாம். மாலை நான்கு மணிக்குப் பிறகு சாப் பிடக் கூடாது என்று நர்சுகள் சொல்லிவிட்டார்கள்.

இரண்டு நாட்கள் கழித்து கல்லூரிக்குப் போகும்போது, 'ரெண்டு நாளா எங்க போன?' என்று கேட்டால் என்ன சொல்வது என்று யோசித்தாள். இதற்கு முன்பு கேட்டபோதெல்லாம், 'ட்ரீட்மண்டுக்குப் போனன்' என்று

சொல்வாள். இப்போது கர்ப்பப்பையை எடுப்பதற்காகப் போனேன் என்று சொல்ல முடியுமா? அப்படிச் சொன்னால் இனிமேல் பிரேமாவுக்குக் குழந்தை பிறக்காது என்று எல்லோருக்கும் தெரிந்துவிடும். ‘தத்தெடுத்திடு, தத்தெடுத்திடு’ என்று புத்திமதி சொல்வார்கள். அதையெல்லாம் எப்படித் தாங்கிக்கொள்வது? கெட்ட விஷயங்கள் எல்லாம் ஒரே நாளில் நடந்து விட்டதுபோல் பிரேமாவுக்குத் தோன்றியது.

வருடம் தவறாமல் வேளாங்கன்னிக்குப் போயிருக்கிறாள். மூன்று கிலோ மீட்டர் தூரம் உச்சி வெயிலில் முட்டிபோட்டுக்கொண்டு போய் வேண்டி னால், தென்னம்பிள்ளை வாங்கிக் கொடுத்தால், வெள்ளியில் தொட்டில் கட்டினால் பிள்ளை பிறக்கும் என்று மற்றவர்கள் சொன்னதையெல்லாம் கேள்வி கேட்காமல் வேளாங்கன்னி மாதா கோயிலில் செய்தாள். கூடுதலாகத் தங்க தொட்டில் கட்டுவதாகவும் வேண்டிக்கொண்டாள். அவள் வேண்டிக் கொண்டதெல்லாம், ‘இது என் பிள்ளை’ என்று ஒரு குழந்தையைக் காட்டு வதற்குத்தான்.

நவீனக் கருத்தரிப்பு மையம் என்று எங்கெல்லாம் மருத்துவமனைகள் இருந்தனவோ அங்கெல்லாம் போனாள். ‘குழந்தைபேறு’ என்ற பெயரில் தொலைக்காட்சி நிகழ்ச்சிகளில் கருத்தரிப்புக் குறித்து மருத்துவர்கள் பேசும் பேச்சையெல்லாம் கேட்டாள். ‘குடும்ப நலம்’, ‘பெண்கள் நலம்’ என்று வந்த பத்திரிகைகளை எல்லாம் வாங்கிப் படித்தாள். யூடியூப் சேனல்களில் கருத்தரிப்புப் பிரச்சினைகள் குறித்து மருத்துவர்கள் பேசிய பேச்சை யெல்லாம் கேட்டாள். பல்பையுரு கருப்பை நோய் (PCOS) குறித்து, அதற்கான தீர்வு குறித்து வந்திருந்த பெரும்பாலான வீடியோக்களை எல்லாம் பார்த் தாள். குழந்தை பிறப்பதற்கு என்னென்ன விதமான முயற்சிகளைச் செய்ய முடியுமோ அத்தனையும் செய்தாள். நவீனக் கருத்தரிப்பு மையங்களின் பெரும்பாலும் எல்லா விளம்பர போர்டுகளிலும், ‘உங்களுக்கு உறுதுணையாக நாங்கள் இருக்கிறோம். கவலை வேண்டாம். நம்பிக்கையாக இருங்கள்’ என்று எழுதியிருக்கும். ஏனோ அந்த வாசகம் இப்போது நினைவுக்கு வந்தது.

‘‘தலயெழுத்து’’ என்று பிரேமா சொன்னாள். அப்படிச் சொன்னது அவளுக்கே ஆச்சரியமாக இருந்தது. வகுப்பறைகளில் பாடம் நடத்தும் போது, ‘தலயெழுத்துன்னு ஒண்ணு இல்ல. அப்படி நம்புறது அறிவுபூர்வ மானது இல்ல’ என்றெல்லாம் லெக்சர் கொடுப்பாள். வகுப்பறையில் மாயா ஏஞ்சலோவின் கவிதை வரிகளைத்தான் அதிகமாக மேற்கோள் காட்டு வாள். Phenomenal Woman என்ற கவிதையைத் திரும்பத்திரும்பச் சொல் வாள். வகுப்பில் பேசிய பேச்செல்லாம் நினைவுக்கு வந்தன. தனக்கு நடப்பதெல்லாம் தலையெழுத்தால்தானா?

பிரேமாவுக்கு எப்போதுமே தான் அழகாக இருக்கிறோம் என்ற கர்வம் உண்டு. பள்ளியில் படிக்கும்போது இருந்ததைவிடக் கல்லூரியில் படிக்கும் போது இருந்ததைவிட, பிஎச்.டி. ஆய்வு செய்யும்போது சற்றுக் கூடுதலாகவே

இருந்தது. வாய்ப்புக் கிடைக்கும்போதெல்லாம் தன்னுடைய உடலின் மீதான கர்வத்தை அவள் காட்டுவதற்குத் தயங்கியதும் இல்லை, தவறியதும் இல்லை. குழந்தையாக இருக்கும்போது சர்ச்சில் பாடக் கூப்பிடுவார்கள், பள்ளியில் தேசிய கீதம், நாட்டுப்பண் பாடக் கூப்பிடுவார்கள். கல்லூரியில் படிக்கும் போது நடக்கும் கருத்தரங்குகளுக்கு காம்பெயராகக் கூப்பிடுவார்கள். ஆளும் அழகாக இருக்கிறாள், குரலும் நன்றாக இருக்கிறது, வார்த்தைகளையும் சரியாக உச்சரிக்கிறாள் என்று எல்லா விஷயத்திலுமே பிரேமாவைத்தான் முன்னிறுத்துவார்கள். ஒவ்வொரு நிகழ்ச்சியில் பங்கேற்கும்போதும் தன் உடலின்மீதான கர்வத்தை அவள் காட்டத் தவறியதே இல்லை.

மின்விசிறி ஓடுகிற சத்தத்தைத் தவிர அறைக்குள் வேறு எந்தச் சத்தமு மில்லை. அறைக்குள் அழுகல் வாடை அடிப்பதுபோல் இருந்தது. இந்த இரவு எப்போது முடியும் என்றிருந்தது. ‘மறையும் சூரியன்’ என்ற கவிதைப் புத்தகத் திலிருந்த ‘வாழும் கலை’ என்ற கவிதை நினைவுக்கு வந்தது.

‘‘இனிமே அலைய வேண்டியதில்ல. பான இருந்தாதான தண்ணி இருக்கும்? இனி பானயும் இல்ல, தண்ணியுமில்ல. என்னெவிடப் பிறக்காத குழந்தையத்தான் அதிகம் விரும்புனன். அதுக்காகத்தான் அதிக கவலப் பட்டன். ஏங்குனன். காத்திருந்தன். அலஞ்சன். அலைச்சல்லியே காத்தில காணாம போன தூசு மாதிரி எட்டு வருஷம் ஓடிப்போயிடிச்சி. இனி என்ன? அவ்வளவுதான். முடிஞ்சிடிச்சி. நாடகத்தோட கடைசி சீன். என் நெஞ்சால எத்தன குழந்தைகளப் பெத்தன்? நெஞ்சில, நினைவுல பிறந்து வளருறதும் குழந்ததான?’’ என்று தனக்குள் சொல்லிக்கொண்டாள். அவளுக்குத் தன் னுடைய உடம்பு சூடாக இருப்பதுபோல் தோன்றியது. நெற்றியில், கழுத்தில் தொட்டுப் பார்த்தாள், சூடாகத்தான் இருந்தது. தான் ஒரு காலியான பாத் திரம் என்ற எண்ணம் அவளுக்கு உண்டானதும் மூச்சுவிட முடியாத அளவிற்கு ஏதோ ஒன்று நெஞ்சை அழுத்துவதுபோலிருந்தது.

‘பொம்பளைங்கிறது கர்ப்பப்பைதான். அதுவே செத்துப்போயி இருந்தா அப்பறமென்ன பொம்பள? புடவை, ஜாக்கெட் போட்டுட்டா மட்டும் பொம்பளயாயிட முடியாது’ என்று விக்டரின் அம்மா சொன்னது நினைவுக்கு வந்ததும், ‘‘நான் பொம்பள இல்ல. என் ஒடம்புதான் எனக்கு எதிரி. ஆண்டவரின் கிருபையால என் கர்ப்பப்பைய விடிஞ்சதும் எடுத்திடுவாங்க. இதுதான் ஆண்டவரோட அருள்போல. ஆண்டவரோட நியாயம்போல’’ என்று சொன்னாள். படுக்கையைவிட்டு இறங்கி கழிப்பறைக்குச் சென்றாள். சத்தம் கேட்கக் கூடாது என்பதற்காகத் தண்ணீர்க் குழாயைத் திறந்துவிட் டாள். ‘‘ஏசுவே’’ என்று சொல்லிவிட்டு அழ ஆரம்பித்தாள். •

ஆனந்த விகடன், பிப்ரவரி 2, 2022

எஸ் சார்

பணியாளர் கதவைத் திறந்துவிட, ஆளுநர் அலுவலகத்திற்கு முன்பாக இருந்த பார்வையாளர்கள் காத்திருப்பு அறைக்குள் வந்தார் டி.ஜி.பி. பணியாளர் தண்ணீர் பாட்டில், காபி, ஸ்நாக்ஸ் என்று எடுத்துக்கொண்டு வந்து டீபாயில் வைத்தார். ''காபி கலக்கட்டுமா ஐயா?'' என்று பணியாளர் கேட்டதற்கு, ''வேண்டாம்'' என்று சிடுசிடுப்புடன் சொன்னார். சத்தம் எழுப்பாமல் கதவைத் திறந்துகொண்டு வெளியே போனார் பணியாளர். தண்ணீர் பாட்டிலை எடுத்து மூடியைத் திறக்க ஆரம்பித்தார் டி.ஜி.பி. அப்போது பணியாளர் கதவைத் திறந்துவிடத் தலைமைச் செயலாளர், அறைக்குள் வந்ததைச் சற்றும் எதிர்பார்க்காத டி.ஜி.பி., ''குட் ஈவினிங் சார்'' என்று சொல்லிவிட்டு எழுந்து நின்று சல்யூட் அடித்தார்.

''ப்ளீஸ் சிட் டவுன்'' என்று சொல்லிவிட்டு சோபாவில் உட்கார்ந்தார் தலைமைச் செயலாளர். அவருக்கு எதிரில் இருந்த சோபாவில் உட்கார்ந்து கொண்டார் டி.ஜி.பி.

''வாட் எ சர்ப்ரைஸ்.'' டி.ஜி.பி. சொன்னார். அப்போது பணியாளர் தண்ணீர் பாட்டில், காபி, ஸ்நாக்ஸ் என்று எடுத்துக்கொண்டு வந்து தலைமைச் செயலாளர் உட்கார்ந்திருந்த சோபாவிற்கு எதிரில் இருந்த டீபாயில் வைத்துவிட்டு மிகவும் சன்னமான குரலில், ''காபி கலக்கட்டுமா ஐயா?'' என்று கேட்டார்.

''வேண்டாம்.'' தலைமைச் செயலாளர் சொன்னதும் பணிவுடன் கதவைத் திறந்துகொண்டு வெளியே போனார் பணியாளர்.

''எனிதிங் ஸ்பெஷல் சார்.'' டி.ஜி.பி. கேட்டார்.

''சார் பாக்கணும்னு சொன்னாரு. ஃபைவ் டென்னுக்கு அப்பாயிண்மண்ட்னு கவர்னரோட செகரட்டரி சொன்னாரு.'' தலைமைச் செயலாளர் சொன்னதைக் கேட்டு வியந்துபோன டி.ஜி.பி., ''அஞ்சி மணிக்கு வரச் சொல்லி எனக்கும் அவர்தான் போன் பண்ணி சொன்னாரு'' என்று சொன்னார்.

''அப்படியா'' என்று கேட்ட தலைமைச் செயலாளர் மூக்குக்கண்ணாடியைக் கழற்றித் துடைத்துவிட்டு மீண்டும் போட்டுக்கொண்டார்.

‘‘ஒங்களையும் என்னையும் ஒரே நேரத்தில் வரச் சொன்னது புதுசாவும் இருக்கு, ஆச்சரியமாவும் இருக்கு.’’ டி.ஜி.பி. சொன்னதற்குத் தலைமைச் செயலாளர் சன்னமான குரலில், ‘‘எஸ்’’ என்று மட்டும் சொன்னார். சாதா ரணமாகத் தலைமைச் செயலாளர் அதிகம் பேச மாட்டார். இவர் மட்டு மல்ல பொதுவாக ஐ.ஏ.எஸ். அதிகாரிகளே அப்படித்தான். கோபத்தை, அதிகாரத்தைப் பார்வையில் மட்டும்தான் காட்டுவார்கள். ஆனால், ஐ.பி.எஸ். அதிகாரிகள் அவர்களுக்கு நேரெதிர். தனக்குக் கீழே இருக்கிற அதிகாரிகளை டி.எஸ்.பி.களாக இருந்தாலும், ‘இடியட்’ என்று சொல்லித் திட்டுவார்கள். மிரட்டுவதன் மூலமாகவே தங்களுக்கான அதிகாரத்தைக் காட்டுவார்கள்.

‘‘சென்ட்ரல் கவர்மண்ட்டுலயிருந்து ஏதாவது ரகசியமா சர்க்குலர் அனுப்பி இருக்காங்களா?’’

‘‘இதுவர என்னோட நாலேஜிக்கு எதுவும் வரல.’’ தலைமைச் செயலாளர் பட்டும்படாமலும் சொன்னார். அவர் எப்போதுமே இப்படித்தான் பதில் சொல்வார். அவருடைய பதிலிலிருந்து யாரும் எதையும் அனுமானித்துவிட முடியாது.

‘‘சாதாரணமா கவர்னர் ஆட்சி நடக்கும்போதுதான் சீஃப் செகரட் டரியையும் டி.ஜி.பி.யையும் ஒரே நேரத்தில் வரவழைச்சிப் பேசுவாங்க. இவரு கொஞ்சம் வித்தியாசமா இருக்காரு. ஸ்டேட் கவர்மண்ட் ‘ஆ’ன்னா சென்ட்ரல் கவர்மண்ட் ‘ஊ’ங்குறாங்க, சென்ட்ரல் கவர்மண்ட் ‘ஆ’ன்னா ஸ்டேட் கவர்மண்ட் ‘ஊ’ங்குறாங்க. நடுவுல இந்த கவர்னரு வேற, இதுவர எந்த கவர்னரும் செய்யாத புது பாலிட்டிக்ஸ் பண்றாரு. பொலிட்டிக்கல் பார்ட்டிங்ககிட்ட மாட்டிக்கிட்டு நாமதான் சாக வேண்டியிருக்கு.’’

டி.ஜி.பி. சலிப்பாகச் சொல்லிக்கொண்டிருக்கும்போது, ‘‘சி.எம்.க்குத் தகவல் சொல்லிட்டிங்களா?’’ என்று தலைமைச் செயலாளர் கேட்டார்.

‘‘எஸ் சார்.’’

‘‘நானும் சொல்லிட்டுத்தான் வந்தன்.’’ தலைமைச் செயலாளர் சொல்லிக் கொண்டிருக்கும்போது பணியாளர் கதவைத் திறந்துவிட ஆளுநரின் செய லாளர் அறைக்குள் வந்தார்.

‘‘ஹலோ சார்’’ என்று சொல்லிவிட்டுத் தலைமைச் செயலாளருக்குப் பக்கத்தில் இருந்த சோபாவில் ஆளுநரின் செயலாளர் உட்கார்ந்தார். அவரும் ஐ.ஏ.எஸ். அதிகாரிதான். எத்தனை ஆளுநர்கள் மாறிமாறி வந்தாலும் அத்தனை ஆளுநர்களுக்கும் தனிச் செயலாளராகவும், பிடித்தமான செய லாளராகவும் இருக்கிற வித்தை அவருக்கு மட்டுமே தெரிந்த ரகசியம்.

‘‘காபி சாப்பிட்டிங்களா?’’ ஆளுநரின் செயலாளர் கேட்டார். அவர் கேட்ட விதம் ஸ்டார் ஹோட்டலில் வரவேற்பாளராக இருக்கும் பெண் கேட்பதுபோல இருந்தது.

''எஸ்'' என்று தலைமைச் செயலாளர் சொன்னதும், நாட்டில் நடக்கிற விஷயங்கள் எதுவுமே தனக்குத் தெரியாது என்பதுபோல, ''வேலை எப்படிப் போகுது?'' என்று ஆளுநரின் செயலாளர் கேட்டார்.

''குட். வழக்கம்போலத்தான்'' என்று தலைமைச் செயலாளர் நாடகப் பாணியில் சொல்லி முடித்ததும், டி.ஜி.பி. ''எனிதிங் ஸ்பெஷல்?'' என்று ஆளுநரின் செயலாளரிடம் கேட்டார்.

''நத்திங்'' என்று சொல்லிவிட்டுச் சிரித்தார். ஆளுநரின் செயலாளர் சிரித்த விதம் சினிமா நடிகை போட்டோவுக்கு போஸ் கொடுக்கும்போது சிரித்ததுபோல் இருந்தது.

''ஒன் மினிட் ப்ளீஸ், சார்கிட்ட கேட்டுட்டு வந்திடுறன்'' என்று சொல்லி விட்டு எழுந்து வெளியே போனார் ஆளுநரின் செயலாளர். போன வேகத்திலேயே திரும்பிவந்து டி.ஜி.பி.யைப் பார்த்து, ''சார் கூப்பிடுறாங்க. ப்ளீஸ் கம்'' என்று சொல்லிவிட்டு முன்னால் போனார். அவருக்குப் பின்னால் டி.ஜி.பி., தன்னுடைய உடை, இடுப்பில் போட்டிருந்த பெல்ட், தலையி லிருந்த தொப்பி எல்லாம் சரியாக இருக்கிறதா என்று ஒரு முறை சரிபார்த்து விட்டு, உடலை விறைப்பாக்கிக்கொண்டு போனார்.

ஆளுநரின் இருக்கைக்குப் பத்திருபதடி தூரம் தள்ளி நின்றுகொண்டு உச்சபட்ச உயர் அதிகாரிகளுக்கு எப்படி சல்யூட் அடிக்க வேண்டுமோ அதே முறையில் சல்யூட் அடித்தார். அதே நேரத்தில் சத்தம் வராமல் பார்த்துக் கொண்டார். அப்போது ஆளுநரின் செயலாளர் அறையைவிட்டு வெளியே போனார். மணலில் பாம்பு ஊர்ந்து போகும்போது எப்படிச் சத்தம் உண் டாகாதோ அதே மாதிரிதான் ஆளுநரின் செயலாளர் வெளியே போகும் போது சிறு சத்தமும் எழவில்லை. காற்றின் அசைவுகூட இல்லை.

''நேத்து என்னோட புரோகிராம் ஷெடியூல் உங்களுக்குத் தெரியும்தான?'' ஆளுநர் கேட்டார்.

அதிகப்படியான மரியாதை வெளிப்படும் குரலில் டி.ஜி.பி. சொன்னார். ''எஸ் சார்.''

''நேத்து பட்டமளிப்பு விழாவுக்கு யுனிவர்சிட்டிக்குப் போய்க்கிட் டிருக்கும்போது ரெண்டு மாடுங்க குறுக்க வந்துடுச்சி. டிரைவர் பிரேக் போட்டான். அடுத்த பத்தாவது நிமிஷத்துல பன்றிங்க கூட்டமா ரோட்ட கிராஸ் பண்ணுதுங்க. டிரைவர் பிரேக் போட்டான். ஒரு ஆளு பொறுமையா மாட்டு வண்டிய ஓட்டிக்கிட்டுப் போறான். ஹாரன் அடிச்சா மாடுங்க ஒதுங்க மாட்டங்குது. தெரியுமா?''

''எஸ் சார். நோ சார். சாரி சார். செக்யூரிட்டிய டைட் பண்ணியிருந்தன் சார்.''

''என்னத்தப் பண்ணியிருந்திங்க மிஸ்டர்.'' ஆளுநரின் குரலில் நக்கல் இருப்பது தெரிந்தது. முன்பைவிடக் கூடுதல் கவனத்துடன் ஆளுநரைப் பார்த்தார் டி.ஜி.பி. ஆளுநரின் அலுவலக அறை பெரிய பங்களா அளவுக்குப் பிரம்மாண்டமாக இருந்தது. அவ்வளவு பெரிய இடத்தில் ஆளுநர் உட்கார்ந்திருந்தது ஒரு பூச்சி உட்கார்ந்துகொண்டிருப்பதுபோல் தெரிந்தது. தானும் ஒரு பூச்சியைப் போலத்தான் நின்றுகொண்டிருக்கிறோம் என்று நினைத்தாலும் உடலை விறைப்பாக்கிக்கொண்டு டி.ஜி.பி. சொன்னார்: ''எஸ் சார், சாரி சார். இனிமே அப்படி நடக்காம பாத்துக்கிறது என்னோட ட்யூட்டி சார்.''

''நடந்த பிறகு பாத்துக்கிறதுக்கு நீங்க எதுக்கு டி.ஜி.பி.யா இருக்கணும்.'' ஆளுநரின் குரலில் சூடேறியிருப்பது டி.ஜி.பி.க்கு நன்றாகவே தெரிந்தது. 'மாடு எப்ப குறுக்க வரும், பன்றிங்க எப்ப ரோட்ட கிராஸ் பண்ணும்னு எப்படி சார் தெரியும்? தெரிஞ்சாலும் அதெப் பாக்கிறதா சார் போலீஸோட வேல' என்று டி.ஜி.பி.க்குக் கேட்கத் தோன்றியது. ஆனால், கேட்கவில்லை. கடைநிலை ஊழியர் மாதிரி மிகவும் பணிவான குரலில், ''எஸ் சார். யுனிவர்சிட்டி இருக்கிற இடம் ஃபாரஸ்ட் ஏரியா. அதனால தவறு நடந்துடுச்சி. இனிமே இப்படி நடக்காது. ஐயாம் ஷ்யூர் சார்'' என்று சொன்னார்.

மூக்குக்கண்ணாடியைக் கழற்றி வேகமாக விட்டெறிவதுபோல் மேசை மீது வைத்தார். ஆளுநர் கண்ணாடியைக் கழற்றி வைத்த விதம் அவர் மிகவும் கோபத்தில் இருக்கிறார் என்பதைக் காட்டியது. நாம் எதுவும் பேச வேண்டாம், அவராகவே பேசட்டும் என்று டி.ஜி.பி. காத்துக்கொண்டிருந்தார். கேட்டால் மட்டும்தான் வாயைத் திறக்க வேண்டும் என்று டி.ஜி.பி.யே தனக்குக் கீழே வேலை செய்கிற அதிகாரிகளிடம் அடிக்கடிச் சொல்வார். உயர் அதிகாரிகள் கேட்கிற கேள்விகளுக்கு மட்டும்தான் கீழ் அதிகாரிகள் பதில் சொல்ல வேண்டும். கேட்காத கேள்விகளுக்குப் பதில் சொல்வதோ, தானாகவே ஒரு வார்த்தை கூடுதலாகப் பேசுவதோ குற்றம் என்பதுதான் காவல்துறையின் நடைமுறை. அதிகாரம் செய்தலும், கீழ்ப்பணிதலும்தான் காவல்துறையின் சட்டம். அதைச் சரியாகவே டி.ஜி.பி. கடைப்பிடித்தார். பேச்சில் மட்டுமல்ல, அவர் நின்றுகொண்டிருந்த விதமும் காவல்துறையின் நடைமுறைபடியே இருந்தது. ஆளுநரின் முகத்தைத் தவிர அறையிலிருந்த பொருட்களை, சுவரில் மாட்டப்பட்டிருந்த நவீன ஓவியங்களை, பிரதமர், ஜனாதிபதி, பழைய ஆளுநர்களின் புகைப்படங்களைக்கூட அவர் பார்க்கவில்லை. ஐ.பி.எஸ். பயிற்சியின்போதுகூட அவர் தன்னுடைய உடலை இவ்வளவு விறைப்பாக வைத்துக்கொண்டு நின்றதில்லை. சாதாரணமாக ஆளுநரை ஐ.ஏ.எஸ்., ஐ.பி.எஸ். அதிகாரிகள் சந்திக்க வரும்போது உட்கார வைத்துப் பேசுவதுதான் நடைமுறை. டீ கொடுப்பது வழக்கம். ஆனால் ஆளுநர், 'உட்காருங்கள்' என்றுகூடச் சொல்லாதது வருத்தமாக இருந்தது. ஆனால், அதை வெளிகாட்டாமல் சாமி சிலையின் முன் நிற்பதைவிடவும் கூடுதலான பயபக்தியுடன் நிற்பதுபோல் டி.ஜி.பி. நின்றுகொண்டிருந்தார்.

‘‘போகும்போதுதான் நியூசென்ஸா இருந்ததுன்னா, திரும்பி வரும் போது ரெண்டு கிலோமீட்டர் தூரத்துக்கு, குரங்குங்க அங்கங்க கூட்டம் கூட்டமா நடுரோட்டுல ஒக்காந்திருக்குது. ஹாரன் அடிச்சாலும் போகல. கார ஸ்லோ பண்ற நேரத்தில ரெண்டு மானுங்க குறுக்க ஓடுது. அந்த நான்சென்ஸ் டிரைவர் அடிக்கடி பிரேக் போடுறான்.’’ ஆளுநர் பல்லைக் கடிக்கிற சத்தம் கேட்டதும் டி.ஜி.பி.யின் உடல் மேலும் விறைப்பானது. அவர் நின்றுகொண்டிருந்த விதம் ஒரு இரும்புக் கம்பியை நிறுத்தி வைத்ததுபோல் இருந்தது. மாநிலத்தின் சட்டம் ஒழுங்கு தன்னுடைய கட்டுப்பாட்டில்தான் இருக்கிறது. ஆனால், எங்கு வந்து எப்படி நின்று கொண்டிருக்கிறோம்? அதிகாரத்தின் வலிமை என்ன என்பதையும், அதிகாரத்தின் முன்பு நின்றுகொண்டிருக்கிறோம் என்பதையும் முழுமையாக உணர்ந்தவராக டி.ஜி.பி. நின்றுகொண்டிருந்தார்.

‘‘எனக்கு எதுவும் தெரியாதுன்னு நெனைக்கிறிங்களா மிஸ்டர்? நான் ரெண்டாவது முறையா கவர்னரா இருக்கன் தெரியும்தான?’’ ஆளுநரின் குரலில் வேகம் கூடியிருப்பது நன்றாகவே தெரிந்தது. மொழுமொழுவென் றிருந்த அவருடைய கன்னத் தசைகள் துடிப்பது தெரிந்தன.

‘‘எஸ் சார்.’’

‘‘ரூட்ட முடிவு செஞ்சது யாரு?’’

டி.ஜி.பி.யால் சட்டென்று பதில் சொல்ல முடியவில்லை. சம்பந்தப்பட்ட மாவட்ட எஸ்.பி., டி.ஐ.ஜி.யைக் காட்டிக்கொடுக்க வேண்டாம் என்று நினைத்தார். கொஞ்ச நேரம் கழித்து மெதுவாகச் சொன்னார்: ‘‘அது கொஞ்சம் ஃபாரஸ்ட் ஏரியா சார்.’’

‘‘ஃபாரஸ்ட் ஏரியாவுல யார் யுனிவர்சிட்டியக் கட்டச் சொன்னது?’’ கோபமாகக் கேட்டார் ஆளுநர்.

பல்கலைக்கழகம் கட்டுவது காவல்துறையின் கட்டுப்பாட்டில வராது. அது மாநில அரசின், ஒன்றிய அரசின் கட்டுப்பாட்டில் உள்ளது என்று சொல்லலாமா? உயர் அதிகாரிகளின் முன், அதிகாரத்தின் முன் கூடுதலாகப் பேசுவது குற்றச் செயல், அது பதவியைக் காலி செய்துவிடும் என்று அவருடைய போலீஸ் மூளை சொன்னதும் பேசாமலிருந்தார் டி.ஜி.பி.

‘‘டைரக்ட்டா எஸ்.பி.யா?’’

‘‘எஸ் சார்.’’

‘‘ட்ரெயினிங்கில ஒண்ணும் சொல்லித் தரலியா?’’

‘‘...’’

‘‘போயி ட்யூட்டிய ஒழுங்கா பாருங்க.’’

‘‘எஸ் சார். தேங்க் யூ சார். அது ஃபாரஸ்ட் ஏரியாங்கிறதாலதான் தவறு நடந்துடிச்சி. கன்சர்ன் ஆபிஸர்ஸ் மேல இன்னிக்கே நடவடிக்க எடுத்துடுறன் சார்.’’ டி.ஜி.பி.யின் குரலில் முழுமையான பணிவு நிறைந்திருந்தது.

''ஃபாரஸ்ட் ஏரியாவாவே இருக்கட்டுமே. கவர்னரோட காருக்கு முன்னால மாடு போறதும், பன்றிங்க போறதும், மாட்டு வண்டி போறதும், மான் ஓடுறதும், கூட்டம்கூட்டமாக் குரங்குங்க ஒக்காந்திருக்கிறதும் சரியா? கவர்னருக்கும், கவர்னரோட காருக்கும் என்ன மரியாத? அந்த ரூட்டுல இந்த மாதிரி இருக்கும்னு போலீஸ் டிபார்ட்மண்டுக்கு முன்னாடியே தெரியும்தானே. அதுக்காக என்ன நடவடிக்க எடுத்திங்க? லோக்கல்ல என்ன நடக்குது, என்ன இருக்குதுன்னு தெரியாம எதுக்கு டி.ஜி.பி.யா இருக்கிங்க? கவர்னர கார்ல ஒக்கார வச்சிக்கிட்டுத்தான் ரோட்டுல இருக்கிற டிஸ்டபென்ஸ கிளியர் பண்ணுவாங்களா? அதுக்குப் பேர்தான் செக்யூரிட்டியா? போலீஸ் டிபார்ட்மண்ட்டா?''

''இனிமே அப்படி நடக்காது சார்.'' சத்தியம் செய்வதுபோல சொன்னார். டி.ஜி.பி. சிறிது நேரம் பேசாமல் இருந்தார். ''உங்க அனுமதியோட ஒரு வார்த்த பேசலாமா சார்?'' கடைநிலை ஊழியர் மாதிரி அனுமதி கேட்டார். முகத்தைச் சுளித்துக்கொண்டே, வேண்டா வெறுப்பாக, ''சொல்லுங்க'' என்று ஆளுநர் சொன்னார்.

''இனிமே சாரோட புரோகிராம் எல்லாத்தயும் என்னோட நேரடிக் கட்டுப்பாட்டுல வச்சி நானே பாத்துக்கிறன் சார். அதே மாதிரி சார் போற ரூட்ல குரங்கு இருக்கா, மான் இருக்கா, பன்றிங்க இருக்கா, ஆடு மாடுகள் இருக்கான்னு செக் பண்ண தனியா ஒரு டீம் போட்டுடுறன். குரங்கப் புடிக்கிறதுக்கு, மானப் புடிக்கிறதுக்கு வலையோட ஒரு டீம் போடுறன். ஆடு, மாடு, பன்றி வச்சிருக்கவங்ககிட்ட முன்னாடியே அலர்ட் பண்ணிடுறன். மாட்டு வண்டி, டயர் வண்டி, லோடு வண்டின்னு எதுவும் போகாம பாத்துக்கிறன் சார். சாரோட புரோகிராமுக்கு முதல் நாளிலிருந்து புரோகிராம் முடிஞ்ச மறுநாள் வரைக்கும் ஆடுமாடுகள வீட்டிலியே கட்டி வச்சியிருக்கணும். கோழியக் கூண்டவிட்டு வெளிய விடக் கூடாது. பன்றியிருந்தா காட்டுக்கு ஓட்டிக்கிட்டுப் போயிடணும். மீறுறவங்க மேல தேச விரோத வழக்கு, குண்டாஸ் போடப்படும்னு இன்னிக்கே ஆர்டர் போட்டு எல்லா எஸ்.பி.களுக்கும் அனுப்பிடுறன். சாரோட கார் போகும்போது வானத்தில காக்கா, குருவினு எது பறந்தாலும் முன்கூட்டியே சுடச் சொல்லிடுறன். ரோட்டுல ஈ, எறும்பு இருந்தாக்கூடப் பூச்சி மருந்து தெளிக்கச் சொல்லிடுறன். தெரு நாயிங்க இருந்தா அதுகளப் புடிக்கிறதுக்கு நாய் வேன் ஒண்ணு அரேன்ஞ் பண்ணிடுறன் சார். ஒங்களோட பாதுகாப்புத்தான் சார் எங்களுக்கு முக்கியம். ஒங்களப் பாதுகாக்கறதுக்காகத்தான் நாங்க இருக்கம். ஏன்னா அது நாட்டோட பாதுகாப்பு, கௌரவம்'' என்று சொன்ன டி.ஜி.பி.க்குத்தான் அதிகமாகப் பேசிவிட்டோமே என்ற கவலை வந்தது. ஆளுநர் என்ன நினைக்கிறார் என்பதை அறிந்துகொள்வதற்காக அவருடைய முகத்தையே உற்றுப் பார்த்தார். ஆளுநரின் முகத்தில் எந்தச் சலனமுமில்லை.

''என்ன செய்யணுமோ செய்யிங்க.'' ஆளுநர் வேண்டாவெறுப்பாகச் சொன்னார்.

‘‘எஸ் சார்.’’

‘‘நீங்க போகலாம்.’’

‘‘தேங்க் யூ சார்’’ என்று சொன்ன டி.ஜி.பி. எந்த அளவிற்குத் தன்னுடைய உடலை விறைப்பாக்கிக்கொண்டு சல்யூட் அடிக்க முடியுமோ அந்த அளவிற்கு ஆளுநருக்கு சல்யூட் அடித்தார். பிறகு, தண்ணீருக்குள் மீன் போவதுபோல எந்தச் சத்தமும் எழாமல் அறையைவிட்டு வெளியே வந்து முன்பு உட்கார்ந்திருந்த அறைக்குள் வந்தார். அறையில் தலைமைச் செயலாளர் மட்டும் தான் இருந்தார். டி.ஜி.பி. வெளியே வருவதற்காகவே காத்துக்கொண்டிருந்தது போல உடனே அறைக்குள் வந்த ஆளுநரின் செயலாளர், ‘‘ப்ளீஸ் கம் சார்’’ என்று சொன்னார். தலைமைச் செயலாளர், எஜமானருக்குப் பின்னால் போகும் பணியாளர் மாதிரி ஆளுநரின் செயலாளருக்குப் பின்னால் போனார்.

டி.ஜி.பி. டீபாய் மீதிருந்த தண்ணீர் பாட்டிலை எடுத்துக் குடித்தார். அவருக்கு இன்னும் ஒரு பாட்டில் தண்ணீர் குடிக்க வேண்டும்போல் இருந்தது. தலையிலிருந்த தொப்பியை எடுத்து டீபாயின் மீது வைத்தார். வியர்த்துவிட்டதோ என்று நினைத்து நெற்றியை, கழுத்தின் பின்பகுதியைத் தடவிப்பார்த்தார். சற்று ஈரமாக இருப்பதுபோல உணர்ந்தார். இடுப்பு பெல்ட், நெஞ்சுக்கிடையே குறுக்காகப் போட்டிருந்த பெல்ட், இறுக்கமாக இருப்பதுபோல் தெரிந்ததால் லேசாகத் தளர்த்திவிட்டார். கிளம்பி போய் விடலாமா? என்று யோசித்தார். தலைமைச் செயலாளர், ஆளுநரின் அறைக்குள் இருக்கும்போது சொல்லாமல் போவது சட்டச் சிக்கலாகிவிடும் என்று நினைத்தார். ‘‘ஐ.ஏ.எஸ். பசங்களே திமிர் பிடிச்சவனுங்க. ட்ரான்ஸ்ஃபர் பண்ற அதிகாரம் அவனுங்ககிட்டதான இருக்கு’’ என்று சொல்லி முனகினார்.

டி.ஜி.பி.யாகப் பதவி உயர்வு பெற்று நான்காண்டுகள் முடிந்துவிட்டன. ஆனாலும், அவர் மாநில சட்டம் ஒழுங்கு டி.ஜி.பி.யாகவோ, மாநில தலைநகரின் கமிஷனராகவோ அதிகாரம்மிக்க பதவிகளை வகித்ததில்லை. ஓய்வு பெற மூன்று மாதங்களே இருக்கும்போது கடைசியாகப் பாவம் பார்த்துச் சட்டம் ஒழுங்கு டி.ஜி.பி.யாகப் பதவி கொடுத்தார்கள். தற்போது அவர் ஓய்வுபெறுவதற்கு இன்னும் முப்பத்து ஆறு நாட்களே இருக்கின்றன. இந்த நேரத்தில் இப்படியொரு சிக்கல் வந்துவிட்டதே என்று நினைத்த டி.ஜி.பி., சம்பந்தப்பட்ட மாவட்ட எஸ்.பி., டி.ஐ.ஜி.யின் மீதெல்லாம் ஆத்திரம் உண்டானது. ‘‘இடியட்’’ என்று சொன்னார்.

ஐந்து, பத்து நிமிடங்களிலேயே திரும்பி வந்த தலைமைச் செயலாளர், ‘‘நீங்க இன்னும் போகலியா?’’ கேட்டுக்கொண்டே களைப்படைந்த மாதிரி தளர்ந்துபோய் சோபாவில் உட்கார்ந்தார்.

‘‘சார்கிட்ட சொல்லிட்டுப் போகலாம்னு இருந்தன் சார்.’’ டி.ஜி.பி. சொன்னார்.

''வேல முடிஞ்சா போக வேண்டியதுதான? எதுக்கு ஃபார்மலிட்டிஸ்'' என்று சொல்லிவிட்டுத் தலைமைச் செயலாளர் சிரிக்க முயன்றார். அவருக்குச் சிரிப்பு வரவில்லை. அவர் சிரித்துப் பேசி இதுவரை யாரும் பார்த்ததில்லை என்று தலைமைச் செயலகத்தில் பேச்சு இருந்தது. அவர் யாருக்கும் நன்மை செய்ய மாட்டார். அதே மாதிரி தனக்கும் செய்துகொள்ள மாட்டார். அவரிடம் ஒரு ஃபைலில் கையெழுத்து வாங்குவது எளிதல்ல என்பது தலைமைச் செயலகத்தில் வேலை செய்கிற கடைநிலை ஊழியர்கள்வரை தெரியும். 'மிஸ்டர் கிளீன்' என்ற பெயருக்காகப் பிச்சைக்கூடப் போட மாட்டார். அவர் தலைமைச் செயலகத்திற்கு வரும்போதும் போகும்போதும், 'ரூல்ஸ் வருது, ரூல்ஸ் போவுது' என்று கடைநிலை ஊழியர்கள்கூடக் கிண்டலடிப்பார்கள்.

டி.ஜி.பி.க்கு ஆளுநர் என்ன பேசினார் என்று கேட்க வேண்டும்போல் இருந்தது. கேட்டாலும் சொல்ல மாட்டார் என்பது நன்றாகவே தெரியும் என்றாலும், ''எனிதிங் ராங் சார்?'' என்று கேட்டார்.

''வெளியே போயிடலாமா?''

''எஸ் சார்'' என்று டி.ஜி.பி. சொன்னதும் எழுந்து நின்ற தலைமைச் செயலாளர், ''நேத்து புரோகிராம்ல ஏதாவது பிரச்சனயா?'' என்று கேட்டார். டி.ஜி.பி.யும் எழுந்து நின்றுகொண்டு, ''நேத்து சார் போகும்போது மாடு, பன்றிங்கனு குறுக்க வந்திருக்கு. திரும்பி வரும்போது ரோட்டுல குரங்குங்க இருந்திருக்கு. மாட்டு வண்டி போயிருக்கு. மான் குறுக்க ஓடியிருக்கு. டிரைவர் பிரேக் போட்டிருக்கான்'' என்று சொன்னார்.

''ஓ'' என்று தலைமைச் செயலாளர் சொன்னார்.

''அனிமல்ஸுக்கு மந்திரியோட காரு, கவர்னரு, முதலமைச்சரோட காரு, பிரதமரு, ஜனாதிபதியோட காருன்னு தெரியுமா சார்?'' என்று கேட்டார் டி.ஜி.பி.

''...''

''மனுசனுக்குத்தான் கவர்னர், முதலமைச்சர், பிரதமர், ஜனாதிபதி, எம்.எல்.ஏ., எம்.பி., ஸ்டேட் மினிஸ்டர், சென்ட்ரல் மினிஸ்டர் தேவ. போலீஸ், கோர்ட், நீதிபதி தேவ. பணம், செல்வாக்கு, அதிகாரம் தேவ. இதெல்லாம் அனிமல்ஸுக்கு என்ன தெரியும்? கொரோனா காலத்தில சனங்க சோத்துக்கு இல்லாம செத்துக்கிட்டிருந்தப்பதான் நம்ப நாட்டுல ஒரு கட்சியோட தலைவரு ஒரே ஒரு நாள் போட்டுக்கிற கோட்டுக்காகப் பதிமூணு லட்சம் செலவு செஞ்சாரு. எதனால? அதிகாரத்தினாலதான்'' என்று சொல்லி டி.ஜி.பி. முடிப்பதற்குள்ளாகவே அவசரப்பட்ட மாதிரி, ''பாலிடிக்ஸ் வேண்டாம் ப்ளீஸ்'' என்று தலைமைச் செயலாளர் சொன்னார். அவருடைய குரலில் எச்சரிக்கையும் அதிகாரத் தொனியும் வெளிப்பட்டன.

''எஸ் சார்.''

‘‘கவர்னர் கேட்டதுக்கு என்ன சொன்னிங்க?’’

‘‘கவர்னர் எந்த ரூட்டுல போனாலும், அந்த ரூட்டுல குரங்குங்க, மானுங்க இருந்தா அதெப் புடிக்கறதுக்கு வலையோட ஒரு போலீஸ் டீமயே போடுறன். ஆடு, மாடு, பன்றி வளர்க்கிறவங்களுக்கு, வீட்டுக்கு ஒரு போலீஸுனு போட்டு, ஆடு, மாடுங்க எதயும் அவிழ்த்துவிடாம பாத்துக் கிறன்னு சொல்லி அஷ்யூரன்ஸ் கொடுத்திருக்கன்.’’

‘‘குட்.’’ தலைமைச் செயலாளர் சொன்னார். அவர் சொன்ன விதம் இது தான் சரியான, சட்ட ரீதியான நடவடிக்கை என்பது போலிருந்தது.

‘‘ஒரு சின்னத் தகவல் சார்.’’

‘‘நாம வெளிய நின்னுகூடப் பேசலாம். ஜர்னலிஸ்ட்ங்க பாத்தாங்கன்னா, ‘சீஃப் செகரட்டரியும், டி.ஜி.பி.யும் கவர்னரை ஒன்றாகச் சந்தித்தனர்’ன்னு நியூஸ் போட்டுப் பெரிய புரளியக் கிளப்பிடுவாங்க. அதிலயும் யூடியூப் சேனல்காரங்களுக்குக் குண்டூசி கீழ விழுறதும் இப்ப நியூஸ்தான். அதுக்குப் பயந்துகிட்டுத்தான் ரூம்லியே பேச வேண்டியிருக்குது. ரூலிங் பார்ட்டிக்குப் பயப்படுறமோ இல்லியோ, மீடியா பீப்பில்ஸுக்குப் பயந்து சாக வேண்டி யிருக்கு. இதுதான் அதிகாரத்தோட மர்மம். அதிகாரத்தோட தன்மை. தனிமையும்கூட’’ என்று சொன்னார். தலைமைச் செயலாளரின் பேச்சு டி.ஜி.பிக்குப் பிடித்திருந்தது. ‘மத்தவங்ககிட்டதான்னு இல்ல, நம்மகிட்ட கூட நாமே பேசிக்க முடியாது. அதுதான் அதிகாரத்தோட பெரும. மகிம’ என்று சொன்ன வார்த்தை கூடுதலாகப் பிடித்திருந்தது.

‘‘கேரளால ஒரு ஜட்ஜ் ரயில் ஏறுறதுக்குப் போயிருக்காரு. பிளாட் பார்மில அவர ஒரு கொசு கடிச்சிடிச்சிபோல. அதுக்காக ஸ்டேட் கவர்மண் டுக்கும், சென்ட்ரல் கவர்மண்டுக்கும் அவர் போட்ட உத்தரவு இருக்கே, அது மாதிரி உத்தரவ ஒலகத்தில எந்த நீதிபதியும் போட்டதில்ல. இதுக்கே அவர் கீழ் லெவல்ல உள்ள நீதிபதிதான்’’ என்று சொல்லிவிட்டு டி.ஜி.பி. சிரித்தார். தலைமைச் செயலாளரும் சிரித்தார். அவர் சிரித்தது அரசாங்க சிரிப்புபோல இருந்தது.

‘‘நானும் பேப்பர்ல அந்தச் செய்தியப் பாத்தன், போன குடியரசு விழாவுக் காக ஜனாதிபதிய அழைச்சிக்கிட்டு வரும்போது ஒரு குதிர அப்பப்ப தலை ஆட்டிக்கிட்டே இருந்திருக்கு. இன்னொரு குதிர யூரின் போயிருக்கு. குதிரைக்கு ஏன் சரியா ட்ரெயினிங் கொடுக்கல? பப்ளிக்கில அதுவும் ஜனாதி பதிய அழைச்சிக்கிட்டு வரும்போது, குதிர எப்படித் தலய ஆட்டலாம், குதிர எப்படி யூரின் போகலாம்னு கேட்டு, பிரதமர் அலுவலகத்திலிருந்து, ஜனாதிபதியோட அலுவலகத்திலிருந்து என்கொயரி மேல என்கொயரி செஞ்சதோட, குதிரைப் படை சம்பந்தப்பட்ட டீமையே டோட்டலா காலி பண்ணிட்டாங்க. நியூஸ் தெரியும்தான? என் சர்விஸ்ல இது மாதிரி

பல விஷயங்களச் சொல்ல முடியும். ஒங்களாலயும் சொல்ல முடியும். அதுக்காக நாம என்ன செய்ய முடியும்? அதிகாரம்'' என்று சீரியஸாக முகத்தை வைத்துக்கொண்டு தலைமைச் செயலாளர் சொன்னார்.

''ட்ரூ சார். ஒன் மோர் திங் சார். ஒலகத்திலியே செல்வாக்கான அமெரிக்காவையே மிரள வைக்கிற சீன அதிபரும், நம்ம நாட்டு பிரதமரும் மகாபலிபுரத்தில சந்திச்சப்ப இரு நாட்டு போலீஸையும் உளவுத் துறையையும் ஏமாத்திட்டு ஒரு நாய் ஓடிப்போனதுக்கு நாம பட்டோமே சார். வாழ்க்கயில மறக்கக்கூடிய விஷயமா சார்? அதுதான் அன்னிக்கி உலக நியூஸா இருந்துச்சி. அந்த டென்ஷன் ஒரு வாரத்துக்கு இருந்துச்சி. என் வாழ்க்கயில அந்த நாய மறக்க முடியாது சார். அந்த நாயி எப்படி அங்க வந்துச்சிங்கிற ரகசியத்த மட்டும் என்னால புரிஞ்சிக்கவே முடியல சார். ஒரு நாயிக்கு முன்னால சீனா நாட்டு போலீஸூம் உளவுத் துறையும், நம்ம நாட்டு போலீஸூம் உளவுத் துறையும் தோத்துப்போயிடிச்சி. சொல்றதுக்கே அசிங்கமா இருக்கு. நாயிக்குத் தெரியுமா இவர் பிரதமர், இவர் ஜனாதிபதின்னு. அதிபர் பதவியெல்லாம் மனுசங்களுக்குத்தான், அனிமல்ஸூக்கு இல்ல'' என்று டி.ஜி.பி. சொல்லி முடிப்பதற்குள், ''நான் ஐ.ஏ.எஸ். ஆனதும் நீங்க ஐ.பி.எஸ். ஆனதும் பதிவிக்காகத்தான், அதிகாரத்துக்காகத்தான். யூ நோ.'' தலைமைச் செயலாளர் சொன்னதும், சட்டென்று டி.ஜி.பி.யின் முகம் மாறியது. ''ட்ரூ சார்'' என்று சொன்னார் டி.ஜி.பி.

''வாங்க போகலாம்'' என்று சொல்லிவிட்டுத் தலைமைச் செயலாளர் கதவைத் திறந்துகொண்டு முதலில் வெளியே போக, அவருக்கடுத்து டி.ஜி.பி.யும் அறையைவிட்டு வெளியே வந்தார். இருவரும் வாசலை நோக்கி பேசிக்கொண்டே நடக்க ஆரம்பித்தனர்.

''முதலமைச்சர்கிட்ட பர்மிஷன் வாங்கிட்டு, ஒங்கள ட்ரெயினிங் அகாடமி டி.ஜி.பி.யா ட்ரான்ஸ்ஃபர் பண்ணச் சொல்லிட்டாரு. டிரைவருக்கு சஸ்பெண்ட், துணை வேந்தருக்கு நோட்டீஸ்.''

''தேங்க் யூ சார். காத்திருப்போர் பட்டியல்ல வையிங்க. இல்லன்னா மாநகராட்சி ட்ரான்ஸ்போர்ட் கார்ப்பரேஷன் விஜிலென்ஸ் டி.ஜி.பி.யா போடுங்கன்னு சொல்லுவார்னுதான் நெனச்சன் சார். அந்த ஆபிஸில ஒக்காருறதுக்கு நாற்காலிகூட இல்ல. ஒங்களுக்குத் தெரியும். அப்படிச் செஞ்சியிருந்தா ரிட்டையர் ஆகப்போற சமயத்தில டிபார்ட்மண்டுல ரொம்ப அசிங்கமா ஆகியிருக்கும்.''

''என்னெத் தப்பா எடுத்துக்கக் கூடாது. முதலமைச்சரும் கவர்னரும் சொல்றதச் செய்யுறது மட்டும்தான் என்னோட வேல. அது மட்டும்தான். யூ நோ.''

''எஸ் சார். ஐ நோ சார்'' என்று டி.ஜி.பி. சொன்னார்.

அப்போது நடைபயிற்சிக்காக அழைத்துக்கொண்டு போயிருந்த, கொழுத்த பன்றி போன்றிருந்த உயர் ரக வெளிநாட்டு நாயைக் காவலர் ஒருவர் இழுத்துக்கொண்டு ஆளுநரின் மாளிக்கைக்குள் போவது தெரிந்தது. தலைமைச் செயலாளரும் டி.ஜி.பி.யும் ஒருவருக்கொருவர் பார்த்துக்கொண் டனர். எதுவும் பேசிக்கொள்ளவில்லை.

சைரன் விளக்கு ஒளிர தலைமைச் செயலாளரின் காரும், டி.ஜி.பி.யின் காரும் ஒன்றன் பின் ஒன்றாக வந்து வாசலில் நின்றன. இருவரும் அவரவர் காரில் ஏறிக்கொண்டனர். •

உயிர்மை, மே, *2023*

வீட்டை எரிக்கும் விளக்கு

"போன் மணி அடிக்குது" என்று சொல்லி மேசையின் மீது இருந்த செல்போனை எடுத்து பொம்மியிடம் கொடுத்தாள் பூங்குழலி. நண்பர்கள் யாராவது கூப்பிட்டிருக்கலாம் என்று நினைத்துக்கொண்டு ஆவலாக போனை வாங்கிப் பார்த்த பொம்மியின் முகம் சுருங்கிப்போயிற்று. 'கருமமே' என்று தலையில் அடித்துக்கொண்டாள். அதைப் பார்த்த பூங்குழலி சிரித்துக் கொண்டே, "தாத்தாவா?" என்று கேட்டாள்.

'பேசாம இரு' என்பதுபோல் வாயில் விரலை வைத்துக் காட்டிவிட்டு போனை ஆன் செய்து, "வணக்கம் ஐயா. நானா? கிளம்பிக்கிட்டு இருக்கங்க. வந்துடுவங்க ஐயா. சரிங்க ஐயா. வச்சிடுங்க ஐயா. உடனே வர்றங்க ஐயா" என்று சொல்லிவிட்டு போனைக் கோபத்தோடு படுக்கையில் விட்டெறிந்தாள்.

"தாத்தா பத்து நிமிஷம்கூட ஒன்னெப் பாக்காம இருக்க மாட்டாரு போல" என்று சொல்லிவிட்டுக் கேலியாகச் சிரித்தாள் பூங்குழலி. அவள் சிரித்த விதம் பொம்மிக்குக் கோபத்தை உண்டாக்கியது. "பல்லக் காட்டாம இருக்கியா?" என்று கத்தினாள்.

"எதுக்கு டென்சன் ஆவுற? இன்னிக்கி ஒரு நாளுதான? இனிமே எதுக்கு அந்த ஆளப் பாக்கப் போற? 'வைவா முடிஞ்சிப் போச்சின்னு லேட்டா வர்றியா?'ன்னு கேப்பான். அவ்வளவுதான? சீக்கிரம் போயித் தொல. இல்லன்னா மைனர் கோவிச்சுக்குவாரு."

"இனிமே பாக்க முடியாதுன்னு தெரியும். அதனாலதான் பயப்படுறன். என்னா சொல்வானோன்னு பயமா இருக்கு. என்னா கேட்டுத் தொலைப் பானோ சனியன் புடிச்சவன்" என்று அலுப்புடன் சொன்ன பொம்மி உட்கார்ந்திருக்க முடியாதவள் மாதிரி சோர்வுடன் படுக்கையில் குப்புறப் படுத்துக்கொண்டாள்.

"மூணு வருஷமாச் சிரிச்சி மழுப்பலியா? அதே மாதிரி இன்னிக்கும் சிரிச்சி மழுப்பு. என்னா ஆயிடப்போவுது? கடலயே கடந்து கரைக்கே வந்துட்ட. இனிமே ரோட்டுக்குத்தான் போவணும். அதென்ன பெரிய தூரமா?" என்று கேட்ட பூங்குழலி தரையில் கிடந்த இரண்டு லெதர் பைகளை எடுத்துக் காட்டி, "எதெதெ எதுல எடுத்து வைக்கணும்னு சொல்லு. எடுத்து வச்சி

ரெடி பண்ணிடலாம்'' என்று சொன்னாள். அதோடு இரண்டு பைகளிலும் எவ்வளவு பொருட்களை வைக்கலாம் என்று பார்த்தாள்.

''ஒண்ணும் நீ எடுத்து வைக்க வேணாம். என்னெக் கொஞ்சம் அமைதியா இருக்க விடு'' என்று சொன்னதோடு பூங்குழலியின் கைகளிலிருந்த இரண்டு பைகளையும் பிடுங்கித் தூரமாகப் போட்டாள். அதே வேகத்தில், ''எப்படி முகத்தக் காட்டுனாலும், மழுப்பினாலும், எத்தன தடவ போறன், போறன்னு சொன்னாலும், 'அப்பறம் என்ன விஷயம்'ன்னு கேட்டுக் கழுத்த அறுப்பான் சனியன் புடிச்சவன்'' என்று சொன்னாள். அழுதுவிடுவது மாதிரி இருந்தாள்.

''அதெ இன்னிக்கா பாக்குற?'' பொம்மியைச் சமாதானப்படுத்துவது மாதிரி பூங்குழலி சொன்னாள்.

'''வேர் ஆர் யூ'ன்னு காலயிலிருந்து பத்து தடவைக்கு மேல மெசேஜ் போட்டுட்டான். போன ஒடனே அதத்தான் கேப்பான்'' பொம்மி தலையில் அடித்துக்கொண்டாள்.

''தூங்கிட்டன்னு சொல்லு.''

''ஒனக்கென்ன? சொல்லிட்டு நீ போயிடுவ. மணிக்கணக்குல நான்தான அவன் முன்னாடி நிக்கணும்?'' பொம்மி கோபமாகக் கேட்டாள்.

''கடசி நாள் அன்னிக்கி ஜாலியா ஊருக்குக் கிளம்புவியா? அழுதுக்கிட்டுக் கெடப்பியா? நீ பண்றதப் பாத்தா, நீதான் அந்த ஆள லவ் பண்ற மாதிரியும் பிரிய முடியாம தவிக்கிற மாதிரியும் இருக்கு'' என்று சொன்னதும் சட் டென்று எழுந்து பூங்குழலியின் கன்னத்தைப் பிடித்துக் கிள்ளினாள். ''ச்சீ, கெட்ட வார்த்த பேசாதடி நாய'' என்று சொல்லிக் கத்தினாள்.

''ஆமாம் நான்தான் கெட்ட வார்த்த பேசுறன்?'' என்று ஒரு தினுசாகச் சொன்ன பூங்குழலி, ''வைவா முடியுற வரைக்கும் சிரிச்ச, பேசுன. நேத் தோட வேல முடிஞ்சிப்போச்சில்ல. அப்பறமென்ன? போடா மயிரான்னு 'டாடா' காட்டிட்டுப் போவ வேண்டியதுதான? எதுக்கு ஊளை வுட்டுக் கிட்டுக் கெடக்குற? பாப்பாவுக்குப் பிரிவு சோகமா?'' என்று சிரித்தபடி கேட் டாள்.

''நீ சொல்ற மாதிரி எப்படி முகத்த மொறச்சிக்கிட்டுப் போவ முடியும்? மூணு வருஷமாத் தெனம்தெனம் பாத்த ஆளுடி'' என்று வேகமாகக் கேட் டாள் பொம்மி. அவளைவிடக் கூடுதலான வேகத்துடன், ''இத்தினி நாளாக் கடிச்சித் திங்காதவன் வைவா முடிஞ்ச பின்னாலத்தான் கடிச்சித் திங்கப் போறானா ஒன்னெ? நல்லா கதெ விடுற'' என்று கேட்டாள் பூங்குழலி.

''என்னெ மூட் அவுட் பண்ணாம இருக்கியா?''

''கிளம்பு. ஒன்னெக் காணுமின்னு அந்தாளு நெருப்புல நிக்குற மாதிரி தவிச்சிக்கிட்டுக் கெடப்பான். போயித் தரிசனம் கொடுத்திட்டு வா. காலயிலியே ரொமான்ஸ் மூடுல இருப்பார்போல அத்தான்'' என்று கிண்டலாகச் சொன் னாள் பூங்குழலி.

''மூணு வருஷம் எப்படி ஓடிச்சின்னே தெரியல. இப்ப நெனச்சா திகிலா இருக்கு. வெளிய சொல்ல முடியாத கதயா இருக்கு.''

''ஏன்?''

''பேய்க் கதெ மாதிரி இருக்கு.''

''பேய்க் கதயா?'' பூங்குழலி சிரித்தாள்.

''உண்மயச் சொன்னா பேய்க் கதயவிட மோசம்.''

''மூணு வருஷம் பேய்கூடத்தான் வாழ்ந்தியா?'' என்று பூங்குழலி கேட்டதும் பொம்மிக்கு எங்கிருந்துதான் அவ்வளவு கோபம் வந்ததோ, ''என்னா பேசுற அசிங்கமா? வெக்கமாயில்ல. என்னெ ஊருக்கும் அனுப்ப வேண்டாம். மயிருக்கும் அனுப்ப வேண்டாம். நான் போயிக்கிறன். நீ போ'' என்று சொல்லிக் கத்தினாள்.

''நான் சொல்றதாலதான் ஒனக்குக் கோபம் வருதா? காலேஜ் பூராவும் அந்தாள 'ஜொள்ளு வாளி'ன்னு சொல்லுதே. அந்தப் பேர ஒன்னால மாத்த முடியுமா?''

''மாறுது, மாறாமப் போவுது எனக்கென்ன?'' என்று கேட்ட பொம்மிக்கு உடனே மணிமொழி, எமி, சுபாஷினி என எல்லோர் மீதும் கோபம் உண்டாயிற்று. பொம்மியைப் பற்றியும் தமிழ்மணியைப் பற்றியும் தமிழ்த் துறையில் அதிகம் பேசுகிறவர்கள் அவர்கள்தான். ''வாய் பெருத்த தடிச்சிகள்'' என்று சொன்னாள். அவர்களும் முனைவர் பட்ட ஆய்வு மாணவிகள்தான். பொம்மியோ, தமிழ்மணியோ ஒரு நாள் கல்லூரிக்குப் போகாவிட்டால் அன்று அவர்கள் பேசுகிற பேச்சுக்கு அளவே இருக்காது. உடலே வாயாகத்தான் இருக்கும்.

'கிழட்டு ராஜாவும் இளம் ராணியும் இன்னிக்கு ஆப்சன்ட். அதனால இன்னிக்கு நமக்கு பிளசன்ட்' என்று பேசுவார்கள். பொம்மியும் தமிழ்மணியும் காலேஜுக்கு வந்தால், 'இன்னிக்கி மாப்ளயும் வந்தாச்சி, பொண்ணும் வந்தாச்சி, டும்டும்' என்று சொல்வார்கள். பொம்மி மட்டும் காலேஜுக்குப் போயிருந்தாலோ, தமிழ்மணி மட்டும் காலேஜுக்குப் போயிருந்தாலோ, 'ஒத்தப் புறா வாடுதம்மா, ஜோடிப் புறாவத் தேடுதம்மா' என்று பாடுவார்கள். படிக்கிற மாணவிகள்தான் கிண்டல் செய்கிறார்கள் என்றால் பேராசிரியர்களும் சும்மா இருக்க மாட்டார்கள். பொம்மியைப் பார்க்கும் போதெல்லாம், 'என்னம்மா? ஒன்னோட ஆய்வு எப்படிப் போய்க்கிட்டிருக்கு? டயத்தில முடிச்சிடுவியா? கைடப் பத்தரமாப் பாத்துக்க' என்று சொல்லிவிட்டுப் போவார்கள். ஒவ்வொன்றாக நினைத்துப் பார்த்த பொம்மிக்குத் தலைகால் புரியாத அளவுக்குக் கோபம் வந்தது. கோபத்தில், ''சனியனுங்க'' என்று சொன்னாள். பிறகு, ''மத்த நாயிங்கல்லாம் என்ன பண்ணுதுன்னு எனக்கு மட்டும் தெரியாதா?'' என்று கேட்டாள். அப்போது அவளுடைய செல்போனில் செய்தி வந்த சத்தம் கேட்டது.

பூங்குழலிதான் எடுத்துப் பார்த்தாள். 'வேர் ஆர் யூ?' என்று வந்திருந்த செய்தியைப் படித்துவிட்டு, ''மைனர் சார் தவிச்சிப்போய் இருப்பார்போல. சீக்கிரம் போயி முகத்தக் காட்டித் தொல. பித்து அப்பத்தான் தெளியும்.'' முகத்தை ஒரு விதமாகக் கோணிக்காட்டினாள்.

''...''

''பதில் மெசேஜ் போடணுமா?''

''ஒரு மண்ணும் போட வேணாம், போ எட்ட.''

''ஆன் த வேன்னு போடவா?''

''எதுக்கு என்னெ எரிச்சல் படுத்துற? அதுக்குத்தான் வந்தியா?''

''இம்மாம் பயப்படுற நீ, பேசுற நீ, ஆரம்பத்திலியே பொம்பள கைட சூஸ் பண்ணியிருக்க வேண்டியதுதான? இந்தத் தொல்ல இருக்காதில்ல?''

''தெரிஞ்சித்தான் பேசுறியா? இல்ல வேணுமின்னே என்னெச் சீண்டு றியா?'' என்று பொம்மி கோபமாகக் கேட்டாள். பிறகு அவளே சொன் னாள், ''பொம்பள சனியன்கிட்ட மாட்டியிருந்தா இவ்ளோ சீக்கிரத்தில ஆய்வேட்ட சப்மிட் பண்ணியிருக்க முடியாது. அவளுங்ககிட்ட மாட்டி யிருந்தா கேள்வி கேட்டே கொன்னுருப்பாளுங்க. ஆய்வுபத்தியே கேக்க மாட் டாளுங்க.''

''பின்னெ?''

''நம்பளப் பத்தித்தான் கேப்பாளுங்க. ஆய்வு பண்ண வந்தியா? மேக்கப் போட்டு காட்ட வந்தியா? ஒனக்கு மட்டும் எப்படி எல்லாம் மேச்மேச்சா கெடைக்குது?'ன்னு கேள்வி கேட்டே சாவடிப்பாளுங்க. அவுட் ஆப் பிரிண்டுல உள்ள புத்தகமாப் பாத்து தேடிக் கொண்டார சொல்வாளுங்க. நாதேறிங்க. அவளுங்க சொல்ற நேரத்துக்குப் போவல, சொல்ற வேல செய்யலன்னா, 'நானெல்லாம் என்னோட கைடுகிட்ட எப்படி நடந்துகிட் டன் தெரியுமா? அந்தக் காலப் படிப்பே வேற. இப்ப என்னாத்த ஆய்வு பண்ணுதுங்க. எதயோ எழுதிக்கிட்டு வந்து ஆய்வுன்னு காட்டுதுங்க. நாலு வரிய ஒழுங்கா எழுதத் தெரியல. நாலு புத்தகத்த முழுசாப் படிக்கிறதில்ல. நூல் குறிப்பு, அடிக்குறிப்பு எழுத தெரியறதில்ல. நாலு புத்தகத்தத் தேடிப் படிக்கிறதில்ல. கூகிள்ள போய் எதயோ டவுன்லோடு செஞ்சி அதயே கையால எழுதிக்கிட்டு வந்து காட்டுறது. இதான் ஆய்வுன்னு சொல்றது. ஆனா ட்ரஸ்ஸுக்கு மேச்சா தோடு, வளையல் போடுதுங்க, அதுக்குத்தான் கடகடயா அலயுதுங்க. இல்லன்னா செல்போன்ல பேசுறது. இதுக்கே நேரம் பத்தல. வருஷம் பூராவும் சும்மா சுத்திக்கிட்டு உலாத்துறது, கடசி நேரத்தில எதியோ கிறுக்கிக்கிட்டு வந்து அழுதுகிழுது கையெழுத்த வாங்கிப்புடுறது, அப்பறம் கேட்டா நான் எம்.ஃபில்.ல அப்படிச் செஞ்சன், பிஎச்.டி.ல

இப்படிச் செஞ்சன்னு சொல்லிக்கிட்டுத் திரியுறது'ன்னு சொல்லிச்சொல்லியே தெனம்தெனம் சாவ அடிப்பாளுங்க. நான் ஒருத்திகிட்ட எம்.ஃபில். பண்ணப் போயி மாட்டிக்கிட்டுப் பட்டது இருக்கே. அந்தப் பொம்பளயோட வாய் ஸ்பின்னிங் மில்தான்'' என்று சொல்லிவிட்டுச் சிறிது நேரம் பேசாமல் இருந்தாள். திடீரென்று நினைவுக்கு வந்த மாதிரி, ''ஒரே விஷயத்தப் புதுசுபுதுசாத் தெனம்தெனம் எப்படித்தான் சொல்ல முடியுமோ? ஆச்சரியம் தான். அந்தப் பொம்பள எம்.ஃபில். செஞ்சது, பிஎச்.டி. செஞ்ச கதெ இருக்கே, ராமாயண, மகாபாரதக் கதயவிடப் பெருசு. அப்படித்தான் அது சொல்லும். இன்னும் சொல்லப்போனா அது பிஎச்.டி. முடிச்சி பதினாறு வருஷமாயிடிச்சி. ஆனா அந்தக் கதெ மட்டும் இன்னும் போவல. எம்.ஃபில்., பிஎச்.டி. பண்ணும்போது ஏதோ நாலு புத்தகத்தப் படிச் சிருக்கும் போல. அதோட சரி. அதுக்குப் பின்னால இன்னிய வர ஒரு புத்தகத்தயும் தொட்டதில்ல. தொட்டா தீட்டாயிடும் போல. படிச்சா தலவலிக்குதுன்னு சொல்லும். படிச்சா தலய வலிக்கும்னு சொல்ற ஆளு பேராசிரியரா? எம்.ஃபில். தீசிசயும் பிஎச்.டி. தீசிசயும் புத்தகமா வேற போட்டுத் தொலச்சிடிச்சி. அந்தப் பெரும வேற'' என்று சொல்லிவிட்டு, 'அட கருமமே' என்பது மாதிரித் தலையில் அடித்துக்கொண்டாள்.

''புக்கு நல்லா இருக்குமா?''

''வேப்பம் புண்ணாக்காட்டம்தான் இருக்கும். பழய பேப்பர் வாங்குற வங்கூட வாங்க மாட்டான்.''

''அதெ நீ படிச்சிருக்கியா?''

''எம்.ஃபில்.க்கு கைடுன்னு கையெழுத்துப் போட்டதுமே அம்பது காப்பியக் கொடுத்து, 'வித்துக் கொடு'ன்னு சொல்லிடிச்சி. அந்தக் குப்பய யாரு வாங்குவா? அதுக்கு நான்தான் காசு கொடுத்துத் தொலச்சன்.''

''பாக்குறதுக்கு நல்ல ஆளு மாதிரிதான் இருந்துச்சி.''

''ம். ஆளுதான் எடுப்பு. உள்ளார வெறும் தக்கதான். எம்.ஃபில், பிஎச்.டி. பண்ணப் போனா அதுவா ஒரு தலைப்பக்கூடக் கொடுக்காது. கொடுக்கவும் தெரியாது. என்னாத்த எழுதிக் கொடுக்கிறமோ அதுல ஒண்ண டிக் பண்ணிக் கொடுத்திடும். எந்த புக்குல ஆய்வு செய்றமோ அந்த புக்கக் கொண்டு போயிக் கொடுத்தாக்கூடப் படிக்காது. புக்க வாங்கிப் பாத்துட்டு, 'அட்ட நல்லாப் போட்டிருக்கான். நல்லா டிசைன் பண்ணியிருக்கான்'னு மட்டும் தான் சொல்லும். புக் எழுதின ஆத்தர் யாருன்னுகூடக் கேக்காது. படிக்காது. கதய நம்பகிட்ட கேட்டுக்கிட்டு, அப்பறம் அது கதெ வுட ஆரம்பிச்சிடும். இதுக்குத்தான் அம்மாம் ஆர்ப்பாட்டம். பெரும. அவ வீட்டுல நான் செய்யாத வேல இல்ல. சனி, ஞாயிறு வந்துடுச்சின்னா வீட்டுக்கு வா ஆய்வப் பத்திப் பேசணும்னு சொல்லிடும். போனா வீட்டுல என்னன்னா வேல இருக்கோ அத்தனயும் வாங்கிடும். வேல முடிஞ்சாத்தான் ஆள வுடும்.

இடயில இடயில, 'போன வருஷம் எம்.ஃபில். செஞ்ச பொண்ணு பாத்தா யிரத்துக்குப் பட்டுப் பொடவ வாங்கிக் கொடுத்தா. நீ என்ன செய்யப் போறன்'னு வேற கேட்டுத் தொலைக்கும். சனியன்." பொம்மியின் முகம் ஏழு ஊரு கோணலாயிற்று.

"வாங்கிக் கொடுத்தியா?"

"வாங்கிக் கொடுக்காட்டி அந்த சனியன் தீசிசுல கையெழுத்துப் போட்டிருக்குமா?"

"அதுக்கு தாத்தா எவ்வளவோ பரவாயில்ல" என்று சொன்ன பூங்குழலி மர்மமாகச் சிரித்தாள். அந்த வார்த்தையைக் கேட்டதும் பொம்மியின் முகம் மாறிவிட்டது. கட்டிலில் குப்புறப் படுத்துக்கொண்டாள்.

தமிழ்மணி நல்ல ஆளா, கெட்ட ஆளா என்ற கேள்வி பொம்மியின் மனதில் எழுந்தது. எம்.ஃபில். ரிசல்ட் வந்ததும் இரண்டு, மூன்று காலேஜில் வேலை கேட்டு அலைந்தாள். பிஎச்.டி. இருந்தால்தான் வேலை கிடைக்கும் என்று அப்போதுதான் தெரிந்தது. பிஎச்.டி. செய்யலாம் என்று முடிவெடுத்து யாரிடம் செய்யலாம் என்று விசாரித்தபோது பல பெயர்களைச் சொன்னார்கள். அதில் ஒரு பெயர் தமிழ்மணி. அதுவரை அப்படியொரு பெயரை அவள் கேள்விப்பட்டதே இல்லை. எம்.ஃபிலில் பட்ட அனுபவத்தால் பிஎச்.டி.யைப் பெண்களிடம் செய்யக் கூடாது என்று முடிவு செய்திருந்தாள். மதுரையைவிடச் சென்னைக்குப் போகலாம் என்ற விருப்பமும் இருந்தது. பி.ஏ. படித்தது, எம்.ஏ., எம்.ஃபில். படித்தது என எல்லாமே மதுரையில் என்பதால், பிஎச்.டி.யை மதுரையில் செய்ய வேண்டாம் என்று முடிவு செய்து, சென்னையில் கைடு கிடைத்தால் பரவாயில்லை என்று நினைத்தாள். அதனால் சென்னையிலுள்ள ஆட்களை விசாரித்தாள். பலரும் சொன்ன பெயர் தமிழ்மணி. 'இருக்கிறதில அந்த ஆளு பரவாயில்ல. பணம் கேக்க மாட்டாரு. இழுத்தடிக்க மாட்டாரு. ஆனா வளவளன்னு பேசுவாரு அவ்வளவுதான்' என்று சொன்னார்கள். எம்.ஏ.வில் வகுப்பெடுத்த ஆசிரியர் அண்ணாமலையின் மூலமாகத்தான் பொம்மி, தமிழ்மணியை வந்து சந்தித்தாள். 'அண்ணாமல சொல்லிட்டான்ல. அது போதும் விடு' என்று சொல்லிவிட்டார் தமிழ்மணி. முதல் மூன்று, நான்கு மாதங்கள் நன்றாகத்தான் போயிற்று.

ஆய்வின் தலைப்பை முடிவு செய்தது, தலைப்பிற்கான இயல்களை முடிவு செய்து பிரித்தது, ஆய்வுக்கான நூல்களைத் தேடியது, எதை எழுதிக் கொடுத்தாலும் உடனுக்குடன் திருத்திக் கொடுத்தது என்று ஆய்விற்கான பாதி வேலைகளை அவர்தான் செய்தார். ஒவ்வொரு வேலையைச் செய்யும் போதும், 'நீதான் செய்யணும்' என்று சொல்வார். ஆனால், எதையும் செய்ய விட மாட்டார். தினம் ஒரு புத்தகத்தைக் கொடுத்து, 'எடுத்துக்கிட்டுப் போயிப் படி' என்று சொல்லிக்கொடுப்பார். மறுநாள், 'நான் நேத்து கொடுத்த புத்தகத்தப் படிச்சியா? ஆய்வுக்குப் பயன்படுமா?' என்று கேட்பார். ஆய்வுக்கான முன்னுரை, முடிவுரையைக்கூட எப்படி எழுத வேண்டும் என்று அவர்தான்

சொல்லித்தந்தார். அது மட்டுமல்ல, ஒவ்வொரு இயல்களை எழுதிக் கொடுக்கும்போதும், 'என்ன எழுதியிருக்க? ஒழுங்கா தமிழ்கூட எழுதத் தெரியல. பி.ஏ.வுல, எம்.ஏ.வுல என்னாத்தப் படிச்ச? எம்.ஃபில். வேற பண்ணி யிருக்க. ஒண்ணும் தெரியாம வந்து எதுக்கு என் கழுத்த அறுக்கிற?' என்று ஒரு நாள்கூடக் கேட்டதில்லை. திட்டியதில்லை. எழுதிக் கொடுத்த தாள்களைத் தூக்கி எறிந்ததில்லை. ஆய்வுக் கட்டுரையை எடுத்துக்கொண்டு வீட்டுக்கு வா என்று சொன்னதில்லை. மற்ற பேராசிரியர்கள் போல சொந்த வேலை என்று எதையும் செய்யச் சொன்னதில்லை. 'எனக்கு ஒரு செட் புக் வாங்கிட்டு வா' என்று கேட்டதில்லை. யூ.ஜி.சி. பணம்தானே செலவு செய்யட்டும் என்று நினைத்ததில்லை. ஆய்வுக் கட்டுரைகளை எழுத உதவியது மட்டுமல்ல, அதை எங்கு டைப் செய்ய வேண்டும், எங்கு பைண்டிங் செய்ய வேண்டும் என்பதையெல்லாம் அவர்தான் சொன்னார். உண்மையைச் சொன்னால் அவர்தான் எல்லா வேலைகளையும் செய்தார். அதனால்தான் மற்ற பிள்ளை களுக்கு பொம்மியின் மீது எரிச்சல். மற்ற ஆய்வு மாணவிகளோடு சேர்ந்து கொண்டு அவர் எந்த வேலையையும் செய்யவில்லை என்பதைவிட மற்றவர் களோடு பொம்மியை தமிழ்மணி சேரவே விடவில்லை. வைவாவில்கூட அதிகக் கேள்விகள் வராமல் பார்த்துக்கொண்டார். வைவாவை ஒரு மணி நேரத்திலேயே முடித்துவிட்டார். துறைத் தலைவர் என்பதால் அவர் சொன்ன எல்லாவற்றுக்கும் மற்றவர்கள் தலையாட்டினார்கள். 'அண்ணாமலை சார் நீங்க கைடா இருக்க முடியுமான்னு கேக்க சொன்னார்' என்று சொன்ன திலிருந்து, நேற்று வைவா முடியும்வரை நடந்த சம்பவங்கள் எல்லாவற்றையும் ஒவ்வொன்றாக நினைத்துப் பார்த்தாள்.

பொம்மி அமைதியாகப் படுத்திருப்பதைப் பார்த்த பூங்குழலிக்கு என்ன தோன்றியதோ, ''தாத்தா ஒண்ணும் சொல்ல மாட்டாரு. கிளம்பு. நேரமாவுது. எப்பவும்போல நல்லா சாப்புட்டியா? நல்லா தூங்குனியானுத்தான் கேப்பாரு'' என்று சொன்னாள். பொம்மியைத் தூக்கி உட்கார வைத்தாள். ''எதெச் சொன்னாலும் பேசாம நில்லு. எல்லாத்துக்கும் தலயதலய ஆட்டு. புரியுதா? எல்லாம் ஒனக்குத் தெரியும். முகத்தக் கழுவிட்டுக் கிளம்பு.''

''மூணு வருஷமாப் படிச்ச காலேஜ், டிபார்ட்மண்டு, ஹாஸ்டல், ரூம்மேட், பழகின பசங்க, சுத்துன எடம், மெட்ராசு எல்லாத்தயும் வுட்டுட்டுப் போற மேன்னு கவலப்படகூட முடியாம செஞ்சிட்டான் சனியன்.'' பொம்மியின் குரலில் அவ்வளவு ஆத்திரம் வெளிப்பட்டது.

''வைவாதான் முடிஞ்சி போச்சே. இனிமே எதுக்குக் கவலப்படுற?'' இனிமே எதுக்கு அவனப் பாக்கப் போற? இதான கடசி?''

''என்னெப் புடிச்ச சனியன் இன்னும் ஆறு மாசத்துக்கு வுடாது.''

''என்ன சொல்ற?''

''நேத்து வைவா முடிஞ்சாலும் அது அவார்டு ஆகறதுக்கு ஆறு மாசம் ஆயிடும். இடையில கண்ட்ரோலர் ஆஃப் எக்ஸாமினேஷனிலிருந்து ஒரு

லெட்டர் வரும். அதுல கைடும் எச்.ஓ.டி.யும் கையெழுத்துப் போட்டு அனுப் பணும். கைடும், எச்.ஓ.டி.யும் எனக்கு ஒரே ஆளுங்கிறதால திரும்பவும் போயி அவன்கிட்ட நின்னுதான் ஆவணும். யுனிவர்சிட்டியிலிருந்து தபால் வந்தா தானா எவனும் கையெழுத்துப் போட்டு அனுப்ப மாட்டானுங்க. நம்ம போயி ஒரு வாரத்துக்கு, ஒரு மாசத்துக்கு உருவிக்கிட்டு நிக்கணும். அப்பத்தான் தபால அனுப்புவானுங்க.''

''அப்படின்னா நீ இன்னிக்கி அங்கிள்கிட்ட நல்லா சிரிச்சிட்டு வா.''

''அவார்டு ஆயி சர்டிபிகேட் நம்ப கைக்கு வரவரைக்கும் வால ஆட்ட முடியாது.''

''என்ன சொல்ற நீ?''

''தபால அனுப்பிட்டாலும், அதுக்குப் பின்னால நாம எதாச்சும் செஞ்சம்ன்னா யுனிவர்சிட்டிக்கிப் போயி கண்ட்ரோலர் ஆஃப் எக்ஸாமி னேஷன்ல ஒக்காந்துகிட்டுப் பிரச்சன பண்ணி அவார்டு ஆகாம தடுப்பானுங்க. அப்பறமாக் கூப்புட்டு வச்சி பஞ்சாயத்துப் பண்ணுவாங்க. போன வருஷம் அந்த மாதிரிதான் ஒரு பையனுக்கு நடந்துச்சு. கடசியாக் காசக் கொடுத்துத் தான் சரி செஞ்சான்.''

''இப்படியெல்லாமா செய்வாங்க?'' ஆச்சரியத்தோடு கேட்டாள் பூங்குழலி.

''இன்னும் இந்த மாதிரி ஆயிரம் கதெ இருக்கு. நார்த் மெட்ராசில ஒரு காலேஜ் இருக்கு. காமர்ஸ் டிபார்ட்மண்டுல ஒரு பொண்ணு எம்.ஃபில். பண்ணப் போயிருக்கா, கைடுக்கும் அவளுக்கும் லவ்வாயி தீசிஸ் முடியு றதுக்குள்ளார ரெண்டு பேரும் கல்யாணம் பண்ணிக்கிட்டாங்க. அடுத்த நாலாவது வருஷத்தில இன்னொரு பொண்ணு அவங்கிட்ட ஆய்வு பண்ணப் போயிருக்கா.'' பொம்மி பாக்கி கதையைச் சொல்வதற்குள் முந்திக்கொண்டு பூங்குழலி, ''அவுங்க ரெண்டு பேருக்கும் லவ் ஆயிடிச்சா?'' என்று கேட்டாள்.

''லவ் ஆனா மட்டும் பிரச்சன இல்ல. கல்யாணமும் ஆயிடிச்சி.''

''வெரி குட். நல்ல கதெ. முத பொண்டாட்டி என்னா ஆனா?'' ஆர்வமாகக் கேட்டாள் பூங்குழலி.

''எம் புருசன எங்கூடச் சேத்து வையிங்கன்னு போலீஸ் ஸ்டேசனில கம்ப்ளைண்டு கொடுத்துட்டு அலஞ்சிக்கிட்டு இருக்கா.''

''காதல் மன்னன் என்ன சொல்றாராம்?''

''புடிக்கல. ஒங்கூட வர முடியாதுன்னு சொல்றானாம்.''

''இண்ட்ரஸ்டிங் ஸ்டோரி'' என்று சொன்ன பூங்குழலி ரகசியம் மாதிரி கேட்டாள். ''ஒன்னோட கைடு, அதான் அந்த மைனர் பையன், ஒன்னெக் கல்யாணம் கட்டிக்கலாம்னு இன்னிக்குக் கேப்பானோ?''

பொம்மிக்குக் கண்மண் தெரியாத அளவுக்குக் கோபத்தை உண்டாக்கியது. கோபத்தில், ''ச்சீ சனியன. வாய மூடு. கண்டபடி பேசிக்கிட்டு. கிழட்டு மூதிய கட்டிக்கிறவளா நானு?'' என்று கேட்டாள்.

பொம்மியின் கத்தலைப் பொருட்படுத்தாத பூங்குழலி, ''எல்லார்கிட்டயும் நம்ப அங்கிள் அப்படித்தான் நடந்துக்குவானா?'' என்று கேட்டாள்.

''முன்னல்லாம் ஒழுங்காத்தான் இருந்திருக்கான். வளவளன்னு பேசு வான்ங்கிறதவிட வேற எந்தக் கெட்ட பேரு கெடயாது.''

''ஓ, மகா பொம்மியப் பாத்துத்தான் மைனரு மயங்கிட்டாரா?'' என்று கேட்டுவிட்டு வாய்விட்டுச் சிரித்தாள் பூங்குழலி. சட்டென்று கோபமடைந்த பொம்மி பூங்குழலியின் தொடையில் நறுக்கென்று கிள்ளி, ''நாயே'' என்று சொல்லிப் பல்லைக்கடித்தாள். அதைப் பொருட்படுத்தாத பூங்குழலி, ''நானா இருந்தா இந்த மாதிரி ஆள நாய்க் குட்டியா மாத்தியிருப்பன். அவன் வாயாலியே, 'என்ன நாய்க் குட்டியா மாத்திட்ட'ன்னு சொல்ல வச்சிருப்பன். ஆம்பளயில எவனும் ஆலமரமோ, புளியமரமோ கெடயாது. எல்லாப் பயலுகளும் வாழ மரம்தான். பொட்டச்சி லேசா மூச்சுக் காத்து விட்டாலே சாஞ்சிடுவானுங்க. வாழ மரத்தச் சாய்க்கிறதுக்கு எப்படி மூச்சு விடணும்னு எனக்குத் தெரியும்'' என்று சொல்லிச் சிரித்தாள். பொம்மிக்கும் சிரிப்பு வந்துவிட்டது. சிரித்தாலும், ''நீ எல்லாம் செய்வடி'' என்று சொல்லி பூங்குழலியின் தொடையில் அடித்தாள்.

பொம்மி எவ்வளவு திட்டினாலும் பூங்குழலி கோபித்துக்கொள்ளவே மாட்டாள். அதே மாதிரி பூங்குழலி எவ்வளவு கோபமாகத் திட்டினாலும் பொம்மி கோபித்துக்கொள்ள மாட்டாள். இரண்டு பேரும் ஒரே ஊர். ஒரே தெரு. மாமன் மகள் உறவு. பொம்மி சென்னைக்கு பிஎச்.டி. செய்ய வந்த இரண்டாவது மாதத்தில்தான் பி.எஸ்ஸி. நர்சிங்கில் பூங்குழலிக்கு இடம் கிடைத்தது. பொம்மியைவிட பூங்குழலிக்கு நான்கு, ஐந்து வயது குறைவு. ஆனாலும், ஊரில் இரண்டு பேரும் ஒன்றாகத்தான் சுற்றுவார்கள். பூங் குழலியும் சென்னைக்குப் படிக்க வந்துவிட்டதால், பொம்மி வேறு யாரு டனும் அதிகம் சேராமல் அவளுடன் மட்டுமே பழகுவாள், ஊர்சுற்று வாள். பூங்குழலி ஞாயிற்றுக்கிழமையானால் பொம்மியிடம் வந்துவிடுவாள். திங்கள்கிழமை காலையில்தான் போவாள். இரண்டு பேருக்குமிடையில் ரகசியம் என்று எதுவும் கிடையாது. ஆரம்பத்தில், 'வாம்மா' என்று அழைத்த தமிழ்மணி படிப்படியாக, 'பொம்மி' என்றாகி, 'நீ' என்று அழைக்க ஆரம்பித்ததால், தமிழ்த் துறையில் பொம்மியையும் தமிழ் மணியையும் இணைத்துப் பேச ஆரம்பித்த பிறகு, அங்கு இருக்கிற நேரத்தை முடிந்த அளவுக்குக் குறைத்துக்கொண்டாள் பொம்மி. எல்லாக் கதையும் பூங்குழலிக்குத் தெரியும்.

பொம்மியின் செல்போனில் செய்தி வந்த சத்தம் கேட்டது. பூங்குழலி தான் எடுத்துப் பார்த்தாள். 'வேர் ஆர் யூ?' என்று தமிழ்மணிதான் போட்டிருந்தார். செய்தியைப் படித்ததும், ''அங்கிள்தான் போட்டிருக்காரு'' என்று சொன்னாள்.

''போட்டா போறான்.'' வெறுப்புடன் சொன்னாள் பொம்மி.

''நீ போவலன்னா தாத்தா இன்னும் நூறு மெசேஜ் போடுவாரு. சீக்கிரம் கிளம்பு. தாத்தா பாவமின்னு ஒனக்குத் தோணலியா? ஒனக்குக் கல்லு மனசு தான்'' என்று பூங்குழலி நக்கலாகச் சொன்னாள்.

''எல்லாம் என் தலயெழுத்து'' என்று சொன்ன பொம்மி எழுந்து சென்று முகத்தைக் கழுவிக்கொண்டு வந்தாள். புடவையை மாற்றிக்கொள்ள ஆரம்பித்தாள். அப்போது என்ன தோன்றியதோ, ''இன்னிக்கி டிபார்ட்மண்டுல எந்த சனியன் இருக்குதோ. வைவா முடிஞ்சும் நீ ஊருக்குப் போகலியா? டிபார்ட்மண்டு விட மாட்டங்குதான்னு கேக்குங்க. சனியனுங்க'' என்று பல்லைக்கடித்தவாறே சொன்னாள்.

''விடு. இன்னிக்கி ஒரு நாள்தான?''

''டிபார்ட்மண்டுல கொற்றவைன்னு ஒரு புரஃபஸர் இருக்கா. நான் எப்ப வர்றன், எப்பப் போறன்னு பாக்குறதே அவளுக்கு வேல. தமிழ்மணிய அவளுக்குப் புடிக்காது. என்னெ ஒரு காரணமா வச்சி அவன மாட்டிவுட பாத்துக்கிட்டிருப்பா.''

''இன்னிக்கி ஒரு நாளுதான் பேசுவாங்க. அப்பறம் மறந்திடுவாங்க. அப்பறம் புதுசுபுதுசா ஆளுங்க வருவாங்க. புதுசுபுதுசா கதெ வரும். புதுசுபுதுசா கமண்ட்ஸ் வரும். சனங்களுக்கு எப்படித்தான் பொழுது போறது?''

''ஒன்னோட மர நாக்க வச்சிக்கிட்டுச் சும்மா இரு. எதயாவது கிண்டி வுட்டுக்கிட்டு.''

''ஒன்னோட அங்கிள் சும்மா இருந்தா மத்தவங்க எதுக்கு கமண்ட் பண்ண போறாங்க? ஆனா, நம்ப தாத்தா சும்மா இருக்காதுபோல இருக்கே. பொம்மிங்கிற பேய் புடிச்சி ஆட்டும்போது அந்தக் கிழம்தான் என்ன பண்ணும்?'' என்று பூங்குழலி கேட்டதும் பொம்மிக்குக் கோபமும் வந்தது, சிரிப்பும் வந்தது. தலையைச் சீவிக்கொண்டிருந்த சீப்பால் பூங்குழலியின் மண்டையில் அடித்து, ''ச்சீ பன்னி. வாய மூடு. நான் பேயா?'' என்று கேட்டாள்.

''கிழவனயே ஆட்டிப் படைக்கிற பெரிய பேய். ஸ்பெஷல் பேய்தான்'' என்று சொல்லிச் சத்தம் போட்டுச் சிரித்தாள் பூங்குழலி.

''என்னோட பேரு ரிப்பேராவறது ஒனக்கு வேடிக்கயா இருக்கா?''

பூங்குழலி அப்போதுதான் நினைவுக்கு வந்த மாதிரி, ''எங்க ஒன்னோட ரூம்மேட்டக் காணும்?'' என்று கேட்டாள்.

''அந்த சனியனா? காலயிலியே மேக்கப் போட்டுக்கிட்டு கைடப் பாக்கப் போறன்னு போயிடிச்சி.''

''காலயிலியேவா?''

''அவன், 'அம்மா, அம்மா'ன்னுதான் அவளக் கூப்புடுவான். பெத்தத் தாயக்கூட அவன் அப்படி ஒருநாளும் கூப்பிட்டிருக்க மாட்டான். ஒரு மணி நேரம் அவன்கிட்ட சிரிச்சிப் பேசுவா. அப்பறம் தலவலிக்கிற மாதிரி இருக்குன்னு சொல்வா. 'சரி நீ போய் ரெஸ்ட் எடு'ன்னு அவன் சொல்லு வான். சரின்னு சொல்லிட்டு வெளிய வருவா. ஐ.டி. கம்பெனியில வேல பாக்குற பையன் ஒருத்தன் ரெடியா காலேஜ் கேட்டுக்கிட்ட நிப்பான். வண்டியில ஏறி ஒக்காந்தா அன்னிக்கி அவ்வளவுதான். ராத்திரிக்குத்தான் வருவா. வந்தாலும் ஒடனே சாட்டிங்கில ஒக்காந்துக்குவா. படுக்கிறதுக்கு மணி ஒண்ணு, ரெண்டு ஆயிடும்.'' பொம்மியின் குரலில் அவ்வளவு வெறுப்பும் கசப்பும் இருந்ததைப் பார்த்த பூங்குழலி கேட்டாள்:

''ஒனக்கு ஏன் அவமேல அவ்வளவு வெறுப்பு? ஐ.டி. பையனோட ஜாலியா இருக்கான்னா?''

''செருப்பு.''

''ஒன் மூஞ்சியப் பாத்தாலே தெரியுது.''

''இங்கிலீஷ்ல பிஎச்.டி. பண்றம்ங்கிற திமிரு, கழிசட.'' பல்லைக்கடித்தாள் பொம்மி. ''அவளுக்குக் கெடச்ச கைடு அப்படி. எனக்கு வந்துசேந்திருக்கு பாரன் மூதேவி.''

''அப்ப ஒன்னோட ரூம்மேட் ரெண்டு குதிரயில சவாரி செய்யுறாளா? லக்கிதான். ஒன்னோட ஆளு ஒன்னெ நாள் முழுக்க பக்கத்திலியே ஒக்கார வச்சி அழகு பாப்பாரு. எந்தத் தொந்தரவும் பண்ணாம ஆள மட்டுமே பாத்துக்கிட்டுருக்கிறதுக்கும் ஒரு பொறும வேணும். ரசன வேணும். நீ அதிர்ஷ்டசாலிதான்.'' பூங்குழலி சிரித்துவிட்டு பொம்மியின் கன்னத்தைச் செல்லமாகத் தடவிக்கொடுத்தாள். கையைத் தட்டிவிட்ட பொம்மி, ''நாள் முழுக்க அந்த பிளேடத் தாங்குறது எம்மாம் கஷ்டம்னு எனக்குத்தான் தெரியும்.''

''மகா பொம்மிய ஒக்கார வச்சி அழகு பாத்துக்கிட்டே இருப்பான். சாதாரணப் பேயா அவனப் புடிச்சிருக்கு?'' பூங்குழலி ஒரு மாதிரியாகக் கைகளை ஆட்டிச் சைகை செய்தாள். அவளுடைய தலையில் சீப்பால் ஒன்று போட்டாள் பொம்மி. பிறகு சிரித்துக்கொண்டே, ''கிழட்டு மூதியால வேற என்ன செய்ய முடியும்?'' என்று சொன்னாள்.

''ஒன்னோட ரூம்மேட்தான் பொழைக்கத் தெரிஞ்சவ.''

''அவ வளந்த விதம் வேற. நாம வளந்த விதம் வேற. நம்ப குடும்ப நெலம ஊர்சுத்துற மாதிரியா இருக்கு?'' பொம்மியின் குரல் உடைந்து போய்க் கண்கள் கலங்கிவிட்டன.

''சும்மா இரு. நானா இருந்தா எந்த மாட்டுக்கு எப்படிப் பால் கறக்க ணும்னு தெரிஞ்சிக்குவன். பழகாத மாட்டுக்கிட்டக்கூட நான் பால் கறந்திடுவன்'' என்று சொல்லிச் சிரித்தாள்.

''நீ எல்லாம் செய்வடி. வாயாலியே மேட்டர முடிக்கிற ஆளுதாண்டி நீ. சின்ன வயசுலயிருந்து பாத்துக்கிட்டுத்தான இருக்கன்'' என்று சொன்ன பொம்மி சிரித்தாள். அப்போது பொம்மியின் செல்போன் மணி அடித்தது. பூங்குழலிதான் போனை எடுத்துப் பார்த்தாள். ''நம்ப தாத்தாதான் கூப்புடுறாரு. அவசரம்போல. அதான் கூப்பிடுறாரு. நீ போனாத்தான் போன் போடுறதயும், மெசேஜ் போடுறதயும் நிறுத்துவாரு போல. இன் னிக்கிக் கடசி நாளுன்னு ராத்திரி பூராவும் தூங்காம கெடந்திருப்பாரு மாப்ள. தண்ணிய ஊத்துனாத்தான நெருப்பு அணையும்? சீக்கிரம் போயி முகத்தக் காட்டு. நெருப்பு அணையட்டும்.''

''சரி. நீயும் முகத்தைக் கழுவிக்கிட்டு வா. போயித் தொலைக்கலாம்.''

''நானா? எதுக்கு? நீ மட்டும் போயிட்டு வா. நான் பைய ரெடி பண்ணி வைக்கிறன்.''

''நான் தனியாப் போனா அவ்வளவுதான். சாயங்காலம் ரயில் ஏறுற வரைக்கும் விடாது. இனிமே பாக்குறது கஷ்டம்னு தெரிஞ்சி கழுத்த அறுத் திடும். சனியன்.''

''தாத்தா ஓங்கிட்ட கொஞ்சிக்கொஞ்சி பேசுறத நான் வந்து பாக்கணுமா? என்னால முடியாதுப்பா. அவன் தலயும் வயிறும். அவனப் பாத்தாலே எனக்கு வாந்தி வந்திடும். இந்த வயசில 'டை' வேற. ஒரு முடிகூட வெள்ளையாத் தெரியாம எப்படி டை அடிப்பான்? தெனம்தெனம் அடிப்பானா?'' என்று கேட்டுவிட்டு ஒரு புடவையையும் இரண்டு நைட்டியையும் எடுத்து மடித்து லெதர் பையில் வைத்தாள்.

''பைய ரெடி பண்ற மாதிரி நடிக்க வேணாம். கிளம்புடி.''

''வர்றன். ஆனா, டிபார்ட்மண்டுக்குள்ளார வர மாட்டன். வெளியதான் நிப்பன். சரியா?'' பூங்குழலி நிபந்தனை போட்டாள்.

''சரி. ஆனா, பத்து நிமிஷத்துக்கு ஒரு வாட்டி போன் போடு.''

''எதுக்கு?''

''அப்பத்தான் ஃபிரண்டு கூப்புட்டுக்கிட்டே இருக்கா. போவணும்னு சொல்லிட்டு வெளிய வர முடியும்.''

வாய்விட்டுச் சிரித்த பூங்குழலி சொன்னாள், ''நான் நெனச்ச அளவுக்கு நீ அவ்வளவு தவள இல்ல. ஒனக்கும் கொஞ்சம் மூள வேல செய்யுது, எனக்கு ஆக்சிடண்டு ஆயிடிச்சின்னு சொல்லிடுறன், போதுமா?''

''ஓகே.''

''இரு வர்றன்'' என்று சொன்ன பூங்குழலி வேகமாகச் சென்று முகத்தைக் கழுவிக்கொண்டுவந்து தலையைச் சீவ ஆரம்பித்தாள். அப்போது பொம்மி கேட்டாள், ''இந்தப் பொடவ நல்லா இருக்கா?''

''கிழவனுக்கு இதுவே அதிகம்.''

''சனியன்கிட்டப் போயிக் கேட்டன் பாரு.'' பொம்மி சலித்துக்கொண்டாள்.

''இவ்வளவு பயப்படுற நீ ஆரம்பத்திலியே அவனுக்கு இண்டிகேட் பண்ணியிருக்கணும்.''

''எல்லாத்தையும் செஞ்சி பாத்துட்டன். மரமண்டைக்கிப் புரிஞ்சாத்தான?'' என்று சொன்ன பொம்மி பல்லைக்கடித்தாள்.

தமிழ்மணி எப்போதெல்லாம் பொம்மியிடம் வழிந்துவழிந்து பேச ஆரம்பிக்கிறாரோ அப்போதெல்லாம் வேண்டும் என்றே, 'அமெரிக்காவுல இருக்கிற ஒங்க பொண்ணு எப்படி இருக்காங்க? அவங்க பசங்க எப்படி இருக்காங்க? எப்ப இந்தியாவுக்கு வருவாங்க?' என்று கேட்பாள். இவள் கேட்டதைக் கேட்காத மாதிரி தொடர்ந்து தமிழ்மணி பேச ஆரம்பித்தால், 'ஒங்க பையனுக்கு எத்தன குழந்தைங்க ஐயா? எப்ப இந்தியாவுக்கு வருவாங்க? அவங்கள எல்லாம் பாக்கணும்போல இருக்கு' என்று சொல்வாள். அவ்வாறு கேட்கும்போது பல நேரங்களில் காதில் விழாத மாதிரி உட்கார்ந்திருப்பார். சில நேரம் வாயைத் திறக்காமல் உட்கார்ந்திருப்பார். திரும்பத்திரும்பக் கேட்டால் கடுப்பாகி, 'நீ எதுக்கு அவங்களப் பத்திக் கேக்குற? எதிர்ல உட்கார்ந்திருக்கிற ஆளுகிட்ட ஒனக்குப் பேசத் தெரியல. என்ன, எப்படின்னு விசாரிக்கத் தெரியல. வெளிநாட்டுல இருக்கிறவங்கள எதுக்கு விசாரிக்கிற?' என்று ஒருநாள் நேரிடையாகவே கேட்டுவிட்டார். மற்றொரு முறை அந்த மாதிரி விசாரிக்கப்போய் மிகவும் கோபமாகிக் கத்திவிட்டார்.

'அக்கறையிலதான் விசாரிச்சன் ஐயா' என்று சொன்ன பொம்மியின் வார்த்தைகளை தமிழ்மணி கேட்கவில்லை.

'கறுப்புன்னும் சிவப்புன்னும் நெனைக்கிறது ஓம் மனசுதான். நீ எதெப் பெருசுன்னு நெனைக்கிறியோ அது பெருசு. எதெச் சிறுசுன்னு நெனைக்கிறியோ அது சிறுசு. நேத்து இருந்த மனசு இன்னிக்கி ஒங்கிட்ட இல்ல. இன்னிக்கி இருக்கிற மனசு நாளக்கி ஒங்கிட்ட இருக்காது. எல்லாம் ஓம் மனசுலதான் இருக்கு. எதுவும் வெளியில இல்ல. நீ எப்பயும் மனசயும், கண்ணயும், காதயும் பூட்டியே வச்சிருக்கிற. அதுதான் ஒனக்குப் பிரச்சன. படிப்புங்கிறது வெறும் புத்தகத்த மட்டும் படிக்கிறதில்ல. பக்கத்திலிருக்கிற மனுசங்களயும் படிக்கிறதுதான் படிப்பு. புரிஞ்சிதா?' என்று கேட்டார்.

தமிழ்மணியினுடைய பேச்சைக் கேட்டு பொம்மி அன்று உண்மையிலேயே அசந்துவிட்டாள். இவ்வளவு புத்திசாலித்தனமாகவும் கோர்வையாகவும் அவரால் பேச முடியும் என்பது அன்றுதான் தெரிந்தது. எம்.ஏ.,

எம்.ஃபில். வகுப்பு எடுக்கும்போதெல்லாம் சில சமயங்களில் கேட்டிருக் கிறாள். இவ்வளவு புத்திசாலித்தனமாகப் பேசி அவர் ஒருநாளும் வகுப்பு எடுத்ததே இல்லை. அவருடைய வகுப்பை மாணவர்கள், 'இழுவை', 'இன்னிக்கி வெண்டைக்காய் சாம்பார்தான்' என்றெல்லாம் சொல்லி கேலி செய்வார்கள். 'தமிழையே இப்படி எடுக்கிறானே கெமிஸ்ட்ரி, பிசிக்ஸ் எடுத்தா அவ்வளவுதான். எல்லாப் பயலும் ஊத்திக்குவான்' என்று பல முறை மாணவர்கள் சொல்லிக் கேட்டிருக்கிறாள்.

மூன்று ஆண்டுகளில் அன்று ஒரு நாள் மட்டும்தான் கடுமையாகவும் பேசினார். புத்திசாலித்தனமாகவும் பேசினார். அடுத்த ஒரு வாரத்தில் பழையபடி இழைய ஆரம்பித்தார். அவர் இழைய ஆரம்பிக்கும்போதெல்லாம் அவருடைய மகளைப் பற்றியும் மகனைப் பற்றியும் விசாரிப்பாள். அப்படி விசாரிக்கும்போதெல்லாம் பழகிப் போனது மாதிரி வெறுமனே சிரிக்க மட்டும் செய்தார். அதை நினைத்த பொம்மிக்குச் சிரிப்பு வந்தது. சிரித்தாள். "எலி பூன வெளயாட்டு" என்று ரகசியமாகச் சொன்னாள்.

"என்னா மகாராணிக்குச் சிரிப்பு?" என்று பூங்குழலி கேட்டுக்கொண்டே தன் உடையைச் சரிசெய்தாள்.

"எலி பூன வெளயாட்டு ஞாபகம் வந்துச்சி."

"குட்டி எலியும் கிழட்டுப் பூனயும் கதயா? இந்தக் கதயில பூன ஜெயிக் காது. எலிதான் ஜெயிக்கும்." பூங்குழலி கண்களைச் சிமிட்டிச் சிரித்தாள்.

"ச்சீ. பன்னி" என்று சொன்னதோடு பூங்குழலியின் இரண்டு கன்னங் களையும் பிடித்துக் கிள்ளினாள்.

"இதெ நீ தாத்தாக்கிட்ட செய்யலன்னுதான் சிலுத்துக்கிறாரு. ஒரு வாட்டி செஞ்சி தொலச்சிட்டுப் போயன். இன்னிக்காச்சும் செஞ்சிடு ப்ளீஸ். என் செல்லம்" என்று சொல்லி பூங்குழலி, பொம்மியைக் கொஞ்சினாள்.

"ச்சீ. நாயே" என்று சொல்லிக் குழைந்தாள் பொம்மி.

"சரி சீக்கிரம் கிளம்பு போவலாம்" என்று சொன்ன பூங்குழலி, "சரி தாத்தாவுக்கு எப்ப ரிட்டயர்மண்டு?" என்று கேட்டாள்?

"அதெக் கேக்கப்போயித்தான் ஒருநாளு என்னெத் திட்டிட்டான்."

"ஆச்சரியமா இருக்கே. காதல் ராணிய யாரு திட்டுவா?" பூங்குழலியின் குரலில் அவ்வளவு கேலி நிறைந்திருந்தது.

"அந்தாளுதான் முகநூல் தொடங்குன்னு நச்சரிச்சான். அதுல பத்து வயசக் கொறச்சிப் போட்டிருந்தான். ஆனா, விக்கிப்பீடியாவுல வேற மாதிரி இருந்துச்சி. அதெக் கேட்டன், திட்டிட்டான்."

"விக்கிப்பீடியாவுல வேற ஒன்னோட ஆளு தன் கதெ வசனத்தப் போட்டு வச்சிருக்கானா? நீயும் லேசுப்பட்ட ஆளில்ல." பூங்குழலி உதட்டைப் பிதுக்கிக் காட்டினாள்.

''ச்சீ. சும்மா இரு.''

''சுலபமா பிஎச்.டி.ய பண்ணவே முடியாதா?''

''அதுக்கு வாட்டமாவும், செவப்புத் தோலாவும் இருக்கணும். அப்படி இருந்தா கைடே எல்லாத்தயும் பாத்துக்குவாரு.'' கண்ணைச் சிமிட்டிக் காட்டினாள். மறுநொடியே, ''கறுப்பாவும், கிராமத்துப் புள்ளயாவும் இருந்தா அவ்வளவுதான். தாவு தீந்திடும்.'' சட்டென்று பொம்மியின் குரலில் கோபம் வெளிப்பட்டது. காரணமின்றி மின்விசிறியின் வேகத்தைக் கூட்டினாள்.

''நீ சொல்ற கதயெல்லாம் ஒரே மாதிரியாவே இருக்கு. பள்ளிக்கூடத்தில பிராக்டிக்கல் மார்க் போடுறதிலிருந்து புள்ளைங்கள அடிக்கிறதுவரைக்கும் நடக்கிற விஷயம்தான் இது. நானும் பட்டிருக்கன். பாத்திருக்கன். கைட கரெக்ட் செஞ்ச பசங்க யாருமில்லியா?'' விஷமத்தனமாகக் கேட்டுச் சிரித்துக்கொண்டே முகத்திற்கு பவுடர் போட்டாள்.

''முட்டக் கண்ணிக்கு எல்லா விஷயமும் தெரியுது. அசல் திருடிதான்'' என்று சொன்ன பொம்மி பாலித்தீன் பையில் வைத்திருந்த பூவை எடுத்துத் தலையில் வைத்துக்கொண்டு சொன்னாள்:

''மதுரயில நான் படிச்ச காலேஜிலியே அதே மாதிரி ஒரு கதெ நடந்துச்சி. கைடுக்கும் ரிசர்ச் ஸ்காலருக்கும் லவ் ஆயிடிச்சி.''

''கல்யாணம் கட்டிக்கிட்டாங்களா?''

''அந்தப் பொம்பளைக்கிக் கல்யாணமாயி ரெண்டு புள்ளைங்க இருந்துச்சு. காலேஜ் பூராவும் பேரு நாறிப் போனதால வேற காலேஜுக்கு மாத்திக்கிட்டுப் போயிட்டாங்க.''

கண்ணாடியில் தன்னைச் சரிபார்த்துக்கொண்ட பூங்குழலி ரொம்பவும் சலிப்புடன், ''நீ சொல்ற கதெ நல்லாயில்ல. சப்புன்னு இருக்கு. டீச்சரம்மாவ கல்யாணம் பண்ணிக்கிட்ட பையன் கதெ ஒண்ணாவது இருக்கணுமே? படிக்கிற புள்ளையக் கட்டிக்கிட்ட வாத்தியாரு எனக்குத் தெரிஞ்சி பத்து, இருவது பேராவது இருப்பாங்க'' என்று சொன்னாள்.

''அப்படியும் ஒரு கதெ இருக்கு. மெட்ராசிலதான் நடந்துச்சி. நான் படிக்க வந்தப்ப நடந்துச்சு. கைடயே ஒரு பையன் கல்யாணம் பண்ணிக்கிட்டான். இங்கதான் எங்கியோ ரெண்டு பேரும் தனியார் காலேஜில வேல பாக்குறாங்க. இதவிட மோசமான கதயெல்லாம் இருக்கு. வா போவலாம்'' என்று சொன்ன பொம்மி கவலையான குரலில் சொன்னாள்:

''கைடோட டார்ச்சர் தாங்க முடியாம திருச்சியில ஒரு பொண்ணு செத்தே போயிட்டா தெரியுமா? ஒரு சில பேரு இந்த சனியன் எதுக்குன்னு பிஎச்.டி.ய, எம்.ஃபில்.ல பாதியில வுட்டுட்டு ஓடிப்போனவங்களும் இருக்காங்க.''

''நீ சொல்ற கதெயெல்லாம் கேக்கும்போது காலேஜில நடக்கிற மேட்டரா தெரியல.'' பூங்குழலியின் குரல் சட்டென்று மாறிவிட்டது.

''சரி வா. நேரமாயிடுச்சி'' என்று சொன்ன பொம்மி பூட்டு சாவியை எடுத்துக்கொண்டு வெளியே போனாள். அவளுக்குப் பின்னால் பூங்குழலியும் போனாள்.

விடுதியைவிட்டு இருவரும் கல்லூரியை நோக்கி நடக்க ஆரம்பித்த போது, ''அந்தாளு ரெண்டு புக்கு எழுதியிருக்கான். அதெ என்னன்னு தெரிஞ்சிக்கிறதுக்கு விக்கிப்பீடியாவுல போயிப் பாத்தன்.''

''ஒன்னோட கைடும் புத்தகம் எழுதியிருக்கானா?''

''எம்.ஃபில்., பிஎச்.டி. பண்ணபோது எழுதுன ரெண்டு தீசிசயும் போட்டிருக்கான்.''

''பரவாயில்லியே.'' கிண்டலாகச் சொன்னாள் பூங்குழலி.

''என்னன்னு தெரியல. நிறையா பேரு தங்களோட எம்.ஃபில். தீசிசயும், பிஎச்.டி. தீசிசயும் புத்தகமாப் போட்டுடுறாங்க ஒலக காவியம் மாதிரி. யாரும் வாங்க மாட்டாங்க. என்னெ மாதிரி ஆய்வு செய்ய வர்றவங்க தலயில கட்டிடு வாங்க.''

''அதெல்லாம் சரி. பேஸ்புக்குல தாத்தாகூட என்னா பேசுன?'' பொம்மியைச் சீண்டினாள்.

''ம். மயிரப் பேசுனன்.'' பொம்மி கடுப்படித்தாள்.

''அதெ மட்டும் எங்கிட்ட நீ மறச்சிட்ட. எனக்கு எல்லாம் தெரியும்'' என்று சொல்லிக் குறும்பாகச் சிரித்தாள் பூங்குழலி.

''சும்மாயிருடி அர லூசு. காஸ்ட்லி போன் வாங்கித் தர்றன். பேஸ்புக் ஆரம்பின்னு டார்ச்சர் செஞ்சான். அதுக்குப் பயந்துகிட்டு நானே ஒரு போன வாங்கித் தொலச்சன். ஒரு மாசம்தான் வச்சிருந்தன். மாசம் ஆயிர ரூவா பில் வந்துச்சி. வேண்டாம் சனியன்னு வுட்டுட்டன். அந்தப் போனத்தான என் தங்கச்சிக்கிட்ட கொடுத்தன்.''

''அத்தனயும் பொய்.'' பூங்குழலி சிரித்தாள்.

பொம்மியும் சிரித்தாள்.

''நீயே போன கட் பண்ணிட்டன்னு ஒத்துக்கிறன். போனயும் தங்கச்சிக்கிட்ட கொடுத்திட்ட. எல்லாம் சரி. ஒரு மாசம் பேசுனியே அப்ப என்னா பேசுன? இதெ நானே ரொம்ப நாளாக் கேக்கணுமின்னு இருந்தன்.''

''தெனம் ராத்திரியில, 'சாப்புட்டியா? தூங்கிட்டியா? பத்தரமாப் படுத்துக்கிட்டியா?'ன்னு ஓயாம கேட்டதயே கேப்பான். பதில் போட்டா, 'அப்பறம் என்ன'ன்னு கேப்பான். நான் ஒண்ணும் சொல்ல மாட்டன். 'என்ன சத்தத்தியே காணும்'ன்னு கேப்பான். டார்ச்சர் தாங்க முடியாம டவர் இல்லன்னு ஸ்விட்ச் ஆஃப் செஞ்சிடுவன். அந்தத் தொல்லயிலிருந்து தப்பிக்கத்தான் ஆயிரத்தி இருநூறு ரூபாய்க்கி இந்த போன வாங்குனன்.''

''ஓ.''

''நம்பாட்டி போ. எனக்கென்னா?'' என்று சொல்லிவிட்டு முகத்தைத் திருப்பிக்கொண்டு நடந்தாள் பொம்மி.

''ஏன் இந்த போன வாங்குனன்னு மாமா கேக்கலியா?'' மாமா என்ற வார்த்தையை மட்டும் அழுத்தமாக உச்சரித்தாள்.

''கேட்டுத்தான் சாவடிச்சான். 'இதென்ன மூக்குப்பொடி டப்பா மாதிரி இருக்கு. எதுக்கு இதெப் போயி வாங்குன? ஐபோன் வாங்கித் தர்றன்'ன்னு ஒண்ணக் கொண்டாந்து கொடுத்தான். நான் எங்க வீட்டுல திட்டுவாங்க. எங்க அண்ணனுக்குத் தெரிஞ்சா அவ்வளவுதான்னு சொல்லிட்டன். நான் ஆயிரத்தி இரநூறு ரூபாயிக்கி போனு வச்சியிருக்கிறது அவனுக்கு வெக்கமா இருக்காம். கிழட்டுக் குதிர.'' பொம்மி காறித்துப்பினாள்.

''எல்லாம் சரி. ஒனக்கு எந்த அண்ணன் இருக்கான். எங்க அண்ணன் வந்து வெட்டிப்புடுவான்னு சொன்ன?'' என்று கேட்ட பூங்குழலிக்குச் சிரிப்பை அடக்க முடியவில்லை.

''அப்படிச் சொன்னாத்தான் அவன் அடங்குவான்.''

''ஒங்க அப்பா அம்மா பெக்காமியே நீயே ஒரு அண்ணன உண்டாக் கிட்ட. நீ சாதாரண ஆளு இல்ல.'' கண்களைச் சிமிட்டிக் குறும்பாகச் சிரித்தாள் பூங்குழலி. பிறகு, ''நானா இருந்தா அவன் பேஸ்புக்குல போட்டத அப்படியே எடுத்துக்கிட்டுப் போயி அவன் பொண்டாட்டிக்கிட்ட காட்டி யிருப்பன்.''

''நீ செல்ற மாதிரி அந்த ஆள மாட்டிவுடலாம்தான். அவனவிட அவன் பொண்டாட்டி பெரிய பஜாரி. காலேஜில வேல பாத்திட்டு ஆறு மாசத் துக்கு முன்னாடிதான் ரிட்டயர் ஆச்சி. கிழவிதான். அதோட மேக்கப்ப பாத்தா அப்படிச் சொல்ல முடியாது. காலேஜில வேல பாக்குறமேங்கிற அறிவு ரவகூட இருக்காது. ஜிகுஜிகுன்னு ஜரிகை போட்ட சேலயும், கண் ணாடி வச்ச பொடவையும்தான் கட்டும். காலுல நாலு வெரல்லயும் மெட்டி போட்டிருக்கும். கண்ணுல மை வச்சிருக்கும். டை அடிச்சிருக்கும். சுவத்தில அடிச்ச பெயிண்ட வழிச்சி எடுக்கிற மாதிரி அது முகத்திலிருக்கிற பவுடர வழிச்சி எடுத்திடலாம். இந்த வயசிலயும் அது கால்ல கொலுசு போடாம இருக்காது. இந்தாளவிட ஒரு வயசோ ரெண்டு வயசோ கூடுதல். காலேஜில வேல பாக்குது, பணம் வருதுன்னு வயசப் பாக்காம கட்டிக்கிட்டான். தப்பித் தவறி வீட்டுக்குப் போனமின்னு வை, அமெரிக்காவுல இருக்கிற மவளப் பத்தியும் மவனப் பத்தியும்தான் பெரும ஓடும். செய்தி சேனல் மாதிரி சொன்னதயே திரும்பத்திரும்ப சொல்லிக்கிட்டிருக்கும். அமெரிக்காவிலயும் கூலி வேலதான செய்யுறாங்க? மந்திரியாவா இருக்காங்க? வெளிநாட்டுல கூலி வேல செய்யுறத எப்படித்தான் இந்த நாயிங்க பெருமயாப் பேசுதுங் களோ?'' என்று சொன்ன பொம்மி வெறுப்பில் முகத்தைக் கோணிக் காட்டினாள்.

‘‘நம்ப அங்கிளும் அதே நியூஸைத்தான் ரீல் ஓட்டுமா?’’

‘‘அப்பறம் வேற என்னா இருக்கு சொல்றதுக்கு?’’ பொம்மியின் முகம் கடுகடுத்தது. ‘‘அந்தக் கிழவி அளவுக்கு இந்தாளு மோசமில்ல.’’

‘‘நல்ல கைடே இருக்க மாட்டாங்களா?’’

‘‘இல்லாம இருக்க மாட்டாங்க. நமக்குக் கெடைக்கல அவ்வளவுதான். உண்மயாவே உதவி செய்யுறவங்களும் இருக்காங்க.’’

‘‘உனக்கு வேல கெடச்சி கைடானா இந்த மாதிரி டார்ச்சர் எல்லாம் செய்ய மாட்டதான?’’

‘‘சொல்ல முடியாது. செஞ்சாலும் செய்வன். பட்ட காயமெல்லாம் சாவுற வரைக்கும் அப்படியேத்தான இருக்கும்?’’

‘‘நாளயிலிருந்து தாத்தா யாருக்கு ‘வேர் ஆர் யூ’ன்னு மெசேஜ் பண்ணும்?’’

‘‘எப்படியோ இன்னியோட தப்பிச்சிட்டன்’’ என்று பொம்மி சொல்லும் போது விலங்கியல் துறையின் பக்கமிருந்து வந்த பெண், ‘‘நேத்து ஓங்களோட வைவா நல்லா இருந்துச்சி. நல்லா பேசுனிங்க. ஓங்க தீசிசும் நல்லா இருக் குன்னு எல்லாரும் சொன்னாங்க’’ என்று சொன்னாள்.

‘‘தேங்க்ஸ்’’ என்று சொன்ன பொம்மி சந்தேகப்பட்டது மாதிரி, ‘‘நேத்து வந்திருந்திங்களா?’’ என்று கேட்டாள்.

‘‘ஓங்க எச்.ஓ.டி.தான் எல்லா டிபார்ட்மண்டுலயிருந்தும் பசங்கள வரச் சொல்லியிருந்தாரு.’’

பொம்மி லேசாகச் சிரித்தாள்.

‘‘டிபார்ட்மண்டுக்கா?’’ என்று அந்தப் பெண் கேட்டாள்.

‘‘ஆமாம். இன்னிக்கி ஊருக்குப் போறன். அதான் எல்லார்கிட்டயும் சொல்லிட்டுப் போவலாமின்னு வந்தன்.’’

‘‘சரி போயிப் பாருங்க’’ என்று சொல்லிவிட்டுச் சிரித்துக்கொண்டே போனாள் அந்தப் பெண்.

‘‘வர்றன்’’ என்று சொல்லிவிட்டு பொம்மியும் நடக்க ஆரம்பித்தாள்.

தாவரவியல் துறையைத் தாண்டும்போது பூங்குழலி ரகசியம் மாதிரிக் கேட்டாள்:

‘‘ஒன்னோட ஆளு, ஒனக்குக் கூட்டமெல்லாம் சேத்திருக்காரு போல. இது எனக்குத் தெரியாம போச்சே. நல்ல தாத்தாதான்.’’

‘‘எனக்காக அவரு கூட்டம் சேக்கல. அவரு கைடா இருந்தார்ன்னு காட்டுறதுக்குத்தான்.’’

‘‘சரி நான் எங்க நிக்கணும்?’’

''இங்கிலீஷ் டிபார்ட்மண்டுகிட்ட நில்லு.''

''இப்பபடியா பயந்து தொலப்ப? அது சரி, ஒன்னோட அத்தானுக்கு எவன் தமிழ்மணின்னு பேரு வச்சிருப்பான்?''

''அந்தக் காலத்தில படிக்காத ஆளு தன் மகனுக்கு 'தமிழ்மணி'ன்னு பேரு வச்சிருக்கான். ஆனா, இந்த ஆளு என்ன பேரு வச்சிருக்கான் தெரியுமா?''

''தமிழ் பைத்தியமா?''

''ச்சீ. அபிஷேக், தர்ஷான்னு பேரு வச்சிருக்கான். இவனெல்லாம் ஒரு தமிழ்ப் பேராசிரியரு.''

''எங்கப்பா மாதிரியான தமிழ் பைத்தியமெல்லாம் செத்துப்போச்சி. இப்ப இந்த மாதிரி பேரு வைக்கிறதுதான் பேஷன். எங்கூடப் படிக்கிற ஒரு புள்ளைக்குப் பேரு வவ்யா.''

''நான் அந்தாள, 'ஐயா ஐயா'ன்னு கூப்பிட்டா கோச்சிக்குவான்.''

''அப்பறம் எப்படிக் கூப்பிடணுமாம்?'' என்று கேட்ட பூங்குழலி ரொம்பவும் நக்கலாக, ''நீ மாமான்னு கூப்பிட்டிருக்கணும். பையன் தல குப்புற விழுந்திருப்பான். நீ ஒரு துப்புக்கெட்ட கழுத. 'மாமா மாமா'ன்னு சொல்லியே நீ அவன நாய்க்குட்டியா ஒம் பின்னால அலயவுட்டிருக்கணும். எனக்கு ஒருத்தனும் இந்த மாதிரி மாட்ட மாட்டங்குறான்'' என்று சொல்லிச் சிரித்தாள்.

''வணக்கம் ஐயான்னு சொன்னா, 'ஒனக்கு நான் ஐயாவா?'ன்னு கேக்குறான். சார்ன்னு கூப்பிட்டாலும், 'ஒனக்கு நான் சாரா?'ன்னு கேட்டு டார்ச்சர் செய்வான். எப்படியோ சனியன்கிட்டருந்து தப்பிச்சிட்டன்.'' பொம்மி பெருமூச்சுவிட்டாள்.

''தாத்தா அந்த மாதிரியெல்லாம் செய்யுமா?''

''ஐயான்னும் கூப்பிட முடியாது. சார்ன்னும் கூப்பிட முடியாது. நரக வேதனதான்.''

''சாட்டிங்ல வந்தப்ப எப்படிக் கூப்பிட்ட?''

''சில முற ஐயான்னு போடுவன். சில முற சார்ன்னு போடுவன்.''

''பொழைக்கத் தெரியாத மூதி. 'அத்தான்'னு போட்டு அவனச் சுத்த விட்டிருக்கணும். ஒரு வார்த்தயில ஒனக்கு என்னா கொறஞ்சிடப் போவுது. அப்படிப் போட்டிருந்தன்னா ஜில் தட்டிப்போயி ஒனக்காக உயிர விட்டிருப்பான். என்னடான்னு கேக்குறது, என்னப்பான்னு கேக்குறது, மெசேஜ் போடுறதுதான் இப்ப பேஷன்.'' கண்ணடித்துக் காட்டினாள் பூங்குழலி.

''சாட்டிங்கில அவன் கேட்ட ஒரே கேள்வி, 'அப்பறம் என்ன? அப்பறம் என்ன?'ங்கிறதுதான். ஒரே சள்ள.''

''அத்தான் நீங்கதான் என் ஜாக்கெட்டோட பொத்தான்னு போட்டிருந்தின்னா கீழ விழுந்திருப்பான்.''

‘‘சும்மாயிருடி லூசு.’’ பொம்மியின் முகம் மாறியது.

‘‘இவன் மட்டுமில்ல. இப்ப இருக்கிற எல்லாப் பசங்களுமே ராத்திரி யானா சாட்டிங்ல இதே கேள்வியத்தான் கேக்குறானுவ. அதுவும் அம்பது வயசத் தாண்டுனவனுங்கதான், ‘அப்பறம் என்ன?’ங்கிற கேள்விய அதிக மாக் கேக்குறானுவ. சின்ன வயசு பசங்க நேரடியா மேட்டருக்கே வந்துடு றானுங்க. வயசானவனுங்கதான் ராத்திரியில அதிகமா கம்ப்யூட்டர் முன்னாடி குந்தியிருக்கானுவ. பொம்பளப் படம் போட்டோ, பொம்பள பேரு வச்சோ வந்தா மட்டும் ரெக்வெஸ்ட் கொடுக்கிறது, ரெக்வெஸ்ட்ட அக்சப்ட் பண்றது. இது ஒரு லாஜிக். கொஞ்சம் பேரு ஃபேக் ஐடில இருவது வருஷத்துக்கு முந்தின போட்டோ வச்சிக்கிட்டு இருக்கானுவ. நானும் ரெண்டு ஃபேக் ஐடி வச்சியிருக்கன். ஆறு, ஏழு பேருக்குத் தண்ணி காட்டிக்கிட்டு இருக்கன். நம்பளுக்கும் ராத்திரியில பொழுது போவ வேணாமா?’’ ரகசியம் மாதிரி சிரித்தாள்.

‘‘மாட்டிக்காத. பிரச்சனயாயிடும்.’’

‘‘இந்த நாயிங்க விதம்விதமா போட்டோவப் போட்டு சாட் பண் ணாட்டி எந்த ஆம்பள நாயி வந்து கம்ப்யூட்டர ஓப்பன் பண்ணப் போவுது? காஸ்ட்லி போன வாங்கப் போவுது? பொட்டச்சிங்களாலதான் இன்னிக்கி போன் கம்பெனிக்காரனும், இன்டர்நெட்டுக்காரனும் பணத்த வாரிக் குமிக் கிறான். பெண்குலம் வாழ்க.’’

‘‘இது காலேஜ், ரூம் இல்ல. கொஞ்சம் அடக்கமா வா.’’ பல்லைக்கடித்தாள் பொம்மி.

‘‘ஆர்ட்ஸ் காலேஜ் வாத்தியாருங்களே இப்படின்னா நர்சிங் காலேஜ் வாத்தியாருங்க எப்படி இருப்பானுங்க?’’ என்று சொல்லிக் கண்ணடித்தாள் பூங்குழலி.

‘‘நீ ஃபேக் ஐடி வச்சிருக்கிறத எல்லாம் குளோஸ் பண்ணு. பின்னால ஏதாச்சும் பெரிய பிரச்சனயா ஆயிடப்போவுது. அந்த மாதிரி ஃபேக் ஐடியில எதயோ செய்யப்போயி இங்கிலீஷ் டிபார்ட்மண்டுல ஒரு வாத்தி யாரு மாட்டிக்கிட்டுக் கெடக்குறான். பேரு நாறிப்போச்சி.’’

‘‘அதெல்லாம் ஒண்ணும் ஆவாது. நீ கவலப்படாமப் போயி மாமாவப் பாத்துட்டு வா செல்லம்’’ என்று சொன்னதோடு பொம்மியின் கன்னத்தைப் பிடித்துக் கிள்ளினாள் பூங்குழலி.

‘‘நேத்து வரைக்கும் இந்த காலேஜிலிருந்து எப்படா தப்பிச்சிப் போவம்னு இருந்துச்சி. இப்ப கஷ்டமா இருக்குது. ஒரு விதத்தில பாத்தா பெரிய டார்ச்சர்லருந்து விடுதல. இன்னொரு பக்கம் பாத்தா கஷ்டமா இருக்கு.’’ பொம்மியின் கண்கள் கலங்கின.

‘‘இங்கன்னு இல்ல. பள்ளிக்கூடம், காலேஜ் எல்லாம் ஒண்ணு பணம் புடுங்கிற எடமா இருக்கு. இல்லன்னா செக்ஸ் டார்ச்சர், மெண்டல் டார்ச்சர்

கொடுக்கிற எடமா இருக்கு. மனுசன் ஆகாயத்தில வாழ முடியாது. மண்ணுலதான் வாழ முடியும். டார்ச்சர் இல்லாட்டியும் வாழ முடியாது. போ தங்கம். மாமா வேற ஒனக்காகக் காலயிலிருந்து காத்துக்கிட்டு இருக் காரு.''

''நீ சொல்றது சரிதான். ஒருநாள் அந்தாளு என்னமோ சொன்னான். நானும் பதிலுக்குக் கோவத்தில, 'இளம திரும்புதா?'ன்னு கேட்டன். அப்பயும் அந்த மரமண்டக்கி புரியல. ஒரைக்கல.''

''பெம்மிங்கிற பேய் புடிச்சியிருக்கும்போது எப்படி ஒரைக்கும்? சரி, நான் இங்கியே நிக்குறன். தூரத்திலிருந்து நீ வரியா இல்லியான்னு அந்தாளு பாத்தாலும் பாப்பான்'' என்று சொல்லி பூங்குழலி ஆங்கிலத் துறையின் கட்டடத்தின் முன் இருந்த பெரிய மரத்தை நோக்கி நடக்க ஆரம்பித்தாள்.

''சரியாப் பத்து நிமிஷத்தில கூப்புடு.''

''கூப்புடுறன்.''

''நீ கூட வந்தா பரவாயில்ல.''

''ச்சீ. போ சனியன. வைவா முடிஞ்சிபோச்சி. இனிமே காலேஜுக்கும் ஒனக்கும் சம்பந்தமில்ல. கல்யாணம் கட்டிக்கலாமான்னு கேட்டாலும் மூணு வருஷமாச் சிரிச்ச மாதிரியே சிரி. மழுப்புன மாதிரியே மழுப்பு. ஆமாம்னு இல்லாம, இல்லன்னும் இல்லாம தலய ஆட்டு. டிகிரி வர வரைக்கும் நூல லேசாப் புடிச்சிக்கிட்டே இரு. கைய வுட்டும் போவக் கூடாது. பிச்சிக்கிட்டும் போவக் கூடாது. புரியுதா பாப்பா?''

''ம்.''

''போ. போ நீ ஒண்ணும் சாதாரண ஆளில்ல. பெரிய கள்ளிதான். எனக்குத் தெரியாதா?'' பூங்குழலி சிரித்தாள். அதற்கு பொம்மி சிரிக்கவுமில்லை. கோபப்படவுமில்லை. 'போயிட்டு வர்றன்' என்பது மாதிரி தலையை மட்டும் ஆட்டிவிட்டுத் தமிழ்த் துறையை நோக்கி நடக்க ஆரம்பித்தாள். •

உயிர்மை, மே, 2015

சாம்பன் கதை

"**சா**ம்பன் வேறு யாருமில்லை, பகவான் ஸ்ரீகிருஷ்ணருக்கும் ஜாம்ப வதிக்கும் பிறந்த மகன்தான். விசுவாமித்திர முனிவரின் சூழ்ச்சியால் அரிச் சந்திரன் வெகு துன்பப்பட்டான். சகுனியின் சூழ்ச்சியால் துரியோதனாதிகள் துன்பப்பட்டு மாண்டார்கள். நாரதரின் சூழ்ச்சியால் சாம்பன் பட்ட துன்பம்தான் இந்தக் கதை."

***

"உலகை வலம்வந்து சஞ்சாரம் செய்துகொண்டிருந்த நாரத முனி வருக்குத் திடீரென்று கிருஷ்ணரைச் சந்திக்க வேண்டும் என்ற எண்ணம் உண் டாயிற்று. மறுகணமே துவாரகைக்குப் புறப்பட்டார். யது குல வம்சத்தில் மேலான பண்புகளைக் கொண்ட வாசுதேவரை முதலில் சந்திக்கச் சென்றார். மகா முனிவரின் வருகையைக் கண்டு உள்ளம் மகிழ்ந்து முனிவருக்குரிய மரியாதைகளைச் செய்து வரவேற்றார் வாசுதேவர். வாசுதேவரைச் சந்தித்த பிறகு ரைவதக மலையின் உச்சியில் வசித்துவந்த கிருஷ்ணரிடம் சென் றார் நாரதர். தன் மாளிகைக்கு வந்த நாரதரை ஓடிவந்து வரவேற்றதோடு வேண்டிய உபசரணைகள் செய்தார் கிருஷ்ணர். அதோடு விருஷ்ணி இனத்தைச் சேர்ந்த பல ஆயிரக்கணக்கானோரும் வந்து வணங்கினார்கள். கிருஷ்ணரின் மனைவிகள், மகன் பிரத்தியுமனன் உட்பட யாவரும் முனி வரின் முன் தாள் பணிந்து நின்றனர். கிருஷ்ணரின் உபசரிப்பில் மகிழ்ந்து போன நாரதரின் பார்வை தோட்டத்துப் பக்கம் திரும்பியது. ஆயிரம் கோடி சூரியன்கள் ஒன்றாக இணைந்ததுபோல் பிரகாசித்த சாம்பன் பெண் களுடன் காமக் களியாட்டத்தில் ஈடுபட்டிருப்பது தெரிந்தது. அவன் யாரென்று நாரதர் கேட்டார். "எனக்கும் ஜாம்பவதிக்கும் பிறந்த மகன் சாம்பன்" என்று கிருஷ்ணர் கூறினார். கிருஷ்ணரின் மாளிகையில் நாரதர் வெகுநேரம் இருந்தார். ஆனால், சாம்பன் வந்து வணங்கவில்லை. இளைஞர் களுடனும் பெண்களுடனும் விளையாடுவதிலேயே அவனுடைய கவனம் இருந்தது. தோட்டத்திலிருந்த நூற்றுக்கணக்கான பெண்கள் சாம்பனுடன் பேசவும் அவனோடு சம்போகம் செய்யவும் துடித்ததை நாரதர் கண்டார்.

கிருஷ்ணரின் மகன்களிலேயே பேரழகனாக சாம்பன் இருந்தான். எல்லையில்லாத சௌந்தரியனாகவும், தேவாம்சம் பொருந்தியவனாகவும், அக்னி குண்டத்தில் வார்க்கப்பட்ட ஒளிப் பிழம்பாகவும் இருந்தான். அவன் மேனி பொன்னை உருக்கி வார்த்ததுபோல இருந்தது. அவனைக் காண பெண்கள் போட்டிபோட்டுக்கொண்டு ஓடினார்கள். யாதவ குலப் பெண்களுக்கு சாம்பன் என்றால் உயிர் என்பதை அறிந்த நாரதர், தான் வந்து இவ்வளவு நேரமாகியும் தன்னை மதித்து, வந்து வணங்காமல் இருக்கிறானே என்று சாம்பன்மீது கோபம் உண்டாயிற்று. சாம்பனைப் பற்றி விசாரித்தார். எல்லோருமே அவனைப் பற்றி நல்ல விதமாகச் சொன்னார்கள். குறை என்று ஒருவரும் ஒன்றும் சொல்லவில்லை. அதனால் முனிவரின் கோபம் மேலும் அதிகமானது. எந்த மேனியழகைக் கொண்டு பெண்களைக் கவர்ந்து அந்தக் கவர்ச்சியிலேயே மயங்கிக் கிடக்கிறானோ அந்த மேனியழகைக் குலைத்து நாசம் செய்ய வேண்டும் என்ற எண்ணம் ஏற்பட்டது. என்ன செய்தால் சாம்பனைப் பழிதீர்க்க முடியும் என்று யோசித்தார். அவனைப் பற்றிக் குற்றம் சொன்னால் யாரும் ஏற்க மாட்டார்கள். சிறந்த பண்பாளன், கருணையுள்ளவன், தூஷித்து யாரையும் பேச மாட்டான் என்று அறிந்த நாரதர், மனித மனதில் எது அதிகப் பொறாமையை உண்டாக்கும் என்று யோசித்தார். உலகிலேயே பொறாமைத் தீயை வளர்ப்பது பெண்ணாசைதான். பெண்களும் சாம்பனை நோக்கித்தான் ஓடுகிறார்கள். அதனால் அதை வைத்தே ஒரு சூழ்ச்சி நாடகம் செய்யலாம், சாம்பனைத் தண்டனிட்டுத் தன் காலடியில் விழ வைக்கலாம் என்று நினைத்துத் தனது சூழ்ச்சியைத் தந்தைக்கும் மகனுக்குமிடையே உருவாக்கினார். கிருஷ்ணரிடம், "உன் குலத்தில் ஒரு இழிவின் நிழல் படிந்திருக்கிறது. அதுவும் ஜாம்பவதியின் மகன் சாம்பனின் மூலமாக" என்று கூறினார் நாரதர்.

கிருஷ்ணர், சாம்பனின் நற்பண்புகளையும், பெரியவர்களிடத்தில் அவன் நடந்துகொள்ளும் பாங்கையும் சொன்னார். அது நாரதருக்கு மேலும் சினத்தை உண்டாக்கிற்று. "உன்னுடைய பதினாறாயிரம் மனைவியரும் சாம்பனின் அழகில் மயங்கிக் கிடக்கிறார்கள். அவனுடைய உறவுக்காகத் தவம் கிடக்கிறார்கள்" என்று நாரதர் சொன்னதும், நாரதரை முதன்முறையாக கிருஷ்ணர் எதிர்த்துப் பேசி வாதம் செய்தார். "ருக்குமணி, சத்தியபாமா, ஜாம்பவதி, காந்தாரி, பிரஸ்வாசினி, விரதினி போன்ற எட்டுப் பேரைத் தவிர மற்றவர்கள் அனைவரும் சிறைமீட்டுக் கொண்டுவரப்பட்டு, எனக்கு மனைவியாக்கப்பட்டவர்கள். அவர்களும் எனக்குக் கட்டுப்பட்டவர்கள். அவர்கள்மீது குற்றம் சொல்வதை நம்புவதற்கில்லை."

"ருசு வேண்டுமா?"

"கொடுங்கள்."

"நேரம் வரும்போது தருகிறேன்" என்று கோபமாகக் கூறிவிட்டு, கிருஷ்ணரின் மாளிகையைவிட்டு வெளியேறினார் நாரதர். கிருஷ்ணர்

பல விதமாகச் சிந்தனை செய்தார். எந்த வகையிலும் சாம்பன்மீது அவரால் குறைகாண முடியவில்லை. அந்த விஷயத்தை அதோடு மறந்துவிட்டார். ஆனால், சூதுவாதும் நயவஞ்சகமும் கெடுபுத்தியும் கொண்ட நாரதர் மறக்க வில்லை. சாம்பனின் மீதான கோபம் தணல்போல் அவருடைய நெஞ்சில் எரிந்துகொண்டிருந்தது. தக்க சமயம் வரட்டும் என்று காத்துக்கொண் டிருந்தார். அதற்கான நேரம் வந்ததும் துவாரகைக்குப் புறப்பட்டார்.

பூங்காவனத்தில் பெண்களோடு உல்லாசமாக இருந்த சாம்பனைச் சந்தித்து, ‘‘உன் தந்தை உடனே உன்னை ரைவதக மலைப் பூங்காவிற்கு வரச் சொன் னார்’’ என்று கூறினார். அந்த நேரத்தில் கிருஷ்ணர் தன் பதினாறாயிரம் மனைவியருடன் உல்லாசமாக இருக்கிற நேரமாகையால் அப்போது யாரும் அந்த இடத்திற்குச் செல்ல மாட்டார்கள். அதனால் சாம்பன் தயங்கினான். ‘‘என்னைச் சந்தேகப்படுகிறாயா?’’ என்று நாரதர் கேட்டதும், ‘‘அப்படி யில்லை. முனிவருக்கெல்லாம் முனிவர் தாங்கள். தங்களுடைய வாயிலிருந்து வரக்கூடிய சொல் எப்படிப் பொய்யாக இருக்க முடியும்? தங்கள் உத்தரவுப் படியே நான் சென்று என் தந்தையைச் சந்திக்கிறேன்’’ என்று கூறி நாரதரை வணங்கிவிட்டு கிருஷ்ணரின் அந்தப்புரப் பூங்காவிற்குச் சென்றான்.

வழியில் தீய சகுனங்களைக் கண்டு மனம் கலங்கினாலும் அவற்றைப் பெரிதுப்படுத்தாமல் நடக்கலானான் சாம்பன்.

பூங்காவில் கிருஷ்ணர் தம் மனைவியரோடு உல்லாசமாக இருந்ததைக் கண்டான். அவமான உணர்வால் உடல் கூசி, வெட்கித் தலைகுனிந்து திரும்ப நினைத்தான். அப்போது கிருஷ்ணர் சிறைமீட்டு வந்த பெண்களில் பலர் சாம்பனின் அழகில் மயங்கி மோகம் கொண்டனர். தங்களுடைய மேனியழகை அவனுக்குக் காட்ட தந்திரோபாயங்கள் செய்தனர். சாம்பன் மீது மோகம்கொண்ட பெண்களைப் பார்த்து கிருஷ்ணர், ‘‘நீங்கள் அத்தனை பேரும் என்னுடைய பத்தினிகளாகயிருந்தும், அந்த ஒழுக்கத்திலிருந்து தவறியபடியால் வரும் பிறவிகளில் வேட்டை நாய்களாகப் பிறவியெடுத்து காடு மலைகளில் அலைந்து திரிய வேண்டும். கொள்ளைக்காரர்களிடம் சிக்கித் தவிக்க வேண்டும். அடுத்தடுத்த பிறவிகளில் பேயாகப் பிறப்பீர்கள்’’ என்று சாபமிட்டார். அதே கோபத்தோடு சாம்பன் பக்கம் திரும்பி, ‘‘வரக் கூடாத இடத்திற்கு வந்தாய். செய்யத் தகாத நீசச் செயலைச் செய்தாய். தாய்மார்களையும் மோகம் கொள்ள வைக்கும் உன் மேனியழகு இந்தக் கணமே அழிவதாக. உன் முன்னால் இத்தனை ஆயிரம் பேரும் நாணித் தலைகுனிந்து நிற்பதுபோல, நீயும் உலகத்தார் முன் நாணி ஒதுங்கி நிற்பாய். எந்த மேனியைப் பார்த்து பெண்கள் மோகம் கொண்டார்களோ அந்த அழகிய மேனி அழியட்டும். உலகமே உன்னைக் கண்டு அசிங்கப்பட்டு விலகிப்போகும்படியான குஷ்டரோகம் உன்னைப் பிடிக்கட்டும். உன்னைக் கண்டார் நகைக்கவும் நாணவும் வேண்டும். உலகப் பழிக்கு ஆளாவாய்.

பூமியில் விதைக்கப்படும் தானியம்போல் உன் மேனியெங்கும் இக்கணத்திலிருந்து நோய்க்கூறுகள் முளைக்கட்டும்'' என்று சாபமிட்டார். மின்னல் வெட்டும் நேரம்தான், எல்லாம் முடிந்துவிட்டது.

''நானாக வரவில்லை. நாரத முனிவர் சொல்லித்தான் வந்தேன். என்மீது எந்தத் தவறும் இல்லை. எனக்கு ஏன் கொடிய சாபத்தைத் தந்தீர்கள்'' என்று அழுதபடியும் தொழுதபடியும் கேட்டான் சாம்பன். அவனுடைய தேகம் பதறிற்று. ருக்குமணி, சத்தியபாமா, ஜாம்பவதி மூவரும் தாரைதாரையாகக் கண்ணீர்விட்டு அழுதனர். கோபம் தணிந்த பிறகுதான் கிருஷ்ணருக்குச் சகல உண்மைகளும் புரிந்தது. புத்திரசோகம் அவரைக் கவ்வி மனம் மாறுகிற நேரத்தில் அங்கு பிரசன்னமானார் நாரதர்.

''கிருஷ்ணா எல்லாமறிந்தவன் நீ. புத்திரன் என்றுகூடப் பார்க்காமல் அவசரப்பட்டுவிட்டாயே. இது பொறாமைக் குணம். அதிலிருந்து நீயும் தப்பவில்லை என்பது ருசுவாகிவிட்டது. பெண்கள் மனதைப் புரிந்துகொள்ள உனக்கு ஒரு வாய்ப்பு. உண்மை புரிந்ததா? உன் கண்ணெதிரிலேயே உன் மனைவியர் பிற ஆடவன்மீது, அதுவும் மகன்மீதே மோகம் கொண்ட காட்சியைப் பார்த்தாய். சாபமும் கொடுத்தாய். முன்பொரு காலத்தில் என்னிடம் ருசு கேட்டாய். ருசுவைக் கொடுத்துவிட்டேன். இப்போது என்ன செய்யப்போகிறாய்? சாம்பன் குற்றமற்றவன் என்பது எனக்கும் தெரியும், உனக்கும் தெரியும். தெரிந்தும் சாபமிட்டாய். சாபத்திலிருந்து எப்படி அவனை விடுவிக்கப்போகிறாய்? அதே நேரத்தில் சாம்பனுக்குச் சாபம் கிடைக்க வேண்டும், அதை அவன் அனுபவித்தே தீர வேண்டும் என்பது என் விருப்பம்'' என்று நாரதர் சொன்னார்.

கிருஷ்ணர் சஞ்சலத்தில் பேச முடியாமல் பிரமைபிடித்ததுபோல் நின்றார். அதைக் கலைக்கும் விதமாக, ''நான் குற்றமற்றவன். ஒரு பாவமும் அறியாதவன். ஒரு தீங்கும் செய்யாதவன். எனக்கு ஏன் இவ்வளவு பெரிய தண்டனை? என்னை ஏன் சபித்தீர்கள்?'' என்று சாம்பன் கேட்டான். அவன் உள்ளம் எரியும் தீக்கோளமாக இருந்தது. ருக்குமணி, சத்தியபாமா, ஜாம்பவதி மூவரும் கிருஷ்ணரின் காலில் விழுந்து வணங்கியதோடு, நாரதரின் காலிலும் விழுந்து துதித்துப் போற்றி சாம்பனைச் சாபத்திலிருந்து விடுவிக்கக் கோரினர். அப்போது நாரதர், கிருஷ்ணரைப் பார்த்துக் கள்ளத்தனமாகச் சிரித்து, ''உண்மையைச் சொல்லும் நேரம் வந்துவிட்டது. தாயாக இருந்தாலும், தாரமாக இருந்தாலும், புத்திரர்களாக இருந்தாலும் ஆசா பாசங்களை நீக்கி உண்மையைப் பேசுவதுதானே தர்மம். புத்திர பாசம் வாயை அடைக்கிறதா?'' என்று நாரதர் கேட்டதும் புத்தி தெளிந்த மாதிரி கிருஷ்ணர் சொன்னார்: ''சாம்பா, நீ ஜனித்த நேரத்திலேயே உனக்குக் குஷ்டரோகம் விதிக்கப்பட்டுவிட்டது. அதை நீ அனுபவித்துத்தான் தீர வேண்டும். நோய் வர வேண்டிய நேரம் வந்துவிட்டது. நான் கோபத்தில் அதை என் வாயால் சொல்லிவிட்டேன் அவ்வளவுதான். நாரதர் இந்த

நாடகத்தை நடத்தாவிட்டால், உன்மீது இருக்கும் பாசத்தால் நான் அதை மறந்திருப்பேன். விதிப்பயனிலிருந்து யாரும் தப்ப முடியாது. நாரதருக்கு ஏதோ ஒருவகையில் நீ கோபமூட்டியிருக்கிறாய். நீ அவருக்கு உரிய மரியாதை செய்யவில்லை. நீ அவரிடம் சரணாகதி அடைய வேண்டும் என்பது அவருடைய விருப்பமாக இருக்கிறது. நீ அவரிடமே சரணடை.''

''எனக்கு வர இருக்கிற நோய் எப்போது என்னை விட்டு அகலும்? சாபத்திலிருந்து எப்போது விடுதலை கிடைக்கும்?'' என்று வினவினான் சாம்பன்.

''சாப விமோசனம் பெற அதற்கான புண்ணிய ஸ்தலத்தை நோக்கிப் பயணப்பட வேண்டும்.''

''நான் எப்போது புறப்பட வேண்டும்?''

''இப்போதே உன் உடலில் நோய்க்கான அறிகுறி தெரிகிறது. நீ இன்றே இப்போதே புறப்பட வேண்டும்'' என்று சொல்லிவிட்டு கிருஷ்ணர் மனம் கலங்கித் தன் புத்திரனைப் பார்க்க முடியாமல் தவித்தார்.

''சாம்பா, உடனே நீ புறப்படு. நாளும் கோளும் இன்று நன்றாக இருக்கின்றன. நதிக்கரையோரம் யாரும் அறியாவண்ணம் தங்கியிரு. நோய் முழுவதும் உன்னை ஆக்கிரமித்த பிறகு என்னைத் தியானி. மற்றதை அப்போது சொல்கிறேன். இது உனக்குச் சோதனைக் காலம். வல்லமை உள்ளவன் வானத்தை வில்லாக வளைப்பான். புத்திசாலி துரும்பைத் தூணாக்குவான். புறப்படு. செய்தாருக்குச் செய்த பலன் கிடைக்கும்'' என்று சொல்லிவிட்டு நாரதர் மறைந்தார்.

சாம்பன் திகைத்துப்போய்ப் பேசுவதற்கறியாது நின்றான். மனக்கவலை அவன் உள்ளத்தை ரம்பம்போல் அறுத்தது. நெருப்பில் விழுந்த புழு போலவும் தூண்டிலில் சிக்கிய மீன்போலவும் அவன் உள்ளம் துடித்தது. துக்கம் அவன் உள்ளத்தில் சமுத்திரப் பேரலையாய் எழுந்தது. கடல் கொந்தளிப்பதுபோல் அவன் மனம் கொந்தளித்தது. அவனுடைய உள்ளத்திலிருந்த நெருப்பு துவாரகை நகரை மட்டுமல்ல யது குலத்தையே அழிக்க வல்லது. ஆனாலும், அவன் தந்தையை எதிர்த்துப் பேசவில்லை. மனதைக் கல்லாக்கிக்கொண்டான். ஜாம்பவதியும் ஒரு சொல் பேசவில்லை. ''தந்தையின் வாக்குப்படியே நட'' என்றே சொன்னாள். சாபத்தை அவன் வெறுப்போடு ஏற்கவில்லை. தன் முற்பிறப்பின் தீவினை என்றே நம்பினான். மாட மாளிகை, பொன், பொருள், ஆடை ஆபரணங்கள், கையாள், ஏவலாள், சேனைகள், மனதை மயக்கிய யது குல அழகிகள், பொன் என ஒளிரும் மனைவி லட்சுமணா என எல்லாவற்றையும் ஒரு நாழிகையில் மறந்தான். தான் பெற்ற சாபம் மட்டுமே அவன் சிந்தையில் இருந்தது. சற்று முன்புவரை ஆடல், பாடல், பெண்களுடன் உல்லாசம், காமக் களியாட்டம் என்றிருந்த சாம்பனின் நிலை ஒரு நொடியில் பூகம்பத்தில் சிக்கிய மாளிகைபோல் சிதைந்துபோயிற்று. இடி விழுந்த மரம் எரிந்து கருகிப்போவதுபோல

அவன் உள்ளம் கருகிப்போயிற்று. சொத்து, சுகம், பொன், பொருள், மாளிகை, உடன் வாழ்ந்த மனிதர்கள் என எல்லாவற்றையும் இழக்க வேண்டிவந்து விட்டதே என்று மனம் நொந்தான். அக்கினிக் குண்டம்போல அவன் நெஞ்ச மிருந்தது. அதுவும் ஒரு கணம்தான். பிறகு மனம் தெளிந்தவனாக, ''உத்தரவு தந்தையே. உங்கள் வார்த்தைகள்தான் எனக்கு மந்திரம். உங்கள் கோபம்தான் எனக்குச் சாபம். உங்கள் அன்பும் எனக்குச் சாபம்தான். உங்களுக்கு மகனாகப் பிறந்ததும் சாபம்தான். சாபத்தை வரமாகப் பெற்றிருக்கிறேன்'' என்று கூறினான்.

''உனக்கு வேண்டியதையெல்லாம் எடுத்துச்செல்'' என்று கிருஷ்ணர் கூறினார். ''பொன், பொருள், யானை, குதிரை, சேவையாள் எதுவும் வேண்டாம். தாங்கள் கொடுத்த சாபத்தை மட்டும் நான் சுமந்து செல்கிறேன்'' என்று கூறி வணங்கி நின்றான். கிருஷ்ணர் ஆசி கூறியதும் தன் தாய்மார் களான ருக்குமணி, சத்தியபாமா, ஜாம்பவதி மூவரையும் வணங்கினான். மூன்று பெண்களும் அழுதார்கள். மகனைக் கட்டித் தழுவினார்கள். யது குலப் பெண்கள் கணவனின் ஆணையை மீற முடியாது. 'கறந்த பால் முலை புகா. கடைந்தெடுத்த வெண்ணெய் மோர் புகா. மலர்ந்த பூவும், உதிர்ந்த காயும் மரம் புகா. செய்தவினை இல்லையென்று ஆகா' என்பதனால் சாபத் திலிருந்து விடுபட மகனுக்கு நல்லாசி கூறினார்கள்.

சாம்பன் தன் மாளிகைக்கு வந்தான். பணியாள், யது குலக் கன்னியர்கள் என்று யாரையும் அவன் சந்திக்கவில்லை. தன் மனைவி லட்சுமணாவை மட்டும் சந்தித்து நடந்தவற்றை விளக்கிக் கூறினான். லட்சுமணாவின் அழுகையும், கூக்குரலும் மாளிகையை நடுங்க வைத்தது. ''தந்தையின் சாபத் திலிருந்து தப்பிக்க முடியாது. இது விதி. விதியின் பயனை யாராலும் மாற்ற முடியாது. விடைகொடு'' என்று கேட்டான். உடன் வருவதாக லட்சுமணா கூறினாள். அவள் கோரிக்கையை அவன் ஏற்கவில்லை. ''நீயும் நானும் கணவன் மனைவி என்றாலும் இருவரும் ஒன்றல்ல. சந்தர்ப்பத்தால் இணைந்திருக்கிறோம். எனக்கான சாபம் உன்னைச் சேராது. இரண்டு உடல்கள். இரண்டு உயிர்கள். இரண்டு மனங்கள். இரண்டு உலகங்கள். கணவன் மனைவி என்ற பந்தத்தால் மட்டுமே நாம் இணைந்திருக்கிறோம்'' என்று சாம்பன், லட்சுமணாவுக்குப் புத்திமதிகளைக் கூறினான். ''சாரையும் சர்ப்பமும் போல நாம் சரசமுடன் இணைந்திருந்த காலத்தை மறந்தீரா? இது என் கடைசி ஆசை. இன்றிரவு என்னோடு இணையுங்கள்'' என்று லட்சுமணா கூறியதைச் சாம்பனால் தட்ட முடியவில்லை. அதனால் அன்றிரவு சாம்பன் சம்போகம் செய்தாலும் அது உடல் மட்டுமே ஈடுபட்ட ஒன்றாக இருந்தது. விடியற்காலையில் இருள் விலகுவதற்கு முன்பாகவே, ''யது குலத் தில் பிறந்தவர்கள் தந்தையரை விமர்சிப்பதில்லை. எனக்கு என் தந்தை சாபத்தை மட்டுமே தரவில்லை. அதிலிருந்து விமோசனம் பெறுவதற்கான

உபாயத்தையும் சொல்லியிருக்கிறார். சாபத்திலிருந்து விடுதலை பெற்றுத் திரும்பி வருவேன். காத்திரு. சித்தம் கலங்காதே'' என்று கூறி லட்சுமணா விடமிருந்து விடைபெற்று யார் கண்ணிலும் படாமல் நகரத்தைவிட்டு வெளியேறினான்.

நகரத்தைவிட்டு வந்து யாரும் அறியாவண்ணம் நதிக்கரையோரம் சிறு குடிசையில் தங்கினான் சாம்பன். பகலில் அவன் வெளியே வருவதே இல்லை. நகரத்தில் நடக்கும் கேளிக்கைகள், விளையாட்டுகளின்போது இளைஞர்கள் கூச்சலிடுவது அவ்வப்போது அவனுக்குக் கேட்கும். மது மயக்கத்தில் யது குலப் பெண்களும், ஆண்களும் நதிக்கரையில் விளையாடுவதை எப்போ தாவது பார்ப்பான். 'மனம் ஆசைப்படுவது மட்டும் வாழ்க்கை இல்லை' என்று அவன் தனித்திருக்க ஆரம்பித்த கொஞ்ச நாட்களிலேயே தெரிந்து கொண்டான். பழைய நினைவுகள் அலைகளாய் எழும்பிக்கொண்டிருந்தன. ராஜ வம்சம் என்பதையும் ராஜ குல வாழ்க்கையையும் எண்ணிக் கலங்க வில்லை. ஆனாலும், அவன் மனம் சமுத்திரத்தில் ஆடும் படகு மாதிரி தடுமாறிக்கொண்டிருந்தது.

ஓராண்டு முடிவதற்குள்ளாகவே குஷ்டரோகம் அவன் உடல் முழுவதும் பரவிவிட்டது. முற்றிலும் குரூபியாகிவிட்டான். நோயால் உடலின் பாகங்கள் தேய ஆரம்பித்தன. அங்கத்தில் ஆங்காங்கே குழிப் புண்கள் உருவாகி முழுத் தோற்றத்தையும் மாற்றிவிட்டன. பிறகு, ஒருநாள் கிருஷ்ணரைப் பார்க்கப் புறப்பட்டான். துவாரகையில் இருந்தவர்கள் யாருக்குமே அவன் சாம்பன் என்று தெரியவில்லை. முன்பு அவன் அழகில், உடலின் ஒளியில் மயங்கி விளக் கொளியில் வந்து விழும் விட்டில் பூச்சிகள்போல வந்து குவிந்த பெண்கள் எல்லாம் ஒதுங்கிச் சென்றனர். நகரத்தின் வீதிகளில் மட்டுமல்ல, மாளிகையில் கூட ஒருவருக்கும் அவனை அடையாளம் தெரியவில்லை. அவனுடைய மனைவி லட்சுமணாவுக்குக்கூட அவனை அடையாளம் தெரியவில்லை. கிருஷ்ணரும் ஜாம்பவதியும் மட்டுமே அவனை அடையாளம் கண்டனர். மகனின் தோற்றத்தைக் கண்டு ஜாம்பவதி கண்ணீர்விட்டு அழுதாள். சாம்பனின் நிலையைக் கண்டு நிலைதடுமாறிய கிருஷ்ணருக்கு, மகாபாரதப் போர் முடிந்து பாண்டவர்கள் பட்டாபிஷேகம் செய்தபோது காந்தாரி கொடுத்த சாபம் நினைவுக்கு வந்தது: 'கிருஷ்ணா, சூதகா, என் ராஜ் ஜியத்தை அழித்தாய், கௌரவர்கள் நூறு பேரையும் சூதும் நயவஞ் சகமும் செய்து அழித்தாய். நான் வானப்பிரஸ்தம் போகிறேன். இன்று நான் எப்படி என் புத்திரர்களை இழந்து தவித்து அழுகிறேனோ, அதே போல் நீயும் அழ வேண்டும். மகனை இழந்து நீயும் வாடுவாய். நான் பத்தினியாக இருந்தால் என் சாபம் பலிக்கட்டும்.'

''காந்தாரி கொடுத்த சாபத்தால்தான் சாம்பா உனக்கு இந்தத் தீங்கு நேர்ந்தது'' என்று கிருஷ்ணர் சொன்னார்.

''தந்தையே உங்களைத் துன்புறுத்த வரவில்லை. அடுத்து நான் செய்ய வேண்டியது என்ன என்பதை அறியவே வந்தேன்.''

''நாரத முனிவரை மனதில் தியானி. அவர்தான் இதற்கான உபாயத்தை உனக்குச் சொல்ல முடியும். நாரதர் சூழ்ச்சி செய்தார் என்று சிந்தை கலங்க வேண்டாம். நல்லது நடக்கவும், அறத்தை நிலைநாட்டவும்தான் இந்தச் சூழ்ச்சியைச் செய்தார்.''

சாம்பன், நாரத முனிவரை வணங்கித் தியானம் செய்தான். அவன் தியானித்த மறுகணமே நாரதர் அவ்விடத்தில் பிரசன்னமானார். அவரைப் பூஜை செய்து வணங்கி, ''மகா முனிவரே என்னுடைய சபல புத்தியால் தங்களுக்குரிய மரியாதையைச் செய்யத் தவறிவிட்டேன். அதற்கான தண் டனை எனக்குக் கிடைத்துவிட்டது. என் தந்தையின் சாபத்தின்படி குஷ்ட ரோகம் என் உடல் முழுவதும் பரவிவிட்டது. இதிலிருந்து விடுபடுவதற்கான உபாயத்தைக் கூறி அருள வேண்டும்'' என்று கேட்டான்.

சாம்பனின் பணிவு நாரத மகா முனிவரின் மனதைக் குளிரவைத்தது. ''விருஷ்ணி குல ரத்தினமே, உன் நடத்தை, பேச்சு, உன் பெருந்தன்மை, சொல் மீறாமை அனைத்தும் என் மனதைக் குளிர்வித்தது. சூரியன் மட்டும் தான் கண்ணுக்குத் தெரிந்த ஒரே கடவுள், ஒளிரூபன். அவனுடைய சொரூபமே நெருப்பு. நீ அவரை நோக்கித்தான் வணங்க வேண்டும், அவரை நோக்கித்தான் பயணப்பட வேண்டும். உடனே நீ சூரிய உலகத் திற்குச் செல். ஒளிக் கடவுளையே வணங்கு. பயணத்தில் நீ மிகுந்த துன் பத்தை அடைவாய். ஆனாலும், உன் துன்பம் வீண் போகாது. அப்பன் செய்த பாவம் புத்திரன்மேலே என்பதுபோல காந்தாரி, கிருஷ்ணருக்கு இட்ட சாபத்தை நீ அனுபவித்துத்தான் தீர வேண்டும். பாரதப் போரில் கிருஷ்ணர் செய்த தவறுகளுக்கான தண்டனையையும் கிருஷ்ணரின் வாரி சான நீதான் அனுபவிக்க வேண்டும். பத்தினி இட்ட சாபம். பாரதப் போரில் ஒரு பாவமும் செய்யாதவள் காந்தாரி மட்டும்தான். அவள் செய்த ஒரே தவறு தன் கண்களைக் கட்டிக்கொண்டதுபோல தன் வாயையும் கட்டிக்கொண்டதுதான். அவள் இட்ட சாபமாயிற்றே.''

''தங்களுடைய கருணைக்குப் பணிகிறேன். சூரிய உலகம் எங்கே இருக் கிறது. அங்கு நான் எப்படிச் செல்ல வேண்டும்?''

''நீ இங்கிருந்து வடக்குக் கடற்கரை நோக்கிப் போக வேண்டும். அங் கிருந்து வடகிழக்குத் திசையில் திரும்பிச் செல். ஏழு பருவக் காலம் கழித்து சந்திரபாகா நதிக்கரையை அடைவாய். அங்கு பேரொளிமிக்க சூரிய தேவன் ஆணுருவம் கொண்டு வீற்றிருக்கிறார். அவரைப் போய் வணங்கு. உன் சாபம் விலகும். உன் பயணத்தில் இடர் ஏதாவது ஏற்பட்டால் என்னைத் தியானம் செய். உனக்கு வேண்டிய உபாயங்களைச் செய்வேன்.''

''மகா முனிவரே தங்கள் கருணையே கருணை'' என்று கூறி, நாரதரையும் கிருஷ்ணரையும் வணங்கிவிட்டு சூரியத் தலம் நோக்கிப் புறப்படத் தயாரானான் சாம்பன். அப்போது, ''உன் பயணத்திற்குத் தேவையான பொன், பொருள், செல்வம், ஏவலாள் என்று எவ்வளவு வேண்டுமோ அவ்வளவையும் எடுத்துச்செல்'' என்று கிருஷ்ணர் கூறினார்.

''தந்தையே! என்னை மன்னியுங்கள். நேற்றைய வாழ்க்கை என்பதை நான் மறந்துவிட்டேன். தாங்கள் சொல்கிற பொருள்களையெல்லாம் எடுத்துச் சென்றால் நேற்றைய வாழ்க்கையிலிருந்து என்னால் விடுபட முடியாது. குஷ்டரோகத்தைவிட எனக்கு நேற்றைய வாழ்க்கைபற்றிய எண்ணம் தான் அதிகத் துன்பம் அளிக்கிறது. எனக்கு அது வேண்டாம். என் பயணம் உல்லாசத்துக்கானது அல்ல. எனக்குப் புகழ் வந்தாலும் இழிவு வந்தாலும் இரண்டும் தங்களையே சாரும். என் பயணம் சாபத்திலிருந்து, நோயிலிருந்து விடுபடுவதற்கானது. ஆகவே என் பயணத்திற்கு நல்லாசி கூறுங்கள். அதை மட்டும் எடுத்துச்செல்கிறேன்'' என்று கூறி கிருஷ்ணரை மண்டியிட்டு வணங்கினான்.

''உன் மனம் விரும்பும்படி நடக்கட்டும். உனக்குச் சகல மங்கலமும் உண்டாகட்டும்'' என்று கிருஷ்ணர் ஆசி கூறினார். சாம்பன், நாரத முனிவரையும் வணங்கினான்.

சாம்பன் துவாரகையைவிட்டு வெளியேறினான். கல், முள், கட்டாந்தரை, ஓடை, நதி, மலை, குகை, பாலைவனம் என்று நடக்க ஆரம்பித்தான். இரவு பகல் பாராது, காற்று, மழை, வெயில் பாராது நடந்தான். பசி, தாகம் ஏற்பட்டபோது வழியில் கிடைத்த காய்கனி, கிழங்குகளை உண்டான். காட்டாற்றுத் தண்ணீரைக் குடித்தான். சிறிது காலத்திலேயே அவன் காட்டு வாசியைப் போல மாறி பறவைகள், மலைகள், நதிகள், மரம் செடி கொடி களுடன் பேசக் கற்றுக்கொண்டான். மனதிலுள்ளதை அப்படியே பேசினான். பயணத்தில், உலகில் தான் தனியன், தனக்கென்று யாருமில்லை, நோய் மட்டுமே சொந்தம், வேறில்லை என்பது தெரிந்ததும் பொன், பொருள், செல்வம், மாளிகை, பெண்கள்பற்றிய ஆசைகள் எல்லாம் தீயில் விழுந்த பூச்சிகள்போல மடிந்துபோயின. அவனுடைய உள்ளம் அப்பழுக்கற்ற பளிங்கு மாதிரி இருந்தது. ஜனனத்திற்கும் மரணத்திற்குமிடையே மனித மனம் கட்டும் கோட்டைகள் என்ன? உலகிலுள்ள ஜீவராசிகளிலேயே கீழ்த்தரமான புத்தியும், சூதுவாதும், நயவஞ்சகமும், பேராசையும், பொருளாசையும் கொண்டு, அதற்காக எத்தகைய தீய செயல்களிலும் ஈடுபட்டு, துரோகம், வஞ்சகம் செய்வதுமான குணம் ஈனப் பிறவியான மனிதனுக்கே உண்டு என்று தெளிந்த காரணத்தினால் சாம்பன் தன் பழைய வாழ்க்கையை மறக்க முயன்றான். பழையவற்றை நினைத்தால் இன்று வாழ முடியாது. படிப்படியாக நாரதர்மீதும், கிருஷ்ணர்மீதும் இருந்த கோபம் தணிந்தது. அவர்கள்மீது கூடுதலான பற்று ஏற்பட்டது. இது என் விதி. இதை

நான் அனுபவித்தே தீர வேண்டும் என்று நினைத்து, அந்தச் சாபத்திலிருந்து விடுபடுவதுபற்றியே சிந்தித்துக்கொண்டிருந்தான். தான் குற்றமற்றவன் என்று நிரூபிக்க வேண்டும் என்ற வைராக்கியம் அவனை வழிநடத்தியது. அப்போது தான் அவனுக்குப் புரிந்தது, மனம் எப்போதும் தண்ணீர் மாதிரி ஓடிக் கொண்டேயிருப்பது என்பது. தண்ணீரைப் பிடித்து வைப்பது முடிகிற காரியமா? முடிந்தாலும் எவ்வளவு நேரத்துக்கு?

ஒருநாள் அந்திப் பொழுதில் அவன் ஒரு வனாந்தரத்தை அடைந்தான். களைப்பால் ஒரு ஆலமரத்தின் நிழலில் உட்கார்ந்து இளைப்பாறினான். அப்போது எறும்பு முதல், யானை வரையிலான எண்பத்தியெண்ணாயிரம் ஜீவராசிகளும் அவனைச் சுற்றியிருந்தன. ஒன்றுகூடத் தானாக வந்து அவனை இம்சிக்கவில்லை. அப்போது, 'இத்தனை ஜீவராசிகள் இருந்தும் ஒன்றுகூட என்னைத் துன்புறுத்தவில்லை. இருந்தும் என் மனம் ஏன் சஞ்சலம் கொள் கிறது? அப்படியானால் என் மனம்தான் என்னை இம்சிக்கிறது. அதிலிருந்து விடுபட்டால் துன்பம் இருக்காது, பேதங்கள் இருக்காது. மனம்தான் நோயை உண்டாக்குகிறது, நேற்றைய வாழ்வுக்காக ஏங்குகிறது. முதலில் அதிலிருந்து விடுதலை பெற வேண்டும். நோயிலிருந்து, சாபத்திலிருந்து விடுபடுகிறேனோ இல்லையோ மனதிலிருந்து, அதன் ஆசைகளிலிருந்து விடுபட வேண்டும். அதற்காகத்தான் எனக்கு இந்தச் சாபத்தைத் தந்திருக்க வேண்டும், யாரையும் நிந்திப்பதில் பயனில்லை' என்று நினைத்தான். மனம் லேசானது.

சாம்பனுக்கு வழியில் எதிர்ப்பட்ட ஆறு, குளம், காடு, மலை, குகை, மிருகம், மனித சஞ்சாரமற்ற தனிமை ஆகியவை, "சாம்பா, நீ நோயி லிருந்து, சாபத்திலிருந்து விடுதலை பெறப் போகவில்லை. உன்னிடமிருந்து, உன் மனதிடமிருந்து, அதன் ஆசைகளிடமிருந்து விடுதலை பெறப் போகி றாய் என்பதை உணர்வாயாக" என்று ஒவ்வொன்றும் சொல்லிற்று. அந்த வார்த்தைகள் காய்ந்த பயிருக்குத் தண்ணீர் ஊற்றியதுபோல், கடலில் தத்தளித்தவனுக்குத் துடுப்புக் கிடைத்ததுபோல் இருந்தது. மதியப் பொழுதில் ஒரு ஆற்றை அடைந்தான். குஷ்டரோகி என்பதால் யாரும் அவனைப் படகில் ஏற்றிக்கொள்ளவில்லை. வணங்கி, வேண்டிக் கேட்ட பிறகுதான் ஏற்றிக்கொண்டார்கள். ஆனாலும், படகிலிருந்த ஒருவரும் அவனிடம் பேச வில்லை. மற்றவர்களுக்குச் சங்கடம் தராத வகையில் படகின் ஒரு மூலையில் சாம்பன் உட்கார்ந்துகொண்டான். படகுப் பயணம் முடிந்ததும், கொஞ்ச தூரம் சென்ற பிறகு கடல் வந்தது. கடற்கரையோரமாக வட திசையில் நடந்தான். எந்த இடத்திலிருந்து வடக்கில் பிரயாணிக்க வேண்டும் என்பது தெரியவில்லை. 'நேர்வடக்காகச் சென்றால் குவலயாஸ்வனின் வழி வந்தவர்களின் ஆட்சியிலுள்ள சிந்து நாடு வரும். அங்கு உறங்க முனிவரது ஆசி ரமம் இருக்கும்' என்று முன்பு நாரத முனிவர் கூறியது நினைவுக்கு வந்ததும் நம்பிக்கை பெற்றவனாக நடந்தான். இரவாகிவிட்டது. பிறைச் சந்திரன் தோன்றினான். பக்கத்தில் ஆற்றங்கரையோரமுள்ள மீனவக் குடிசைகளுக்குச்

சென்று, "துவாரகையிலிருந்து வருகிறேன். வடகிழக்கில் சந்திரபாகா நதிக் கரையோரமுள்ள சூரியத் தலத்துக்குச் செல்ல வேண்டும். வழி தெரிந்தால் சொல்லுங்கள்" என்று கேட்டான். "அதுபற்றி எங்களுக்குத் தெரியாது. ஆனால், உன்னைப் போன்ற நோயாளிகள் ஆற்றைக் கடந்து செல்வதைப் பார்த்திருக்கிறோம்" என்று கூறினார்கள். அன்றிரவு மீனவக் குடிசைகளின் ஓரமாக ஆற்று மணலில் சந்திரனைப் பார்த்தவாறே கண்ணயர்ந்தான்.

விடியற்காலையிலேயே மீனவர்களின் உதவியோடு ஆற்றைக் கடந்தான். அங்கே ஒரு தவசியைக் கண்டான். அவரை வணங்கி சூரியத் தலம் பற்றிக் கேட்டான். "பஞ்சநதிப் பிரதேசத்தில் சூரியத் தலம் இருப்பதாகக் கேள்விப்பட்டிருக்கிறேன். அங்கே உன்னைப் போன்ற சருமநோயாளிகள் செல்வதையும், நோய் நீங்கித் திரும்பி வருவதையும் கண்டிருக்கிறேன். ஆனால், நோய் எப்படி நீங்குகிறது என்பது எனக்குத் தெரியாது. நீ அங்கு போக வேண்டும் என்றால் ஆற்றைக் கடந்து வந்திருக்கக் கூடாது. திரும்பிச் செல்" என்று கூறினார். அவரை வணங்கிவிட்டு ஆற்றைக் கடந்து வந்து கிழக்கு நோக்கி நடக்க ஆரம்பித்தான். ஏழு பருவங்கள் நடந்தான். எட்டாவது பருவம் ஆரம்பித்த முதல் நாள் அந்திப் பொழுதில் சந்திரபாகா நதிக்கரைக்கு வந்து சேர்ந்தான். அங்கிருந்தவர்களிடம், "சிந்து நதியிலிருந்து பிரிந்து வரும் சந்திரபாகா நதி இதுதானா, சூரியத் தலத்துக்குச் செல்ல வேண்டும்?" என்று கேட்டான். பலர் அவன் தோற்றத்தைக் கண்டு பதில் பேசவில்லை. வயதான ஒரு படகோட்டி மட்டும், "நீ சொல்கிற இடம் அக்கரையில் தான் இருக்கிறது. அக்கரையிலிருந்து ஏழு நாள் நடக்க வேண்டும். ஏழாம் நாள் ஒரு ஆறு குறுக்கிடும். ஆற்றைக் கடந்தால் நீ சொல்கிற இடம் வந்து விடும்" என்று கூறினான். கிழவரைச் சாம்பன் வணங்கினான். திரும்பி படகோட்டியின் உதவியால் மறுகரைக்கு வந்து அவர் கூறியபடி நடக்க ஆரம்பித்தான்.

அவனுடைய சிந்தையில் சூரியத் தலம் மட்டுமே இருந்தது. இதுநாள் வரையில் அவன் எந்த நோக்கமும் இல்லாமல் இருந்தான். பெண்களுடன் கூடி மகிழ்வதே வாழ்க்கை என்று எண்ணியிருந்தான். உடம்பு என்பது ஒரு புழுக்கூடு என்று இப்போது தெரிந்திருந்தது. அந்தக் கூட்டை வைத்துக் கொண்டா இத்தனை ஆட்டம் ஆடினோம் என்று மனம் நொந்தான். எல்லாம் போன பிறகும் அவன் மனதில் சிறு நெருப்புத் துண்டு மாதிரி ஒரு ஒளியிருந்தது. அது சூரியத் தலத்தில் ஒளி. அதுவே அவனை வழிநடத்தியது. இரவுப் பொழுது வந்தது. வனாந்தரத்தில் படுத்திருந்தான். கொடிய விலங்குகள் குறித்த பயமெல்லாம் அவனிடமிருந்து போய்விட்டிருந்தது. விதிப்பயன் எதுவோ அதுதான் நடக்கும். மாறி எதுவும் நடக்காது. உடலில் பூட்டியிருந்த ஆபரணங்களையெல்லாம் ஒவ்வொன்றாகக் கழட்டி வைப்பது மாதிரி மனதிலிருந்த ஆசைகள் எல்லாம் ஒவ்வொன்றாக அவனைவிட்டுப் போய்விட்டன. தந்தையின் பெயரைக்கூட அவன் எங்கும் பயன்படுத்த

வில்லை. உடம்பு காற்றடைத்த பை என்பதை உணர்ந்துவிட்டதால் இரவு பகல் பேதம் அவனிடமில்லை. ஆசை கொண்ட மனதிற்குத்தான் பேதம். அதனால் நன்றாகத் தூங்கிவிட்டு மறுநாள் புறப்பட்டான். அன்றையப் பொழுதின் அந்தி நேரத்தில் ஒரு ஆறு தென்பட்டது. ஆற்றைக் கடந்ததும் குடிசைகள் கண்ணில் பட்டன. குடிசைகளை நோக்கி நடந்தான். எதிர்ப் பட்டவர்களிடம், ''இதுதான் சூரியத் தலமா?'' என்று கேட்டான். ''அப்படித் தான் சொன்னார்கள்'' என்று ஒரு குஷ்டரோகி சொன்னார். அவனைச் சூழ்ந்து நின்ற எல்லாருமே குஷ்டரோகிகளாக இருந்தனர். அந்த இடத்தி லிருந்த குழந்தைகளுக்கும் குஷ்டரோகம் இருந்தது.

''கிரக ராஜன் சூரிய தேவன் வீற்றிருக்கும் இடம் எங்கே இருக்கிறது?'' என்று சாம்பன் கேட்டதும் அங்கிருந்தவர்கள் சிரித்தனர். கூட்டத்திலிருந்த கிழவன், ''உன்னை மாதிரி கேள்விப்பட்டுத்தான் நாங்களும் வந்தோம். ஆனால், நீ சொல்கின்ற இடம் எது என்று எங்களுக்குத் தெரியாது, வனத்துக் குள் ஒரு கோயில் இருக்கிறது. அதைச் சூரிய சேத்திரம் என்று சொல்வார்கள்'' என்று கூறினான்.

''அங்கு கிரக ராஜனின் உருவம் பொறித்த சிலை இருக்கிறதா?'' என்று சாம்பன் கேட்டதும் கூட்டத்திலிருந்தவர்கள் சிரித்தனர்.

''அங்கு ஒரு சிலை இருக்கிறது. அதை நாங்கள் தினமும் கும்பிடுவோம். அங்கு ஒரு ரிஷி இருக்கிறார். போனால் பிடித்துவைத்துக்கொண்டு உபதேசம் செய்ய ஆரம்பித்துவிடுவார். அதனால் நாங்கள் அவரிடம் அதிகம் பேசுவ தில்லை. அவர் சொன்னபடி சூரிய ஒளி படும்படியாக உட்கார்ந்திருப்போம். பிறகு, பிச்சையெடுக்கப் போய்விடுவோம்'' என்று கிழவன் சொன்னான்.

''பிச்சையா?'' என்று சாம்பன் கேட்டான். கூட்டத்திலிருந்த எல்லோரும் சிரித்தனர். கூட்டத்திலிருந்த நீலாட்சி என்ற இளம் வயதுப் பெண் சிரித்துக் கொண்டே, ''ராசா மகனாக இருந்தாலும் இந்த இடத்துக்கு வந்துவிட்டால் பிச்சைதான் எடுக்க வேண்டும். நீ ராசா மகனா? நீ பேசுவது எல்லாம் வனத்து ரிஷி பேசுகிற மாதிரியே இருக்கிறது'' என்று சொல்லிவிட்டு உரசுவது மாதிரி சாம்பனிடம் வந்து நின்றாள். அவளுடைய இடுப்பிலிருந்த குழந்தை அழ ஆரம்பித்தது. குஷ்டரோகத்தால் பீடிக்கப்பட்டிருந்த நீலாட்சி பார்ப் பதற்கு விகாரமாக இருந்தாள். கூட்டத்திலிருந்த கிழவன், ''நேற்று நீலாட்சியின் புருசன் செத்துவிட்டான். இன்றிலிருந்து நீ அவளோடு சேர்ந்து கொள். அவளுக்குப் புருசனாகவும் பிள்ளைக்குத் தகப்பனாகவும் இரு'' என்று சொல்லிவிட்டுச் சிரித்தான். அங்கிருந்த குஷ்டரோகிகளின் பேச்சு சாம்பனுக்கு வினோதமாக இருந்தது. ''நான் இந்தப் பெண்ணோடு சேரவோ தங்கவோ முடியாது. நேற்றுத்தான் அவளுடைய புருசன் இறந்தான் என்று சொன்னீர்கள். அதற்குள் எப்படி இதுபோல் பேச முடிகிறது?'' என்று கேட்டான். ''வாழ ஆசைப்படுகிறவர்களுக்குத்தான் சட்டதிட்ட மெல்லாம். சாக ஆசைப்படுகிறவர்களுக்கு எதுவுமில்லை. தினம் இங்கு

ஒரு ஆள் செத்துப்போகிறான். அதே மாதிரி தினமும் உன்னை மாதிரி ஒரு ஆள் வந்துசேருகிறான். அதனால் இருக்கின்றவரை மகிழ்ச்சியாக இரு, தனித்து இருக்காதே, அது உன்னைச் சீக்கிரத்தில் சாகடித்துவிடும் என்பதால் இங்கு ஆணும் பெண்ணும் சேர்ந்துதான் இருப்போம். ஒரு இரவுகூட நாங்கள் தனியாக இருப்பதில்லை. இந்த வனத்தில் மழை பெய்யாமல் இருந்தாலும் இருக்கும். ஆனால், பெண்களுக்குப் பிள்ளை பிறப்பது மட்டும் நிற்காது. வேப்பஞ்சாற்றில் தேன் கலந்து குடித்தாலும் அதன் கசப்பு மாறாது. நொய்யரிசி கொதி தாங்காது" என்று ஒரு ஆள் சொன்னான்.

"நீங்கள் செய்வது தவறு. நோய் வந்தால் மருந்தைத்தான் தேடிப் போக வேண்டும். அதற்குப் பதிலாக பல நோய்களை வாங்க கூடாது" என்று சாம்பன் சொன்னதும், "நீ வனத்து ரிஷி மாதிரி பேசுகிறாய். அவரை மாதிரியே உபதேசம் பண்ணுகிறாய். இப்போது இங்கு நான் மட்டும்தான் தனியாள். அதனால் நீ என்னோடுதான் இருக்க வேண்டும். பிள்ளையைப் பிடி" என்று சாம்பனிடம் பிள்ளையைக் கொடுத்தாள் நீலாட்சி. கூட்டத்திலிருந்த கிழவன், "நீலாட்சி சொல்வதுதான் சரி. ஆண்களுக்குப் பெண்களும், பெண்களுக்கு ஆண்களும் சரியாக இருக்கிறோம். நீலாட்சி மட்டும்தான் தனி. நீயும் தனி, விடிவதற்குள் செத்துப்போகலாம். அதுவரை ஏன் மகிழ்ச்சியாக இருக்கக் கூடாது? அவளுக்கு மட்டும் மகிழ்ச்சியில்லை. உனக்கும்தான். அவளைக் கட்டியணைத்துக் கனிவாய் முத்தமிடு" என்று சொன்னான். "துன்மார்க்கமாக மதியீன செயலைச் செய்ய மாட்டேன். பெண்ணாசையை எப்போதோ விட்டுவிட்டேன். ஒருபோதும் அநாச்சாரமான காரியம் செய்ய மாட்டேன். செத்துவிடுவோம் என்று எப்படிச் சொல்ல முடியும்? சாவதற்காக நாம் இங்கு வரவில்லையே. நோய் குணமாகித் திரும்பிப் போக வேண்டும் என்ற எண்ணத்தோடுதானே இங்கு வந்தீர்கள். அந்த எண்ணம்தான் நமக்கு நம்பிக்கை, உயிர். அதை இழந்தால் நாம் பிணம் போன்றவர்கள்தான்" என்று சாம்பன் சொன்னதும், "எங்களுக்குப் புத்திமதி சொல்ல நீ யார்?" என்று கேட்டுச் சண்டைக்கு வந்தனர். அப்போது குறுக்கிட்ட நீலாட்சி தன் கூட்டத்து ஆட்களிடம் சாம்பன் சொல்வதைக் கேட்க வேண்டும் என்று சொல்லிச் சத்தம் போட்டாள். கூட்டம் அமைதியானது.

"நீங்கள் வந்த நோக்கத்தை மறக்காதீர். நம்பிக்கையை இழக்காதீர். நோயிலிருந்து விடுபட ஆசைப்படுங்கள். திரும்பி ஊருக்குப் போக வேண்டும் என்று ஆசைப்படுங்கள். உங்கள் நோக்கமும் ஆசையும் பிறரைத் துன்புறுத்தாது. பிறருக்குக் கேடு விளைவிக்காது. நம்முடைய நம்பிக்கையில்தான் நம் எதிர்காலம் இருக்கிறது. ஈனத்துவம் படைத்த ஜென்மமாக இருக்க வேண்டாம்" என்று சொன்னான் சாம்பன்.

"வனத்து ரிஷி மாதிரி, ராசா மகன் மாதிரி பேசுகிறாய்" என்று கூறிவிட்டு அவரவர் குடிசைகளுக்குத் திரும்பினர்.

நீலாட்சியும் சாம்பனும் மட்டுமே இருந்தனர். உரசி, உறவாடி, அணைத்து, முத்தமிட்டுப் பார்த்தாள். குடிசைக்குள் இழுத்துப் பார்த்தாள். எதற்குமே சாம்பன் இசையவில்லை. பிச்சையெடுத்து வந்த சோற்றில் ஒரு பகுதியைக் கொடுத்தாள். அதை வாங்கிச் சாப்பிட்டுவிட்டு, ''நீ நடந்துகொள்வது விந்தையாக இருக்கிறது. நான் உன்னைப் போகிக்க மாட்டேன். நான் என்றும் உனக்குத் துணையாக, விளக்கின் திரியாக, ஒரு சகோதரனாக இருப்பேன்'' என்று கூறிவிட்டு நீலாட்சியின் குடிசைக்கு வெளியே அன்றைய இரவுப் பொழுதைக் கழித்தான். இருள் பிரியும் முன்னே எழுந்து கிழக்கு நோக்கிப் புறப்பட்டான். வழியில் பல ஆயிரம் மலர்கள் பூத்திருந்ததைக் கண்டதும் தன் ஆயுட்காலம் முழுவதும் அங்கேயே தங்கிக் கழித்துவிடலாம் என்று நினைத்தான். மகிழம் பூ வாசனை காற்றில் விரவியிருந்தது. அதை நுகர்ந்து கொண்டே ஆதித்தியரைக் கண்டதும் இவரை எப்படி நான் வணங்குவேன், எப்படி நான் பூஜை செய்வேன், சாபத்திலிருந்து எப்படி விடுதலை பெறுவேன் என்று சிந்திக்கலானான். மனமுருகி வணங்கினான். மும்முறை வலம் வந்து விட்டு ஆற்றங்கரைக்கு நடந்தான். அப்போது கீழ்வானத்தில் குங்குமப் பந்தாக, அக்னிக் கோளமாகச் சூரிய தேவர் தோன்ற, அவரைக் கைகூப்பி வணங்கி நின்றான் சாம்பன்.

ஒரு முனிவர், ஆதிசக்தீஸ்வரரை வணங்கி நிற்பதைக் கண்டான். அவ ரிடத்திலே சென்று தொழுது, ''முனிவரே சாபத்தின் விளைவாய் குஷ்ட ரோகியாகி இங்கு வந்துள்ளேன்'' என்று சாம்பன் கூறினான். அதைக் கேட்ட முனிவர் தன்னைப் பின்தொடர சொல்லிவிட்டுத் தன் ஆசிரமத்திற்குச் சென்றார். ''தென்கிழக்குத் திசையில் வெயிலைப் பார்த்து உட்கார். சூரிய தேவனை வணங்கிவிட்டு, பிறகு உன்னிடம் பேசுகிறேன்'' என்று முனிவர் சொல்லிவிட்டுச் சென்றார். முனிவர் கூறியபடியே சாம்பன் வெயிலில் உட்கார்ந்தான். மறுகணமே சூரிய தேவனை மனதில் நினைத்து தியானம் செய்தான். அவன் கண்கள் மூடியிருந்தன. உடல் அசைவற்றிருந்தது. ஆனால், மனம் பேசியபடியே இருந்தது. 'சூரிய தேவரே! எனக்கு விதிக்கப்பட்ட சாபத்திலிருந்து விடுதலை கொடு. பொன், பொருள், செல்வம், பெண் மோகம் எல்லாவற்றிலிருந்தும் விலகி வந்துவிட்டேன். என் மனதிலிருந்தும் விடுதலை கொடு.' அவன் எவ்வளவு நேரம் தியானத்திலிருந்தான் என்பது தெரியாது. முனிவரின் குரல் கேட்டுக் கண்விழித்தான். ''கிரக ராஜனை வணங்கிவிட்டுக் கனிகளைச் சாப்பிடு'' என்று கொடுத்தார். அவரை வணங்கிக் கனிகளைப் பெற்றுக்கொண்டான். அவன் எதிரில் உட்கார்ந்து, ''உன் கதையைக் கூறு'' என்று கேட்டார். ''மண்பாண்டம், ஓடு ஸ்வாமி. அதற்கு என்ன கதை இருக்க முடியும்? ஒரு கைப்பிடி சாம்பலாகும் உடல், ஆசைகளால் நிறைந்த பை'' என்று சாம்பன் சொன்னதும் முனிவர் அவனை வினோதமாகப் பார்த்தார். விவரமானவன். மற்ற நோயாளிகளைப் போன்றவன் அல்லன் என்றும் எட்டு கர்மங்களையும் அறிந்தவன் இவன் என்றும் அவருக்குத் தெரிந்தது.

''இங்கு வந்ததன் நோக்கம்?''

''விடுதலை. சாபத்திலிருந்து விடுதலை பெறுவதற்காக.''

''சாபமா?''

''ஆம் ஸ்வாமி.''

''இந்த இடத்தைப் பற்றி யார் கூறியது?''

''நாரதர்.''

''நாரதரா? அவரை நீ பார்த்திருக்கிறாயா? ஈரேழு லோகங்களிலும் வலம்வரும் நாரதரைப் பார்த்தாயா? நம்ப முடியவில்லையே. அப்படி யென்றால் நீ பாக்கியவான்தான். நீ யார்?'' என்று முனிவர் கேட்டார்.

''ஸ்வாமி என்மீது கருணை கொள்ளுங்கள். கோபம் கொள்ளாதீர்கள். தக்க தருணம் வரும்போது கூறுகிறேன்.''

''உன் விருப்பப்படியே ஆகட்டும்.''

''ஸ்வாமி காலையில் சூரிய தேவனை வணங்கினீர்கள். ஆனால், பூஜை செய்யவில்லை, ஏன்?''

''எனக்கு வேதம் படிக்க உரிமை உண்டு. ஆனால், பூஜை செய்ய உரிமை யில்லை. நான் தேவலோக இனத்தைச் சேர்ந்த பிராமணன். சிவப்பு மையால் சூரியனைத் தரையில் வரைந்து வணங்குகிறேன். இந்தச் சூரியத் தலத்தை யார் நிறுவினார்கள் என்று எனக்குத் தெரியாது. நான் வரும்போது இப்படித்தான் இருந்தது. கிரக ராஜனின் மூலத்தானமும், அத்தமனத் தலமும் இதுதான். பூகோளத்தில் கிரக ராஜன் அஸ்தமிக்கும்போது அவரது கடைசி கிரணங்களுக்குச் சிறப்பான சக்தி உண்டு. அது பல சரும நோய்களைத் தீர்க்க வல்லது. அதனால்தான் நான் இங்கு வந்தேன். வந்ததிலிருந்து அத்தமனச் சூரியனை வணங்கி வருகிறேன். என் உடலிலிருந்த நோய்க்குறிகள் படிப் படியாக மறைந்துவிட்டன.''

''இது ஒரு இடம் மட்டும்தானா?''

''இந்த நாட்டின் உதயாசலத்தில் சூரியன் முதலில் தோன்றுகிறார். வட கிழக்கு மூலையில் உதிப்பதால், 'கோணாத்தியர்' அல்லது 'மூலை அகத்தியர்' என்று அழைக்கப்படுகிறார். யமுனைக்குத் தெற்கே, துவாரகைக்கு அருகில் நண்பகலில் அவர் வீற்றிருக்கிறார். அந்நிலையில் அவர் பெயர் 'காலப்பிரியர்'. இந்த மூலத்தானத்தில்தான் தென்மேற்குத் திசையில் அவர் மறைகிறார். பெருநோயிலிருந்து விடுபட இந்த மூன்று காலங்களில் சூரிய கிரணங்கள் உடலில் பட வேண்டும்.''

''ஒரே நாளில் மூன்று இடங்களுக்கும் எப்படிச் செல்ல முடியும்?''

''ஒரு ஆண்டை மூன்று காலங்களாகப் பிரித்து அந்தந்தக் காலங்களில் அந்தந்த இடங்களில் வழிபட வேண்டும். நானும் அவ்வாறுதான் வழிபட்டு

வந்தேன். கிரக ராஜன் ஆதித்தியன், சவிதா, சூரியன், மிஹிரன், அர்க்கன், பிரபாகரன், மார்த்தாண்டன், பாஸ்கரன், பானு, சித்திரபானு, திவாகரன், ரவி என்ற பன்னிரண்டு பெயர்களில் அழைக்கப்படுகிறார். அவர் பன்னிரண்டு மாதங்களில் புஷ்கரம், நைமிஷம், குருட்சேத்திரம், பிருதூதகம் போன்ற பன்னிரண்டு புண்ணிய தலங்களில் வீற்றிருக்கிறார். நீ அந்தந்த மாதங்களில், அந்தந்தத் தலங்களில் உள்ள, கங்கை, சரஸ்வதி, சிந்து, பயஸ்வினி, யமுனை, தாமிரா, சிப்ரா போன்ற பன்னிரண்டு புண்ணிய நதிகளில் புனித நீராடி வழி பட்டால்தான் உன் நோய் நீங்கும். எல்லா இடங்களுக்கும் சென்று வர பன்னிரண்டு பருவங்கள் ஆகும். உன்னால் முடியுமா?''

''தங்களின் கருணையும் ஆசியும் இருந்தால் முடியும் ஸ்வாமி.''

''ஒவ்வொரு மாதத்திலும் வளர்பிறையில் ஏழாம் நாளில் சூரிய கிரணங் களுக்குச் சிறப்பான சக்தி உண்டு. அன்று நீ விரதமிருந்து சூரிய தேவரை வணங்க வேண்டும்.''

''அடுத்தது என்ன செய்ய வேண்டும்?'' பணிவுடன் கேட்டான் சாம்பன்.

''பன்னிரண்டு தலங்களுக்கும் சென்று வா. அப்போது சொல்கிறேன்.''

''மற்ற நோயாளிகளையும் அழைத்துச்செல்ல விரும்புகிறேன்.''

''அவர்கள் யாருடைய பேச்சையும் கேட்பதில்லை. மதிப்பதில்லை. அவர்கள் நீசர்கள். உடைந்த பானைகளை ஒட்ட வைக்க முடியுமா?''

''தங்களின் ஆசீர்வாதம் இருந்தால் முடியும் ஸ்வாமி.''

மனம் பூரித்த முனிவர், ''என் பரிபூரண ஆசி உனக்கு எப்போதும் உண்டு, போய் வா'' என்று கூறியதும் அவரை வணங்கிவிட்டு குஷ்டரோகிகளின் குடிசைகளுக்கு வந்தான். அவனைச் சூழ்ந்துகொண்டு, ''அந்த ரிஷி உனக்கு உபதேசம் செய்திருப்பாரே'' என்று சொல்லிக் கேலி செய்தனர். அதைக் கேட்டு மிகுந்த மனவாட்டமுற்றான். ''ரிஷியை மரியாதைக் குறைவாகப் பேசாதீர்கள். அவர் நம் எல்லோரையும்விட மேலானவர். அவரை வணங்கி பூஜிக்கக் கற்றுக்கொள்ள வேண்டும். மகா புருஷர் அவர்.'' சாம்பன் சொன் னதை யாருமே காதில் வாங்கவில்லை. ரிஷியோடு சாம்பனையும் சேர்த்து கேலி செய்தனர். அப்போது பிச்சையெடுத்துவிட்டு வந்த நீலாட்சியிடம், ''என்ன உன் பாத்திரம் நிறைந்ததா?'' என்று சாம்பன் கேட்டான்.

''இல்லை.''

''அது எப்போதும் நிறையாது. அதுதான் பிச்சைப் பாத்திரத்தின் சாபம்.''

''நீ எப்போது பார்த்தாலும் சாபம், சாபம் என்றே பேசுகிறாய். கிடைத் திருப்பது போதும். அதில் உனக்கும் தருகிறேன். சாப்பிடு.''

''கொடு சாப்பிடுகிறேன். இரவு தங்கிவிட்டு விடிந்ததும் பிரயாணம் போகிறேன். நீயும் வா.''

''என்ன பிரயாணம். என்னை ஏன் கூப்பிடுகிறாய்? உயிரோடு இருக்கும் வரை இந்த இடத்திலேயே இருந்து சாகாமல் எங்கே அலையப் போகிறாய்?'' என்று கேட்டபடியே வந்து சாம்பனை உரசினாள் நீலாட்சி.

''குடல் அனலைத் தணிப்பது மட்டும் முக்கியமல்ல. மனதின் அனலையும் தணிக்க வேண்டும். மானுடக் களங்கம் நான். உனக்கு மனக்காயம் உண்டாக்க மாட்டேன். சண்டாளக் காரியம் செய்ய மாட்டேன். படுபாதகச் செயலைச் செய்ய என்னைத் தூண்டாதே. பஞ்சமாபாதகச் செயல் செய்யும் குலத்தில் நான் பிறக்கவில்லை. அபகீர்த்தி வந்துவிடும். நீசக் குலத்தில் பிறந்தவன் அல்ல நான். கைகேயின் சொல் கேட்டு தசரதன் மாண்டான். ஜானகியின் சொல் கேட்டு மானின் பின்னால் ஓடி ஸ்ரீராமன் வெகு துன்பப்பட்டான். சூர்ப்பனகையின் சொல் கேட்டு ராவணன் தம் சுற்றத்தாரோடு மாண்டான். ஆதலால் ஸ்திரிகள் சொல் கேட்பது தர்மம் அல்ல. பேயைக் கொண்டாலும் பெண்ணைக் கொள்ள மாட்டேன். எல்லாவற்றையும் மறந்துவிட்டுத் தூங்கு. அதுதான் உனக்கு மருந்து. உடம்பு என்பது புழுக்கூடு என்று அறியும்போது உனக்குத் தெரியும் மோகம் என்பது ஒன்றுமில்லை என்று. நீ எதற்காக இங்கு வந்தாய்?''

''குஷ்டத்தைப் போக்க.''

''குஷ்டம் போய்விட்டதா?''

''இல்லை.''

''குஷ்டத்தைப் போக்க என்ன பிரயத்தனம் செய்தாய்?''

''ஒன்றுமில்லை.''

''அவ்வாறு செய்யாததுதான் தவறு. ஒன்றும் செய்யாமல் எப்படிப் போகும்? நோயைப் போக்கத்தான் நான் யாத்திரை செல்கிறேன். நான் உங்களைப் போன்றவன்தான். குஷ்டரோகி. எனக்கு நம்பிக்கை இருக்கிறது. அதனால் பன்னிரண்டு புனிதத் தலங்களில் உள்ள பன்னிரண்டு புனித நதிகளில் புனித நீராடி சூரியனை வழிபடப் போகிறேன்.''

''நாங்கள் யாரும் வரவில்லை. இவன் பொய்யன். மை வேலை, சித்து வேலை தெரிந்தவன். வசியம், மாந்திரீகம் செய்து கெடுக்கப் பார்க்கிறான்'' என்று சொல்லிக் கூட்டம் கத்தியது. நீலாட்சிதான் கூட்டத்தைக் கட்டுப்படுத்தினாள். ''நீ சொல்வதை உபதேசம் பண்ணாமல் சொல். என்ன புனிதத் தலம்'' என்று நீலாட்சி கேட்டாள்.

''நம் வாழ்க்கையில் எஞ்சியிருப்பதென்ன?''

''சாவு.''

''நீ ஏன் ஊரிலேயே சாகாமல் இங்கு வந்தாய்?''

''வரும்போது நம்பிக்கை இருந்தது. இப்போது இல்லை.''

''அதுதான் பிரச்சனை. நம்பிக்கையை விட்டதுதான் சிக்கல். நம்மிடம் எஞ்சியிருப்பது நம்பிக்கை மட்டும்தான். அதை இழந்ததுதான் நீங்கள் இப்படியானதற்குக் காரணம். குளிக்கப்போய் யாராவது சேற்றைப் பூசிக் கொள்வார்களா? நாம் மீண்டும் சரியாகிவிடுவோம். நம்பு'' என்று சொல்லிச் சத்தியம் செய்தான். குஷ்டரோகம்பற்றி, அது தீர்வதுபற்றி, சூரியனின் புனிதத் தலங்கள், புனித நதிகள், அதன் மகத்துவம் பற்றியெல்லாம் எடுத்துக்கூறினான்.

''இதெல்லாம் உனக்கு எப்படித் தெரியும்?'' நீலாட்சி கேட்டாள்.

''வனத்து ரிஷி மட்டுமல்ல நாரத முனிவரும் சொன்னார்.''

''நாரதரா?'' என்று கூட்டம் கேட்டது. ''ஆம்'' என்று கூறி, தான் யார் என்பதை மட்டும் மறைத்துவிட்டு நாரதர் கூறிய வரலாற்றையெல்லாம் கூறி விட்டுக் கடைசியாக, ''காலையில் என்னோடு வருவது யார்? நாம் போவது சித்தர் வழி, ரிஷி வழி, முனி வழி, சிவன் வழி. அதனால் நமக்குத் தெய்வத்தின் அனுக்கிரகம் எப்போதும் இருக்கும்'' என்று சொன்னான்.

''நான் வருகிறேன்'' என்று நீலாட்சி சொன்னாள். மற்றவர்களிடம் அவள் தான் பேசினாள். அவளுடைய பேச்சுதான் எடுபட்டது. இரவாகிவிட்டது. நிலவின் வெளிச்சத்தில் அனைவரும் உட்கார்ந்துகொண்டு சாம்பனிடம் புனிதத் தலங்கள், புனித நதிகள் குறித்த விவரங்களைக் கேட்டனர். அன்றிரவு முழுவதும் பேசினார்கள். இருள் விலகுவதற்கு முன்பாகவே எழுந்து ஆற்றில் குளித்துவிட்டுக் கூட்டமாகச் சென்று ரிஷியை வணங்கினார்கள். ரிஷி ஆச்சரியப்பட்டார். ''மங்களமாகச் சென்று வா. உன் செயலுக்கு அழி வில்லை. நீ நினைத்த காரியம் ஜெயமாகும். காரியத்தில் வெற்றியடைந்தால் ஒளி ஞானம் பெறுவாய். பூவுலகைவிட்டுச் சுவர்க்கத்திற்குப் போவாய். கல்லார் நெஞ்சில் நில்லார் ஈசன். ஏழு சப்தமிகளில் நீதி, நியமப்படி விரத மிருந்தால் தோஷத்திலிருந்து விடுபடலாம்'' என்று சாம்பனையும் மற்றவர் களையும் அனுப்பினார்.

சாம்பனுக்குப் பின்னால் எழுபது பேர் இருந்தனர்.

அவர்கள் அனைவரும் பன்னிரண்டு தலங்களுக்கும் சென்று வணங்கி, பன்னிரண்டு புனித நதிகளில் நீராடி, பன்னிரண்டு பருவங்கள் முடிந்து சந்திரபாகா நதியின் அத்தமனத் தலத்துக்குத் திரும்பி வந்தபோது சாம்ப னையும் சேர்த்து மொத்தம் பதினைந்து பேர்களே எஞ்சியிருந்தனர். யாத் திரையின்போது உடல் நலமில்லாமல் பலர் இறந்தனர். நடக்க முடியாமல் ஒரு சிலர் அங்கங்கே தங்கிவிட்டனர். பிள்ளைகளையும் புருசனையும் இழந்த பெண்கள் சாம்பனைக் கொடூரமான வார்த்தைகளால் திட்டினார்கள். அவர்களையெல்லாம் நீலாட்சிதான் சமாதானப்படுத்தினாள்.

பன்னிரண்டு பருவங்கள் முடிவதற்குள்ளாகவே அவர்களுடைய உடம்பில் நல்ல முன்னேற்றம் தெரிந்தது. உடலில் உணர்ச்சிகள் உண்டாக ஆரம்பித் திருந்தன. புருவ முடியும், தலை முடியும் உதிர்வது நின்றுபோயிருந்தது.

ஆண்களுக்கு தாடி, மீசை மீண்டும் வளர ஆரம்பித்திருந்தன. உடலில் தேய்மானம் நின்றுபோயிருந்தது. சிந்து நதியைக் கடந்து செல்லும்போது சாம்பனுக்கு ஒரு மரப் பதுமை கிடைத்தது. அது சூரிய தேவனின் சிலையை ஒத்திருந்தது. அந்தப் பதுமையோடு சென்று வனத்து ரிஷியை மெய்யொழுகி வணங்கினான் சாம்பன். உள்ளம் மகிழ்ந்த ரிஷி சாம்பனையும் மற்றவர்களையும் வாழ்த்தினார். ''சாம்பா, இந்த மரப் பதுமையை இங்கே பிரதிஷ்டை செய். இது கற்பகத்தருவால் ஆனது. அடுத்து நீ இன்னொரு மகத்தான காரியத்திற்குத் தயாராக வேண்டும். முன்பு ஒருமுறை பூஜை செய்ய எனக்கு உரிமையில்லை என்று சொன்னேன் அல்லவா. அதனால் பூஜை செய்ய உரிமையுள்ள பிராமணர்கள் சாகத் தீவில் இருக்கிறார்கள். அவர்களைப் பாரதவர்ஷத்துக்கு அழைத்து வர வேண்டும். இந்தஇந்த காலங்களில் இன்ன இன்ன பூஜைகள் செய்தால் குஷ்டரோகம் குணமாகும் என்பதை அவர்கள்தான் கணித்திருந்தார்கள். அதோடு அவர்களுக்கு மருத்துவ முறையும் தெரியும். முன்பு அவர்களில் சிலர் இங்கு இருந்தனர். அவர்களுக்கு உரிய மரியாதை கிடைக்கவில்லையென்று திரும்பிப் போய்விட்டார்கள். அங்கு போவது மலையைக் குடைந்து எலி போவது போன்றது. வழி கடுமையானது. நீ முதலில் அந்தரிட்சத்துக்குப் போ. அதைக் கடந்தால் தேவருலகம், இலாவிருதவர்ஷம். அதைத் தாண்டினால் சாகத் தீவு. நீ அங்கு சென்று உரிய பிராமணர்களைக் கொண்டுவர வேண்டும். அதற்கு முன் இந்தப் பதுமையை நிறுவு.''

''உங்களின் ஆசிப்படியே நடக்கும்'' என்று சாம்பன் கூறினான்.

''இந்தச் சிலைக்குக் கோயில் எழுப்புவதற்கு விசுவகர்ம இனத்தவர்களைக் கொண்டுவர வேண்டும். இங்கிருந்து தென்மேற்குத் திசையிலுள்ள பிரதேசத்தில் இருக்கிறார்கள். அவர்களைக் கொண்டுவரவும், பராமரிக்கவும் நிறையப் பொருட்கள் வேண்டும். நான் ஆண்டி. நீ குஷ்டரோகி. என்ன செய்வது?'' என்று ரிஷி பெரும் கவலையுடன் சொன்னதைக் கேட்டு, ''ஸ்வாமி நான் பொருட்களுக்கு ஏற்பாடு செய்கிறேன்'' என்று சாம்பன் சொன்னதும், ஆச்சரியத்துடன், ''எப்படி?'' என்று ரிஷி கேட்டார். சாம்பன் தன் வரலாற்றைச் சொன்னான்.

''மகாபாரதப் போரையே ஒற்றையாளாக நடத்திய கிருஷ்ணரின் மகனுக்கா இந்த நோய்? பூதலம் போற்றும் கிருஷ்ணரின் மகனா நீ?'' என்று கேட்டார் ரிஷி.

''ஸ்வாமி பழைய வாழ்க்கை என்னை ஈர்க்கவில்லை. பாம்பு தன் தோலை உரிப்பதுபோல அந்த வாழ்க்கையிலிருந்து விடுபட்டுவிட்டேன். இது புகழ் உடல் அல்ல. புழு உடல். வாளால் நோயை வீழ்த்த முடியாது. நோய், சாபம் எனக்கு முக்கியமல்ல. பிரதிஷ்டை செய்து கோயில் எழுப்புவது, சாகத் தீவிலிருந்து பிராமணர்களைக் கொண்டுவருவதுதான் என் லட்சியம். என் ஆசை நிறைவேற ஆசி கூறுங்கள். நான் உடனே துவாரகைக்குப் புறப்பட வேண்டும்.''

"சாம்பா உன்னிடமிருந்து கற்றுக்கொள்ள நிறைய இருக்கின்றன. மேன்மையான பண்புகள் இருக்கின்றன. இன்னும் சில நாட்களில் வளர் பிறையின் ஏழாம் நாள் வருகிறது. அன்று சூரிய தேவனின் பதுமையைப் பிரதிஷ்டை செய். மறுநாள் புறப்படு. உன் காரியம் வெற்றியடையும். நீயும் சிரஞ்சீவியாக இருப்பாய். ஈரேழு பதினான்கு லோகங்களிலும் உனக்குக் கீர்த்தி உண்டாகும். இந்த இடத்தைப் புண்ணிய பூமியாக்கு" என்று கூறினார். அவரை வணங்கிவிட்டுத் திரும்பும்போது அவனோடு இருந்த வர்கள் எல்லாம் அவனுடைய கதையைக் கேட்டு மலைத்துப்போயினர். கிருஷ்ணரின் மகன் என்பதை யாருமே நம்பவில்லை. அவர்கள் சாம்பனின் காலில் விழுந்து வணங்கியபோது தடுத்து நிறுத்தி, "நான் இப்போது கிருஷ் ணரின் மகனல்ல. குஷ்டரோகி. உங்களில் ஒருவன். உங்களோடு இருப்பவன். உங்களோடுதான் என் ஆயுட்காலம் முடியும். நீங்களே என் பந்தம்" என்று சொல்லி ஒவ்வொருவரையும் கட்டித் தழுவினான். நோயாளிகள் கண்ணீர் விட்டு அழுதனர்.

"நாம் உடனே பதுமையைப் பிரதிஷ்டை செய்வதற்கு ஏற்பாடு செய்ய வேண்டும். அடுத்து நான் துவாரகைக்குப் புறப்பட வேண்டும். அதற்கு உங்களுடைய துணை இருந்தால்தான் முடியும்" என்று கூறினான். ஒரே குரலில் அனைவரும், "நீ சொல்வதை அடிமாறாமல் செய்கிறோம்" என்று வாக்களித்தனர். படுக்கப்போகும் முன் புதிதாக வந்திருந்த நோயாளிகளைச் சந்தித்தான் சாம்பன். நிழல்போல் அவனோடு இருந்தாள் நீலாட்சி.

பதுமையை நிறுவிய மறுநாள், "சாம்பா, நாம் சூரிய தேவனுக்குக் கோயில் எழுப்ப வேண்டும். நீ துவாரகைக்குப் புறப்படு" என்று நீலாட்சி சொன் னாள். ஆனாலும், அவளுடைய கண்கள் கண்ணீரைச் சிந்தின. சாம்பனின் வரலாற்றை அறிந்த பிறகு அவள் அவனிடமிருந்து சற்று விலகியே இருந் தாள். அதை அறிந்த சாம்பன், "நீலாட்சி நீதான் என் ஆற்றலின் ஊற்று. நீ இல்லாவிட்டால் எதுவுமே சாத்தியப்பட்டிருக்காது. நீ எனக்கு விளக்கு போன்றவள். உன்னுடைய வெளிச்சத்தில்தான் நான் பன்னிரண்டு புண்ணிய தலங்களுக்குச் சென்று வழிபடவும், நீராடவும் முடிந்தது. சூரிய தேவருக்கு அடுத்தபடியாக உன்னைத்தான் என் மனம் வணங்குகிறது" என்று சாம்பன் சொன்னதும் நீலாட்சி கதறியழுதாள்.

"உன்னிடம் தகாத முறையில் நான் மோகம் கொண்டேன். மோகிக்க ஆசைப்பட்டேன். அது என் உடல் செய்த தவறு. நான் இன்று உயிரோடிருக்க நீதான் காரணம். எனக்குக் கண்களைத் தந்தவன் நீ. உன் வழியாகத்தான் நான் இப்போது இந்தப் பூவுலகைக் காண்கிறேன். நான் பாக்கியம் செய் தவள். உடம்புக்கும் மனசுக்குமான வேறுபாட்டை நீதான் காட்டித்தந்தாய். உடம்பு என்பது ஓட்டைத் துருத்தி. மண்பாண்டம். நான் பூமியில் நிற்பதற்கு நீதான் ஆணிவேர். நான் நடக்கிற பாதை நீதான். உன்னை என் குலகுருவாக எண்ணித் தினமும் மனதிற்குள் பூஜை செய்கிறேன்" என்று நீலாட்சி சொன்னதைக் கேட்டு, "நீ கானகத்தில் மலர்ந்த அதிசயப் பூ நீலாட்சி. நீயே

என் குரு. வழிகாட்டி. உன்னுடைய அன்பும், கருணையும், பெருந் தன்மையுமே என்னை வழிநடத்துகிறது. தாயைப் போல கருணை மிகுந்த நீலாட்சியே! நீயும் மற்றவர்களும் ஆசீர்வாதம் செய்து என்னை அனுப்பி வையுங்கள்'' என்று சொல்லி அவளிடமும் மற்றவர்களிடமும் விடைபெற்று, ஒரு குதிரையை ஏற்பாடு செய்துகொண்டு துவாரகைக்கு வாயு வேகத்தில் புறப்பட்டான் சாம்பன்.

பிறைக் காலத்தில் சாம்பன் துவாரகையை அடைந்தான். அவனைக் கண்டு கிருஷ்ணர் அளவில்லா மகிழ்ச்சிக் கொண்டார். ஜாம்பவதியும் மற்ற தாய் மார்களும் கண்ணீரோடு அவனை வரவேற்று உபசரித்துக் கட்டித் தழுவினர். கிருஷ்ணரின் மாளிகை மகிழ்ச்சியில் நிறைந்திருந்தது. அது ஒரு கணம்தான் இருந்திருக்கும். ''இன்று ஒரு நாள்தான் தங்கப் போகிறேன்'' என்று சாம்பன் சொன்ன மறுகணமே மாளிகை சோகத்தில் மூழ்கியது. அனைவரும் கண்ணீர் விட்டு அழுதனர். அவனுடைய மனதை மாற்ற முயன்றனர். சாம்பன் தன் முடிவில் உறுதியாக நின்றான். தான் செய்ய இருக்கிற காரியம் குறித்துப் பேசி அனைவரையும் சமாதானம் செய்தான். லட்சுமணாவைத் தேற்றுவது தான் சமுத்திரத்தைக் கடப்பது போலிருந்தது. அன்றிரவு தங்கி மறுநாள் காலையிலேயே அளவிலாப் பெரும் செல்வத்துடன் துவாரகையை விட்டுக் கிளம்பினான்.

சாம்பனின் தேர் புயலைப் போல சீறிப் பாய்ந்தோடியது. விசுவகர்ம இனத்தவர்களைச் சந்தித்தான். தான் செய்ய இருக்கும் காரியம் குறித்துப் பேசி, வேண்டிய பொன், பொருள், செல்வம் கொடுத்து அவர்களை அழைத்துக்கொண்டு ஒரு பிறைக் காலம் கழித்து சூரியத் தலத்துக்கு வந்து சேர்ந்தான். சூரிய தேவனுக்குக் கோயில் எழுப்புவதற்கான தக்க ஏற்பாடு களைச் செய்தான். ஏழு பிறைக் காலம் நீலாட்சியின் உதவியோடு கோயில் பணிகளைச் செய்தான். எட்டாம் பிறை முதல் நாள் தன் பயணத்தை ஆரம்பித்தான். மற்ற நோயாளிகள் அவனை வழியனுப்பி வைத்தனர்.

பஞ்சநதி நிலப்பரப்பைக் கடந்து இமாலயத்தின் அடிவாரத்திற்குச் சென்று சேர சாம்பனுக்கு ஒரு பிறைக்கு மேலாயிற்று. அங்கிருந்து அந்தரிட்சத்தை நோக்கிப் பயணமானான். குன்றுகளுக்கு நடுவே அமைந்திருந்தது அந்தரிட்சம். அதை நெருங்கநெருங்க கந்தருவர் கண்ணில் பட ஆரம் பித்தனர். ஆண்களும் பெண்களும் மிகவும் சௌந்தரியழகு பெற்றவர்களாக இருந்தனர். குதிரைகள், மலையாடுகளின் மீதே பயணம் செய்தனர். படகின் மூலம் சாவரி செய்து ஆற்றைக் கடந்தான். இலாதவர்ஷத்துக்குச் செல்வதற்கான பாதையைக் கேட்டறிந்தான். வடமேற்குத் திசையில் பயணம் செய்து சாகத் தீவை அடைவதற்குள் பத்து பிறைக்காலம் முடிந்துவிட்டது. சாகத் தீவுவாசிகள் தேவர்களைப் போல இருந்தனர். மகர் இனத்துப் பெரியவர்களுக்குப் பழம், புஷ்பம், தர்ப்பை, திருமஞ்சனம் முதலானவை கொடுத்து வந்தனம் செய்து தான் வந்திருக்கும் நோக்கம்பற்றி சாம்பன்

எடுத்துரைத்தான். தன் குல வரலாற்றையும் தக்க விதத்தில் சொன்னான். மகர் இனத்துப் பெரியவர் ஒருவர், ‘‘உன் பேச்சும் செய்கையும் நம்பும்படி யாக இருக்கிறது. கிருஷ்ணரைப் பற்றி நாங்கள் கேள்விப்பட்டிருக்கிறோம். எங்கள் இனத்து ஆட்கள் அங்கு வருவார்கள். அவர்களுக்குரிய மரியாதை கிடைக்குமா?’’ என்ற கேட்டார்.

‘‘வேதமோதுகிற அந்தணர்களே! திவ்விய வஸ்திராபரணங்கள் தருவேன். கஸ்தூரி முதலிய வாசனைத் திரவியங்கள் தருவேன். வேண்டிய தானங்களும் தட்சணைகளும் தருவேன். நல்ல பயிர் நிலங்களும், காராம் பசுக்களும் கொடுப்பேன். கோதானம் செய்வேன். பொன், பொருள், ஆபரணங்களும் தருவேன். உங்களுக்கு ஒரு குறையும் இருக்காது. என்னோடு பதினெட்டுக் குடும்பங்கள் வர வேண்டும். நான் எழுப்பிக்கொண்டிருக்கும் சூரிய தேவர் கோயிலில் பூஜைகள் செய்ய வேண்டும். அதோடு எங்கள் நாட்டில் குஷ்ட ரோகத்தின் தாக்கம் அதிகம் இருக்கிறது. அதையும் நீங்கள் ஒழிக்க வேண்டும். இதுவே என் விருப்பம்’’ என்று சாம்பன் கூறியதைக் கேட்டு மகர் இனத் தவர்கள் அவன்மீது நம்பிக்கை கொண்டனர். அவனோடு பாரதவர்ஷத்துக்கு வருவதற்குப் பதினெட்டுக் குடும்பங்கள் தயாராயின. மலைக் கழுதைகள், குதிரைகள், பெரிய மலையாடுகள் பூட்டிய தேர்களில் சாம்பனுடன் பதி னெட்டு மகர் இனத்துக் குடும்பங்களும் பிரயாணத்தை ஆரம்பித்தன.

சாம்பன் மகர் இனத்தவர்களோடு சூரியத் தலத்துக்கு வந்துசேர்ந்த போது சூரிய தேவரின் கோயில் தேர் போன்ற வடிவில் பாதிக்கு மேல் முடிந்திருந்தது. அதைக் கண்டு சாம்பன் மகிழ்ச்சியுற்றான். மகர் இனத் தவர்கள் சாம்பன் பொய் கூறவில்லை என்பதையறிந்து அவனை வாழ்த் தினர். ஓமச்சாலைக்கான அடிக்கல் நாட்டப்பட்டது. வழியில் சாம்ப னுக்கு மகர் இனத்தவர்கள் அளித்த சிகிச்சையின் பலனாக அவனுடைய தோற்றத்தில் நல்ல முன்னேற்றம் தெரிந்தது.

அதைக் கண்டு மற்றவர்கள் மட்டற்ற மகிழ்ச்சி அடைந்தனர். மற்ற நோயாளிகளுக்குச் சிகிச்சையளிக்க மகர் இனத்தவர்களிடம் வேண்டிக் கொண்டான். வனத்து ரிஷியைச் சந்தித்து தக்க ஆலோசனைகளைப் பெற்று ஆறு மகர் இனத்தவர்களை மட்டும் அங்கே தங்கச் செய்துவிட்டு மற்ற மகர் இனத்தவர்களையும், விஸ்வகர்ம இனத்தைச் சேர்ந்த சிலரையும் அழைத்துக்கொண்டு யமுனையின் தென்கரையில் வடமதுரைக்கு அருகில் ஒரு ஓமச்சாலையை நிறுவினான். அங்கு சூரிய தேவருக்கு ஒரு கோயில் எழுப்பும்படி விசுவகர்ம இனத்தவர்களைக் கேட்டுக்கொண்டான். ஆறு மகர் இனத்தவர்களை அங்கே தங்கச் செய்தான். மீதமுள்ள மகர் இனத்தவர் களையும், விசுவகர்ம இனத்தைச் சேர்ந்தவர்களையும் அழைத்துக்கொண்டு சந்திரபாகா நதி கடலில் கலக்கிற இடத்திற்கு வந்தான். அங்கு ஒரு ஓமச் சாலையை நிறுவினான். சூரிய தேவருக்குக் கோயில் எழுப்ப விசுவகர் மர்களைக் கேட்டுக்கொண்டான். எஞ்சியிருந்த ஆறு மகர் இனத்தவர்களையும்

தங்க வைத்தான். சாம்பனின் செயல் கண்டு மகர் இனத்தவர்களும், விசுவகர்ம இனத்தவர்களும் வாழ்த்தினர். சூரிய தேவருக்குக் கோயில் எழுப்பும் பணியில் முழுமனதுடன் ஈடுபட்டனர். அனைவரிடமும் விடை பெற்று சூரியத் தலத்துக்குப் போவதற்குத் தயாரானான்.

மீண்டும் சூரியத் தலத்துக்குச் சாம்பன் வந்துசேர ஓர் ஆண்டாகிவிட்டது. அவன் வரும்போது அங்கு சிறு நகரம் உண்டாகியிருந்தது கண்டு ஆச்சரியப் பட்டான். நகரவாசிகள் அந்த இடத்திற்கு 'சாம்ப பூர்' என்று பெயரிட்டிருந் தனர். மகர் இனத்து பிராமணர்களின் சிகிச்சையால் குஷ்டரோகிகள் பழைய நிலைக்குத் திரும்பியிருந்தனர். புதிய நோயாளிகளும் வந்திருந்தனர். சூரிய தேவனின் கோயிலில் முக்கால பூஜையும் முறையாக நடந்துகொண்டிருந்தது. எல்லாவற்றையும் கண்டு மனம் பூரித்த சாம்பன், ''வேத நெறிமுறைகள் காப்பாற்றப்பட வேண்டும். அற நெறி, ஒழுக்க நெறிகள் தவறாது இருந்தால் தான் தர்மம் தழைக்கும்'' என்று மகர் இனத்தவர்களிடம் கூறினான். வனத்து ரிஷியைச் சந்திக்கச் சென்றான்.

ரிஷியின் ஆணைப்படி காலப்பிரியர், காலநாத்தலம், கிழக்குக் கடற் கரையின் கோண வல்லபத்தலம் ஆகிய மூன்று தலங்களிலும் நான்கு மாதங்கள் என்று தங்கி ஓராண்டைக் கழித்தான். அவனுடைய பழைய கூட்டாளி களுடன் சேர்ந்து மூன்று கோயில்களின் பணிகளையும் பார்த்தான். கோயிலை நெருங்கநெருங்க தேவலோகம் போன்றிருந்தது. கோயிலுக்கு வெளியே தேவர், யட்சர், கந்தருவர், அப்சரசுகள் என உருவம் பதித்த சிலைகள் இருந்தன. பெரிய தேர் போன்ற வடிவில் கோயில் உருவாக்கப்பட்டிருந்தது. நான்கு வாயில்கள் இருந்தன. வாயில்காப்போராக பிங்களா, தண்டநாயகன், ராக்ஞா, ஸ்தோசா, கல்மச, பட்சி, வியோமன், நக்னதிண்டி ஆதித்தியர், வசுக்கள், அசுவினிகள், மாருதர் யாவரும் அவரவர் இடத்தில் வீற்றிருந்தனர். பன்னிரண்டு ஆண்டு காலத்தில் மூன்று கோயில்களும் முழுமையாகப் பூர்த்தி யடைந்தன.

ஒருநாள், ''நான் கிழக்குக் கடற்கரையில் கோணர்க்த் தலத்தில் தங்கி கோணாத்தியரின் வழிபாட்டில் ஈடுபடப்போகிறேன்'' என்று கூறினான் சாம்பன். அதைக் கேட்ட நீலாட்சி, ''நான் கற்பதுமையல்ல. மானிடப் பிறப்பு. நீதான் என் மகா மைத்திரன். உயிர் போன்றவன். அதனால் நீ ஆண்டுக்கொரு முறையாவது இங்கு வந்து செல்ல வேண்டும். இதுவே என் இறுதி விருப்பம்'' என்று சொன்னாள்.

''நீலாட்சி, நான் உன்னைச் சந்தித்த அந்தப் பொழுதையும் இரவையும் மறக்கவில்லை. அன்று நீ ஒரு கை அன்னமிட்டாயே. அதை நான் மறக்க மாட்டேன். நீ ஒருத்தி மட்டுமில்லாமல் போயிருந்தால் எந்தக் காரியமும் நடந்திருக்காது. அன்று நீதான் எனக்கு நம்பிக்கையளித்தாய். நீதான் என் ஆதி மூல சக்தி. புத்தியால் உயர்ந்து விளங்கினாய். உன் பேச்சுக்குத்தான் நோயாளிகள் கட்டுப்பட்டனர். உங்களுடைய உழைப்பால்தான் மூன்று

கோயில்களும் எழுந்தன. நீங்கள் உழைப்பால் உயிர்வாழ்கிறவர்கள். அதனாலேயே நீ என் சகோதரியானாய்'' என்று சொன்ன சாம்பனின் காலில் விழுந்து கண்ணீர் சொரிந்து சொன்னாள் நீலாட்சி, ''நீ வராமலிருந்தால் நான் எப்போதோ மண்ணாகிவிட்டிருப்பேன். சூரிய தேவரின் ஆலயங்களையும், பன்னிரண்டு புனிதத் தலங்களையும் பார்த்திருக்க முடியாது, பன்னிரண்டு புனித நதிகளிலும் நீராடியிருக்க முடியாது. பழைய நிலைக்கு வந்துவிட்டேன். அது முக்கியமல்ல. நீதான் முக்கியம். நீதான் எனக்கு சூரிய தேவனைக் காட்டினாய். நீயே என் ஆவி. இன்றிலிருந்து இந்த வனம், 'மைத்திரேய வனம்' என்று அழைக்கப்படும்.''

உணர்ச்சிவசப்பட்டான் சாம்பன். கண்ணீர் ஆறாகப் பெருக்கெடுத்து ஓடியது. நீலாட்சியை மார்போடு அணைத்து, ''மைத்திரேயியே, வனத்தைச் சேர்ந்த ஒரு மைத்திரேயன் தன் மைத்திரேயியிடம் வாக்குத் தவற மாட்டான். சகோதரன் தன் சகோதரிக்கு அளித்த இடம் மித்திரவனம். ஆண்டு தோறும் உன்னைச் சந்திப்பேன்'' என்று வாக்குக் கொடுத்தான். ''எனக்கு இந்த வரம் போதும். இதுவே என் ஆபரணம். பொக்கிஷம்'' என்று நீலாட்சி சொன்னாள். மற்றவர்களிடமும் சாம்பன் விடைபெற்றான். அப்போது அங்கே நாரத முனிவர் பிரசன்னமானார். முனிவருக்கு வேண்டிய சகல மரியாதைகளையும் செய்து வணங்கினான்.

''சாம்பா நீ பழைய ரூபத்தை அடைந்துவிட்டாய். உன் சாபமும் தீர்ந்தது. நீ உடனே துவாரகைக்குப் புறப்படு. உன்னைப் பிடித்த பீடை நீங்கிவிட்டது'' என்று நாரதர் கூறினார்.

''நான் இனி துவாரகைக்குத் திரும்பப் போவதில்லை, மகா முனிவரே'' என்று தாள் பணிந்து கூறினான் சாம்பன்.

''ஏன்? உன் பந்துகள் எல்லாம் உன் வருகைக்காகக் காத்திருக்கிறார்கள்.''

''வாழ்க்கை என்பது என்ன, மனம் என்பது என்ன என்பதைப் புரிந்து கொண்டுவிட்டேன். நான் இப்போது விரும்பும் வாழ்க்கை துவாரகையில் இல்லை. இந்த மித்திரவனத்தில்தான் இருக்கிறது. மலையளவுக்குக் குவியல் குவியலாக ஒன்பது வகை ரத்தினங்களைக் கொட்டிக் கொடுத்தாலும் போக மாட்டேன். சூரிய தேவனை வழிபட்டு இங்கேயே என் காலத்தைக் கழிக்கத் திட்டமிட்டுள்ளேன். பொன்னுக்கும் மண்ணுக்கும் நான் ஆசைப் படவில்லை. அந்த ஆசையெல்லாம் எப்போதோ செத்துவிட்டது. பழைய நினைவுகளை அறுத்துவிட்டேன். எனக்கு ஆசி கூறுங்கள் மகா முனிவரே. சூரியத் தலத்துக்கு வரும் வழியில் பூதக் கூட்டங்களும் பேய்களும் துஷ்ட விஷ ஜந்துக்களும் விளையாடும் மயானக் கரையிலும் தங்க நேரிட்டது. அடர்ந்த, அத்துவானக் காட்டிலும் உறங்கியிருக்கிறேன். பல இரவுகள் நட்சத்திரங்களையும் சந்திரனையும் பார்த்தவாறு இருந்திருக்கிறேன். அந்த இரவுகளில்தான் சூறைக்காற்றில் இருக்கும் தீபம் போன்றது மானிட வாழ்வு என்பதை அறிந்துகொண்டேன். மானிடப் பிறப்பு அற்பமானது.

தந்தை இருந்தார், தாய் இருந்தார், யானை, சேனை, படை, பரிவாரங்கள், மாளிகை, அளவிலா செல்வம் என எல்லாம் இருந்தன. ஆனால், இங்கு வந்த போது நான் தனியாகத்தான் வந்தேன். என் நோய் மட்டுமே என்னோடு இருந்தது. சுடுகாட்டிற்கும் நான் தனியனாகத்தான் செல்வேன் என்பதைச் சொல்லித்தந்தது சுடுகாட்டில் நான் கழித்த இரவுகள்தான். அந்த இரவு களை நான் பொக்கிஷமாக மனதில் வைத்திருக்கிறேன். வேறு பொக்கிஷங்கள் வேண்டாம் முனிவரே. ஆண், பெண் என்பது சதைப் பிண்டம் என்பதை நான் அறிந்துகொண்டேன்'' என்று சொல்லி நாரதரைத் தொழுது நின்றான் சாம்பன்.

தேவாமிர்தம் உண்டதுபோல் மனம் பூரித்த நாரதர், ''சாம்பா நீ சூரிய தேவனுக்கு மூன்று கோயில்களை எழுப்பி இருக்கிறாய். உலகில் யாரும் செய்யாதது. அதனால் எல்லா உலகத்திலும், எல்லாக் காலத்திலும் உன் பெயர் நிலைத்திருக்கும். ஈரேழு புவனங்களிலும் உன் புகழ் பரவும். தேவாதி தேவர்களும் உன்னை வாழ்த்துவார்கள். வா சூரிய தேவனை வழிபடலாம்'' என்று கூறி சாம்பனை அழைத்துகொண்டு கோயிலுக்குள் போனார் நாரதர்.

''எல்லா ஜீவராசிகளும், எல்லா தேவர்களும், எல்லா வேதங்களும் வணங்குவதற்குரிய கிரகராஜனே! என் பூஜையை ஏற்றுக்கொள்'' என்று கூறி சூரிய தேவனை வழிபட்டார் நாரதர். ''இன்று முதல் கிரகராஜனின் பெயர் 'சாம்பாதித்தியன்'. இனிமேல் இந்தப் பெயரில்தான் சூரிய தேவன் வழி படப்படுவார்'' என்று நாரதர் கூறியதும், நெகிழ்ச்சியில் சாம்பன் கண் கலங்கினான். அவனை ஆரத்தழுவிய நாரதர், ''அடுத்து உன் திட்டம் என்ன?'' என்று கேட்டார்.

''ஆற்றங்கரைக்குச் செல்கிறேன். புது குஷ்டரோகிகள் யாராவது வந்திருந் தால் அவர்களை அழைத்து வந்து சூரிய தேவனை வழிபடச் செய்வேன்'' என்று கூறி நாரதரை வணங்கிவிட்டு ஆற்றங்கரையை நோக்கி நடக்க ஆரம்பித்தான் சாம்பன். ●

உயிர்மை, ஜனவரி 2014

பிழைப்பு

காரை விட்டு இறங்கினார் தங்கம். தன்னுடன் காரில் வந்த மாவட்டத் துணைச் செயலாளர் இசக்கியிடம், ''இருங்க வர்றன்'' என்று சொல்லிவிட்டு டிரைவரிடம், ''அஞ்சு நிமிஷத்தில வந்திடுவன் ரெடியா இருக்கணும்'' என்று சொன்னார். அப்போது தங்கத்தைப் பார்ப்பதற்காகக் காத்திருந்த ஆண்மப் பெருக்கி ஊரைச் சேர்ந்த பத்துக்கும் அதிகமான கட்சிக்காரர்கள் ஓடி வந்து, ''வணக்கம்ண்ணே'' என்று ஒரே குரலாகச் சொன்னார்கள். அவர் களிடம், ''இருங்க வர்றன்'' என்று ஒரே வார்த்தைதான் சொன்னார். பிறகு, விறுவிறுவென்று வேகமாக வீட்டிற்குள் சென்றுவிட்டார்.

வீட்டிற்கு முன் போடப்பட்டிருந்த பந்தலின் நிழலில் தங்கத்திற்காகக் காத் திருந்த ஆண்மப்பெருக்கி ஊரைச் சேர்ந்த கட்சிக்காரர்களுக்குச் சந்தேகம் உண்டாயிற்று. கட்சிக்காரர்களைப் பார்த்து வணக்கம் சொல்லாமல், என்ன ஏது என்று விசாரிக்காமல் ஒருநாளும் இருக்க மாட்டார். கூட்டத்தில் நின்று கொண்டிருந்தாலும் கட்சிக்காரன் வணக்கம் வைத்தால் பதில் வணக்கம் வைப்பார். மந்திரியாக இருந்தபோது சாதாரண கட்சிக்காரன் வணக்கம் வைத்தால்கூட, 'வணக்கம் வாங்க' என்று சொல்வார். கட்சியிலுள்ள மற்ற மாவட்டச் செயலாளர்கள்போல், வணக்கம் வைத்தால், தலையை மட்டும் ஆட்டுகிற பழக்கமோ, ஒற்றைக் கையால் வணக்கம் வைக்கிற பழக்கமோ தங்கத்திடம் இருந்ததில்லை. இன்று என்னவாயிருக்கும்? கட்சிக்காரர்கள் சாதாரண நேரத்தில் வணக்கம் வைக்கிறார்களோ இல்லையோ, தேர்தல் நேரத்தில் கட்டாயம் வணக்கம் வைப்பார்கள். 'வாங்கண்ணே' என்று தானாகவே கூப்பிடுவார்கள். எதுவும் பேசாமல் விர்ரென்று தங்கம் போனதால் ஏதோ கோபத்தில் இருக்க வேண்டும் என்று நினைத்தார்கள். ஆண்மப் பெருக்கி ஊரைச் சேர்ந்த கட்சிக் கிளைச் செயலாளர் சுடலை, ''என்னண்ணே மாவட்டம் விர்ன்னு போயிட்டாரு கோபத்தில இருக்காரா?'' என்று இசக்கியிடம் கேட்டார்.

''நரிக்குடி ஒன்றியத்தில பழய கட்சிக்காரர் ஒருத்தர் இறந்திட்டாரு. அதுக்குப் போவணும். அதுக்கு ரெடியாவறதுக்காகப் போயிருக்காரு'' என்று சொல்லிவிட்டு சிகரெட் குடிப்பதற்காக மறைவான இடத்தைத் தேடிப் போனார் இசக்கி.

காரைத் துடைத்துக்கொண்டிருந்த டிரைவரிடம், ''மாவட்டம் என்னிக்கும் இல்லாம இன்னிக்கி வேகமாப் போறாரே ஏதாவது பிரச்சனயா?'' என்று சுடலை கேட்டார்.

''சாவுக்கு போவணும்ங்கிறதுக்காக ஓட்டுக் கேக்குறதப் பாதியிலியே வுட்டுட்டு வந்திட்டம். அதனால் டென்ஷனா இருக்காரு'' என்று டிரைவர் சொன்னார். சுடலை, டிரைவரிடம் தொடர்ந்து பேச்சுக்கொடுக்க ஆரம்பித்தார்.

சிகரெட் குடித்துவிட்டு வந்த இசக்கி, ''தேர்தல் நேரத்தில என்ன கூட்டமா வந்து இருக்கிங்க?'' என்று சுடலையிடம் கேட்டார்.

''கொடி வரல. தோரணம் வரல. சுவர் விளம்பரம் செய்யுறதுக்கு ஆள் வரல. எங்க ஊர்ல தேர்தல் வேலயே ஆரம்பிக்கல. அதான் மாவட்டத்தப் பாத்துச் சொல்லிட்டுப் போவலாம்னு வந்தம்ண்ணே.''

''ஒரு கிளைக்கி அஞ்சாயிரம்னு முத ரவுண்டு கொடுத்தோமே என்னாச்சி?''

''எங்க கிளைக்கு வல்லண்ணே.''

''என்னய்யா சொல்ற?''

''உண்மயத்தான் சொல்றன். மாவட்டத்துக்கிட்ட பொய் சொல்ல முடியுமாண்ணே?''

''ஒங்க பகுதிக்குக் குழுத் தலைவரு யாரு?''

''ஒன்றியம்தான். அவர்கிட்ட காசு போனாலே வராதுண்ணே.''

''நான் மாவட்டத்துக்கிட்ட சொல்றன். கொடுக்கிறதில பாதிகூடப் போய்ச் சேரலன்னா என்னா செய்ய முடியும்? மாவட்டத்தோட தொகுதியே இந்த லட்சணத்திலதான் இருக்கு. சரி ஒங்க ஊர்ல நம்பளுக்கு எத்தன ஓட்டு வரும்?''

''எல்லாம் நம்ப ஓட்டுத்தாண்ணே.''

''எல்லாம் நம்ப ஓட்டுத்தான்னு தொகுதியில இருக்கிற ஒவ்வொரு ஊருக்காரப் பயலும் சொல்றானுவ. பொட்டியத் தொறந்து எண்ணும்போது தான் ஒவ்வொருத்தனோட யோக்கிதயும் தெரியும்'' என்று இசக்கி சொன்னதும் கோபப்பட்ட மாதிரி, ''எங்க ஊர் ஓட்டு எண்ணும்போது பாருங்க. யாருக்கு அதிக ஓட்டு விழுந்துருக்குன்னு தெரியும்'' என்றார் சுடலை.

''எதா இருந்தாலும் போன்ல சொல்ல வேண்டியதுதான? தேர்தல் நேரத்தில அவனயும் இவனயும் கொற சொல்லிக்கிட்டு இருக்காதிங்க. கட்சி ஜெயிக்கிறதுக்கான வேலயப் பாருங்க'' என்று எச்சரிக்கை செய்வதுபோல் சொன்னார் இசக்கி.

"ஒன்றியம் போன எடுக்கல. எலக்சன் நேரத்திலியுமா ஆளு பாத்துக் காரியம் செய்வாரு? அதெச் சொல்லத்தான் வந்தம்" என்று சுடலை சொன் னார். அப்போது ஒரு கார் வந்து நின்றது. அதிலிருந்து ஆறு பேர் இறங்கி னார்கள். பத்திரிகைக்காரர்கள் என்பதால் அவர்கள் வணக்கம் வைப்பதற்கு முன்பாகவே இசக்கி வணக்கம் வைத்து, 'வாங்க, வாங்க' என்று சொன்னார்.

பத்திரிகைக்காரர்களில் கறுப்பாக, குள்ளமாக இருந்த மாவட்டப் பத்தி ரிகையாளர் சங்கத் தலைவர் வெற்றிவேல், "மாவட்டத்தப் பாக்கணும்ண்ணே" என்று சொன்னதும், "மாவட்டம் அவசரமா ஒரு இடத்துக்குக் கிளம்பிக் கிட்டு இருக்காரு" என்று இசக்கி சொன்னார். அப்போது 'இசக்கி' என்று தங்கம் கூப்பிட்ட சத்தம் கேட்டதும் இசக்கி வேகமாக வீட்டிற்குள் சென்றார்.

குளித்து முடித்துவிட்டு வேட்டி, சட்டையை மாற்றிக்கொண்டு மூக்குக் கண்ணாடியைத் துடைத்துக்கொண்டிருந்த தங்கம், "கிளம்பலாமா?" என்று கேட்டார்.

"போவலாம்ண்ணே" என்று சொன்னார். பிறகு, குரலைத் தாழ்த்திப் பிடிக்காத விஷயத்தைச் சொல்வதுபோல், "பத்திரிகைக்காரங்க வந்திருக் காங்க" என்றார்.

"நாளைக்குப் பாக்கலாம்னு சொல்லிடுங்க" என்று சொல்லிவிட்டுக் கண்ணாடியைப் போட்டுக்கொண்டு, மடித்து வைத்திருந்த கட்சித் துண்டையும் செல்போனையும் எடுத்துக்கொண்டார். "கிளம்பிட்டம், அர மணி நேரத்தில வந்திடுவம்னு துட்டி வீட்டுக்காரங்களுக்குச் சொல்லிடுங்க" என்று சொன்னார். அப்போது செல்போன் மணி அடித்தது. போனை எடுத்துப் பேசினார். அவர் போன் பேசும்போது பக்கத்தில் இருந்தால் திட்டுவார் என்பதால் வெளியே வந்த இசக்கி, "அண்ணன் கிளம்பிட்டாங்க. வண்டிய ஸ்டார்ட் பண்ணு" என்று டிரைவரிடம் சொன்னார். உடனே வண்டியில் ஏறி உட்கார்ந்தார் டிரைவர்.

"மாவட்டத்துக்கிட்ட சொல்லிட்டிங்களாண்ணே" என்று வெற்றிவேல் கேட்டார்.

"சொல்லிட்டாங்க."

"பி.ஏ. ரெண்டு பேரு இருப்பாங்களே எங்க?"

"எலக்சன் வேலயா வெளிய போயிருக்காங்க" என்று இசக்கி பட்டும் படாமலும் சொன்னார். அப்போது தங்கம், "இசக்கி" என்று கூப்பிட்டார். வீட்டிற்குள் ஓடினார் இசக்கி.

"போவலாமா?"

"பத்திரிகைக்காரங்க வாசப்படியில நிக்குறாங்கண்ணே" என்று சொல்ல விரும்பாத செய்தியைச் சொல்வதுபோல் சொன்னார் இசக்கி.

‘‘நேரம் காலம் வேணாமா?’’ என்று கேட்டு முறைத்தார் தங்கம். இசக்கி எதுவும் பேசாமல் நின்றுகொண்டிருந்தார். ‘‘தெனம்தெனம் வந்தா என்னா செய்யுறது? எலக்சன் வந்தாலே இவனுங்க தொல்லதான்’’ என்று சலித்துக் கொண்டார் தங்கம்.

‘‘இப்பப் பாக்க முடியாதுன்னு சொல்லிடவாண்ணே?’’

‘‘சும்மா இருக்கும்போதே இல்லாததயும், பொல்லாததயும் அள்ளிப் போட்டு எழுதுவானுங்க. நீ மொறச்சா நான் மொறச்ச மாதிரிதான். தேர்தல் நேரம் வேற. ‘ஓட்டுக் கேட்கச் சென்ற மாஜி மந்திரியை மக்கள் விரட்டி யடிப்பு’ன்னு எழுதிடுவானுங்க. எதையும் வெளிய சொல்ல முடியாது. என்னா செய்ய? தலயெழுத்து. வரச் சொல்லுங்க’’ என்று சொல்லிவிட்டுத் தலையில் அடித்துக்கொண்டார். சாதாரணமாகப் பத்திரிகைக்காரர்கள், தொலைக்காட்சிக்காரர்கள் என்று யார் வந்தாலும் முகம் சுளிக்காமல் பேசு வார். ஆனால், இன்று ஒரு சாவுக்குப் போக வேண்டும். அதற்கடுத்து தொகுதி கமிட்டிக் கூட்டத்துக்குப் போக வேண்டும் என்ற அவசரத்தில் இருந்தார் தங்கம்.

இசக்கி வெளியே போய், ‘‘வாங்க’’ என்று சொன்னார். பத்திரிகைக் காரர்கள் ஆறு பேரும் உள்ளே வந்து, தங்கத்தைப் பார்த்து, ‘‘வணக்கம்ண்ணே’’ என்று சொல்லிக் கைகுலுக்கினார்கள்.

‘‘உட்காருங்க’’ என்று சொல்லிப் பொய்யாகச் சிரித்துக்கொண்டே கிழக்குப் புறச் சுவர் ஓரமாக இருந்த சோபாவைக் காட்டினார் தங்கம். பத்திரிகைக் காரர்கள் உட்கார்ந்ததும் தன்னுடைய நாற்காலியில் உட்கார்ந்துகொண்டு, ‘‘என்ன சாப்புடுறிங்க? டீயா, காபியா?’’ என்று கேட்டார்.

‘‘அதெல்லாம் வேணாம்ண்ணே ஓங்களப் பாத்ததே போதும்’’ என்று சொல்லிச் சிரித்தார் வெற்றிவேல்.

‘‘வீட்டுக்கு வந்து எதுவும் சாப்புடலன்ன எப்படி?’’ என்று அன்பாகக் கேட்ட தங்கம், கதவை ஒட்டி ஒதுங்கி நின்றுகொண்டிருந்த இசக்கியிடம், ‘‘ஆறு காபி கொண்டுவரச் சொல்லுங்க’’ என்று சொன்னார். உடனே உள்ளே சென்றார் இசக்கி.

பத்திரிகைக்காரர்கள் மட்டுமல்ல தங்கமும் வாயைத் திறக்கவில்லை. வெறுமனே ஒருவருக்கொருவர் பார்த்துக்கொண்டிருந்தனர். பத்திரிகைக் காரர்கள் உட்கார்ந்திருக்கும் விதத்தைப் பார்த்தால் தற்போதைக்கு வாயைத் திறக்க மாட்டார்கள் என்பதைப் புரிந்துகொண்ட தங்கம், ‘‘என்னா திடீர்னு எல்லாரும் ஒண்ணா சேர்ந்து வந்து இருக்கிங்க’’ என்று கேட்டார்.

‘‘பதிமூணு பேர்தாண்ணே கிளம்பினோம். சின்ன வண்டிங்கிறதால இட மில்ல. ஆறு பேர்தான் வர முடிஞ்சிது. மத்தவங்கள வேற வண்டிய எடுத்துக் கிட்டு வரச் சொல்லியிருக்கம்’’ என்று சொன்ன வெற்றிவேல் சிரித்தார். அவர் எதற்காகச் சிரித்தார் என்று தங்கத்திற்குப் புரியவில்லை. ஆனாலும்,

எதையாவது பேச வேண்டுமே என்ற எண்ணத்தில், ''அப்படியா?'' என்று கேட்டார். கைக்கடிகாரத்தைப் பார்த்தார். மணி ஐந்து என்று தெரிந்ததும் உள்ளே சென்ற இசக்கியைக் கூப்பிட்டார்.

''வந்துட்டண்ணே'' என்று சொல்லிக்கொண்டே வந்த இசக்கி, காபியைப் பத்திரிகைக்காரர்களுக்குக் கொடுத்துவிட்டு அறையின் வாசலில் ஒதுங்கி நின்றுகொண்டார்.

''வண்டிய ஸ்டார்ட் பண்ணச் சொல்லுங்க'' என்று இசக்கியிடம் சொன்னார் தங்கம். 'ஸ்டார்ட் பண்ணித்தான் இருக்கு' என்று சொல்ல நினைத்தார். ஆனால், எதுவும் சொல்லாமல் கதவைத் திறந்துகொண்டு வெளியே போனார் இசக்கி.

''வீட்டுல யாருமில்லியாண்ணே?'' என்று வெற்றிவேல் கேட்டார்.

''வெளிய போயிருக்காங்க.''

''எப்பவும் ஜேஜேன்னு ஒரே கூட்டமா இருக்குமே'' என்று வெற்றிவேல் சொன்னார்.

''தேர்தல் நேரமில்லியா? ஆளாளுக்கு வேல. ராத்திரி பத்து மணிக்கு மேலதான் கட்சிக்காரங்க வருவாங்க'' என்று சொன்னார். அடுத்து தங்கமும் பேசவில்லை. பத்திரிகைக்காரர்களும் பேசவில்லை. தங்கத்தைச் சந்தோஷப் படுத்துவதற்கான வழிகளைப் பத்திரிகைக்காரர்கள் யோசித்துக்கொண்டிருந்தனர். பொறுமை இழந்துபோன தங்கம், ''சொல்லுங்க'' என்று கேட்டார்.

''அண்ணன் ஜெயிச்சு திரும்பவும் மந்திரியாவணும்னு வாழ்த்து சொல்ல வந்தம்ண்ணே'' என்று சொன்ன வெற்றிவேல் எழுந்து வந்து தங்கத்திடம் ஒரு எலுமிச்சைப் பழத்தைக் கொடுத்தார். அவரையடுத்து மற்ற ஐந்து பேரும் ஆளுக்கொரு எலுமிச்சைப் பழத்தைக் கொடுத்து வாழ்த்து சொன்னார்கள்.

''வீடு தேடி வந்து வாழ்த்து சொன்னதுக்கு நன்றி. ரொம்ப சந்தோஷம்'' என்று தங்கம் சொன்னார். அடுத்து பத்திரிகைக்காரர்கள் ஏதாவது பேசுவார்கள் என்று எதிர்பார்த்தார். ஒரு ஆள்கூடப் பேசவில்லை. அதனால் தங்கமே கேட்டார், ''வேற என்னா விசேஷம்?''

''நேத்து நீங்க ஓட்டுக் கேக்குறப்ப எடுத்த போட்டோவப் பெருசா கலர்ல போட்டிருந்தன். பாத்திங்களாண்ணே'' என்று கேட்ட ஆதவன் என்ற பத்திரிகையாளர் போட்டோ வந்திருந்த செய்தித்தாளைத் தங்கத்திடம் கொடுத்தார். செய்தித்தாளை வாங்கிக்கொண்டு, ''காலயிலியே பாத்தன்'' என்று சொன்னார்.

''நியூசும் பெருசா கவர் பண்ணியிருந்தண்ணே.''

''பாத்தன். நல்லா எழுதியிருந்திங்க'' என்று சொன்னதோடு ரொம்பவும் மகிழ்ச்சியாக இருப்பதுபோல் சிரித்தார். பிறகு, ''அப்பறம்?'' என்று கேட்டார். அதற்குப் பத்திரிகையாளர்களில் ஒரு ஆள்கூடப் பதில் சொல்லவில்லை. பத்திரிகையாளர்கள் வாயைத் திறக்க மாட்டார்கள். நாம்தான் எதையாவது

பேசித் தொலைக்க வேண்டும் என்று நினைத்த தங்கம், ‘‘தொகுதி நிலவரம் எப்படி இருக்கு?’’ என்று கேட்டார்.

‘‘அண்ணன் ஜெயிக்கிறதும் உறுதி, மந்திரியாவறதும் உறுதி’’ என்று வெற்றிவேல் சொன்னார். அதைக் கேட்ட தங்கம் லேசாகச் சிரிக்க மட்டுமே செய்தார். பிறகு, ‘‘தமிழ்நாடு முழுக்க நிலவரம் எப்படி இருக்கு?’’ என்று ஒரு பேச்சுக்குக் கேட்டார். அதையே காரணமாக வைத்து வெற்றிவேல் அரசியல் பேச ஆரம்பித்தார்.

‘‘நம்ப கட்சிக்குச் சாதகமாத்தான் இருக்குண்ணே. ஆனா, எப்பவும் இல்லாத அளவுக்குத் தமிழ்நாடு முழுக்க கட்சிக்காரன், எதிர்க்கட்சிக் காரன்னு பாக்காம ஓட்டுக்கு ஆயிரம்னு ஆளும் கட்சிக்காரங்க இப்பவே கொடுத்து முடிச்சிட்டாங்க’’ என்று வெற்றிவேல் சொல்லி முடிப்பதற்குள், ‘‘போலீசக் காவலுக்கு வச்சிக்கிட்டே பணத்தக் கொடுத்திட்டாங்க’’ என்று சொல்லிவிட்டு தங்கம் சிரித்தார். அவர் சிரித்ததால் பத்திரிகைக்காரர்களும் சிரித்தார்கள்.

‘‘வழக்கமா வீக்கான தொகுதியில, வீக்கான கிராமத்தில, வார்டுலதான் பணம் கொடுப்பாங்க. ஆனா, இந்த முற இடைத்தேர்தல்ல கொடுக்கிற மாதிரி சகட்டுமேனிக்கு ஓட்டுக்கு ஆயிரம்னு கொடுத்திட்டாங்க’’ என்று அதிசய மான விஷயத்தைச் சொல்வதுபோல் வெற்றிவேல் சொன்னார்.

‘‘மந்திரிங்க தொகுதியில ரெண்டாயிரம், முதலமைச்சர் தொகுதியில மூவாயிரம்னு கொடுத்திட்டாங்க’’ என்று தங்கம் சொன்னதும், பத்திரிகைக் காரர்கள் பேசவில்லை. தங்கமே மீண்டும் சொன்னார், ‘‘ரெண்டாவது முறையும் எப்படியாவது ஆட்சிக்கு வரணுமின்னு நெனைக்கிறாங்க. ஹெலி காப்ட்டரிலியே பணத்தக் கொண்டாந்து டெலிவரி பண்றங்க.’’

‘‘தமிழ்நாட்டுல வழக்கமா ஆட்சி மாறிமாறி வரதுதான் நடமுற. இப்ப அளவு கடந்து பணம் வெளயாண்டிருக்கு. அதனால ரிசல்ட் இந்த முற எப்படி வரும்னு சொல்றது கஷ்டம்ண்ணே. ரெண்டாயிரத்துப் பதினாறு தேர்தல் வித்தியாசமானதுண்ணே’’ என்று வெற்றிவேல் சொன்னார். அப் போது, ‘‘நானும் கட்சிக்காரன்தாண்ணே. தலமயில சொல்லி எப்படியாச்சும் நம்ப கட்சியிலயும் ஓட்டுக்கு ஐநூறாவது கொடுக்கச் சொல்லுங்க. நூறு, அம்பது கொடுத்தா வேலக்கி ஆவாதுண்ணே’’ என்று அக்கறையுடன் ஆதவன் சொன்னார். அதற்குத் தங்கம் எந்தப் பதிலும் சொல்லவில்லை. பார்க்கலாம் என்பதுபோல் தலையை மட்டுமே ஆட்டினார்.

வெற்றிவேலும், ஆதவனும், மற்ற பத்திரிகைக்காரர்களும் தொடர்ந்து தமிழ் நாட்டு அரசியல் நிலவரம் குறித்து உற்சாகமாகப் பேசிக்கொண்டிருந்தனர். எதையும் கேட்கிற மனநிலையில் தங்கம் இல்லை. அடிக்கடி கைக்கடிகாரத்தைப் பார்த்தார். கர்ச்சீப்பால் முகத்தையும், முன்நெற்றியில் இருந்த வழுக்கைத் தலையையும் துடைத்துக்கொண்டார். தாங்கள் சொல்வதைத் தங்கம்

கேட்கிறாரா இல்லையா என்றுகூட யோசிக்காமல் ஜோசியக்காரர்கள்போல் தேர்தல் முடிவுகள்பற்றி பத்திரிகைக்காரர்கள் சொல்லிக்கொண்டிருந்தார்கள். எல்லாவற்றுக்கும் தங்கம், 'அப்படியா?' என்று கேட்பதுபோல் பார்க்க மட்டுமே செய்தார். அரசியல்வாதியாக இருந்தாலும் தங்கம் அதிகம் பேச மாட்டார். அவருடைய முகத்தைப் பார்த்துச் சந்தோஷமாக இருக்கிறாரா, கோபமாக இருக்கிறாரா என்று கண்டுபிடிப்பது சிரமம். இப்போதும் அவருடைய முகம் எதையும் கண்டுபிடிக்க முடியாத நிலையில்தான் இருந்தது.

இசக்கி உள்ளே வந்து, ''போன் வந்துகிட்டே இருக்குண்ணே'' என்று சொன்னார்.

''வர்றன்'' என்று தங்கம் சொன்னதும் மறுவார்த்தை பேசாமல் வெளியே போனார் இசக்கி.

''ஏதாவது வேலயா வெளிய போறிங்களாண்ணே'' என்று தாடி வைத் திருந்த பத்திரிகையாளர் கேட்டார்.

''ஒரு துட்டிக்கிப் போவணும். நான் போயி மால போட்ட பின்னாலதான் பாடிய எடுப்பன்னு வச்சிக்கிட்டு இருக்காங்க'' என்று தங்கம் சொன்னதைக் கேட்ட ஆதவன், ''ஓட்டுக் கேக்குற சமயத்திலகூடவா இப்படி நெருக்கடி கொடுக்கிறாங்க?'' என்று கேட்டார்.

''மாவட்ட செயலாளர்ங்கிறதாலதான் கூப்புடுறாங்க. போய்த்தான் ஆவணும். கட்சிக்காரன் வீட்டு நல்லதுகெட்டதுக்குப் போனாத்தான கட்சி இருக்கும். அப்படி உருவான கட்சிதான் இது? சினிமாக்காரன் கட்சியோ, சினிமாக்காரி கட்சியோ இல்லியே இது?'' என்று சொன்னார். பிறகு, ஒரு காரணமும் இல்லாமல் லேசாகச் சிரித்தார்

''நாங்க வந்த நேரம் சரியில்லண்ணே'' என்று வெற்றிவேல் சொன்னார்.

''எதுக்காக அப்படிச் சொல்றிங்க?''

''சும்மாதாண்ணே'' என்று சொல்லி வெற்றிவேல் பொய்யாகச் சிரித்தார்.

''நேரங்காலம் பாத்தா சாவு வருது? என்னால கட்சிக்காரரோட பாடிய எடுக்கிறது லேட்டாவக் கூடாதுன்னுதான் ஓட்டுக் கேக்குறதப் பாதியிலியே விட்டுட்டு வந்தன். நான் போனா அவங்களுக்கு ஒரு சந்தோஷம். ஊர்ல ஒரு மரியாத, கட்சிக்காரனுக்கு என்னால வேற என்னா செய்ய முடியும்?'' என்று கேட்டார். பத்திரிகையாளர்கள் பதில் பேசாமல் உட்கார்ந்திருந்தனர்.

''கல்யாண வீட்டுக்குக்கூடப் போவாம இருப்பன். ஆனா, சாவு வீட்டுக்கு மட்டும் போவாம இருக்க மாட்டன். கல்யாண மாப்ள, பொண்ணச் சாயங் காலமோ, மறுநாளோ பாக்க முடியும். செத்தவங்கள அப்படிப் பாக்க முடியா தில்ல.''

''உங்களுக்குத் தலைவரு சரியாத்தாண்ணே பேரு வச்சியிருக்காரு'' என்று சொன்ன வெற்றிவேல் இப்போது நிஜமாகவே சிரித்தார்.

‘‘தலைவரு என்னிக்கி தங்கம்னு பேரு வச்சாரோ அன்னியிலிருந்து நான் படுற பாடு கொஞ்சநஞ்சமில்ல. பேரக் காப்பாத்தவே போராட வேண்டி யிருக்கு, சாவ வேண்டியிருக்கு’’ என்று மனம் நொந்துபோனதுபோல் சொன்னார் தங்கம்.

‘‘நம்ப கட்சியிலியே நல்ல மாவட்ட செயலாளரு, நல்ல மந்திரின்னு பேரு எடுத்த ஒரே ஆளு நீங்கதாண்ணே’’ என்று ஆதவன் சொன்னதைக் கேட்டு தங்கம் சந்தோஷப்படவில்லை. பத்திரிகைக்காரர்களை என்ன சொல்லி, எப்படிச் சொல்லி அனுப்புவது என்று மட்டுமே யோசித்தார். ஆனாலும், பத்திரிகைக்காரர்களிடம் தேவையில்லாமல் பகைத்துக்கொள்ள வேண்டாம் என்ற எண்ணமும் மனதிற்குள் இருந்தது. அதனால், ‘‘அப்பறம் சொல்லுங்க’’ என்று கேட்டார்.

பத்திரிகைக்காரர்கள் ஒருவர் முகத்தை ஒருவர் பார்த்துக்கொண்டனர். ஆனால், தங்கத்திற்கு மட்டும் பதில் சொல்லவில்லை. அப்போது உள்ளே வந்த இசக்கி, ‘‘சிவகாசியோட நகரம் வந்திருக்காருண்ணே’’ என்று சொன்னார்.

‘‘இருக்க சொல்லுங்க வர்றன்’’ என்று தங்கம் சொன்னதும் வெளியே போனார் இசக்கி. பத்திரிகைக்காரர்களைப் பார்த்து, ‘‘ஒங்ககிட்ட எலக்சன் பத்தி நெறய பேசணும்னுதான் நெனச்சன். இப்ப அதெப் பத்திப் பேச நேர மில்ல. தப்பா எடுத்துக்காதிங்க. நாளைக்கு வாங்க பேசிக்கலாம். துட்டிக்குப் போகணும். அப்பறம் விருதுநகர்ல நடக்கிற தொகுதி கமிட்டிக் கூட்டத் துக்குப் போகணும்’’ என்று சொல்லிவிட்டு எழுந்திருப்பதற்கு முயன்றார் தங்கம்.

‘‘ஒரே ஒரு விஷயம்தாண்ணே’’ என்று தயக்கத்துடன் வெற்றிவேல் சொன்னார்.

‘‘சொல்லுங்க’’ என்று கட்டளைபோல் சொன்னார் தங்கம்.

‘‘தேர்தலுக்கு விளம்பரம் வாங்க வந்தம்ண்ணே’’ என்று ஆதவன் சொன் னார்.

‘‘பிரச்சாரத்துக்குத் தலைவரு வரும்போதும், மத்த பேச்சாளருங்க வரும் போதும் கொடுக்கிறதுக்கா?’’

‘‘ஆமாண்ணே.’’

‘‘அதுக்கென்ன, வழக்கமாக் கொடுக்கிறதுதான? கொடுத்திடலாம்.’’

‘‘கலர்ல முழுப் பக்கம் கொடுத்தா உதவியா இருக்கும்ண்ணே’’ வெற்றி வேல் மிகவும் பணிவுடன் சொன்னார்.

‘‘எல்லாப் பத்திரிகைக்கும் முழுப் பக்கம் கொடுக்க முடியுமான்னு தெரியல. இப்பத்தான் தினசரி பத்திரிகையே ஏழெட்டுப் ஆயிடிச்சி. அப்பறம்

மாலைப் பத்திரிக வேற இருக்கு. எவ்வளவு முடியுமோ அவ்வளவு செய்யுறன். சரியா? இதுக்காகவா இவ்வளவு தூரம் வந்திங்க? இதெ போனிலியே சொல்லி யிருக்கலாமே. நீங்க சொன்னா நான் செய்ய மாட்டனா?'' என்று கேட்டு உரிமையுடன் பத்திரிகைக்காரர்களிடம் கோபித்துக்கொண்டார்.

''ஒங்களப் பத்தி எங்களுக்குத் தெரியாதாண்ணே'' என்று சொல்லி மழுப்பிய ஆதவன், ''வேற ஒரு விஷயமா வந்தம்ண்ணே'' என்று குரலைத் தாழ்த்திச் சொன்னார்.

''சொல்லுங்க, போவணும் நேரமில்ல.''

''தேர்தல் முடியுரவர ஒரு பேக்கேஜ் நியூஸ் போடலாம்னு இருக் கம்ண்ணே.''

''நல்லா செய்யுங்க. தேர்தல் நேரத்தில பெரிய உதவியா இருக்கும்'' என்று தங்கம் சொன்னதும் பத்திரிகைக்காரர்கள் ஒருவருக்கொருவர் பார்த்துக் கொண்டனர்.

''ஒரு பேக்கேஜ் நியூசுக்கு ஒரு லட்சம்ண்ணே. தெனம் ஒரு நியூசும் போட்டாவும் வரும்ண்ணே'' என்று ஆதவன் சொன்னதும், அதிசயமான விஷயத்தைக் கேட்டதுபோல், ''யே அப்பா'' என்று சொன்னார் தங்கம். பிறகு, ''இது இல்லாம விளம்பரம் வேறயா?'' என்று கேட்டார். பத்திரிகைக் காரர்கள் பதில் பேசவில்லை.

''சாதாரணமா எப்பவும் போடுற நியூஸ்தான? இப்ப என்னா புதுசா பேக்கேஜ்ன்னு பேரு வச்சி பணம் கேக்குறிங்க?'' என்று தங்கம் கேட்டார். பணம் கேட்பதற்கும் ஒரு அளவு வேண்டாமா என்று கோபம் வந்தது. வந்த கோபத்தை மறைத்துக்கொண்டு எப்போதும்போல் இயல்பாக முகத்தை வைத்துக்கொள்ள முயன்றார். மந்திரியாக இருந்தாலும், மாவட்டச் செய லாளராக இருந்தாலும், பத்திரிகைக்காரர்கள், தொலைக்காட்சிக்காரர்கள் முன் அவர்கள் எலிகள்தான் என்ற எண்ணம் வந்தது.

தங்கம் நேரிடையாக விஷயத்தைக் கேட்டதும் பத்திரிகைக்காரர்களுடைய முகம் பச்சிலை மருந்தைக் குடித்ததுபோல் சுருங்கிப்போயிற்று. எப்படி விஷயத்தைச் சொல்வது என்று தெரியாமல் விழித்தனர். அவசரப்பட்ட தங்கம், ''சொல்லுங்க. நான் கிளம்பணும். நேரமில்ல'' என்று சொன்னார். அப்போதும் பத்திரிகைக்காரர்கள் எதுவும் பேசாததால் கோபம் வந்த மாதிரி, ''ஒரு பத்திரிகைக்கு ஒரு லட்சம்ன்னா, எத்தன பத்திரிக இருக்கு? எத்தன லட்சம் செலவு ஆவும்? அப்பறம் தலைவருங்க வரும்போது, பேச்சாளருங்க, சினிமா நடிகருங்க, நடிகைங்க வரும்போதெல்லாம் அரப் பக்கம், முழுப் பக்கம்னு கலர்ல விளம்பரம் கொடுக்கணுமில்லியா?'' என்று கேட்டார். அவருடைய குரலில் முன்பிருந்த இயல்புத் தன்மை இல்லை.

''ஆமாண்ணே'' என்று சொன்ன ஆதவனின் குரலில் பணிவு கூடியிருந்தது.

வந்த காரியம் முடிய வேண்டும் என்பது மட்டுமே பத்திரிகைக்காரர்களின் நோக்கமாக இருந்தது. தனியாகப் போனால் காரியம் நடக்காது, கூட்டமாகப் போனால்தான் காரியம் நடக்கும் என்று தெரிந்துதான் ஆறு பேரும் ஒன்றாக வந்தார்கள்.

1991இல் தங்கம் முதன்முதலாகச் சட்டமன்றத் தேர்தலில் நின்றபோது மொத்தமே பதினாறு லட்சம்தான் செலவாயிற்று. அவருக்குத் தெரிந்து ஒரு மாவட்டத்துக்கு இரண்டு, மூன்று பத்திரிகைக்காரர்கள்தான் அப்போது இருந்தனர். அவர்கள் கட்சிக் கூட்டத்திற்கு வந்திருந்தபோது டீ செலவுக்கு வைத்துக்கொள்ளுங்கள் என்று நூறு ரூபாய்த்தான் கொடுத்தார். அதையே வேண்டாம் என்று சொல்லிவிட்டார்கள். இனி அப்படிச் சொல்கிற ஒரு ஆளைப் பார்ப்பது அபூர்வம். ஆனால், இப்போது பத்திரிகைக்காரர்களுக்கு மட்டுமே இருபது, முப்பது லட்சம் செலவாகும்போல் இருக்கிறதே என்று யோசித்தார். இதைத் தவிர பத்திரிகை நிருபர்கள் நூறு பேர், தொலைக்காட்சி நிருபர்கள் நூறு பேர் என்று இருப்பார்கள். 'இவனுங்ககிட்ட கொடுக்கிற பணத்தச் சனங்ககிட்ட கொடுத்தா கொறஞ்சது பத்தாயிரம் ஓட்டு வாங்கி ஜெயிக்கலாமே' என்று மனதிற்குள் கணக்குப் போட்டார். கணக்கு அவரைப் பயம்கொள்ள வைத்தது. அதனால் உடனே ஆட்களை அனுப்ப வேண்டும் என்று நினைத்தார். பத்திரிகைக்காரர்கள் அவர்களாகப் பேச மாட்டார்கள், வந்த காரியத்தை முடிக்காமலும் போக மாட்டார்கள் என்பதால் தற்போதைக்கு விஷயத்தைத் தள்ளிப்போடுவோம் என்ற எண்ணத்தில், ''நாளைக்கு வாங்க பேசிக்கலாம்'' என்று சொல்லிவிட்டுச் சட்டென்று எழுந்து நின்றார் தங்கம். அவர் எழுந்துவிட்டதால் பத்திரிகைக்காரர்களும் எழுந்துவிட்டார்கள். ''ஒரு பேக்கேஜ் போட்டுறம்ண்ணே'' என்று கெஞ்சுவது போல் வெற்றிவேல் கேட்டார்.

''அவசரப்படாதிங்க. சொல்றன்.''

''நீங்க சரின்னு சொன்னா போதும். அண்ணங்கிட்ட பணமா கேக்குறம்?'' என்று சொன்னதோடு பொய்யாகச் சிரித்தார் ஆதவன்.

''இப்ப அப்படித்தான் சொல்விங்க. அப்பறம் நாளைக்கே வந்து ரசீதக் கொடுப்பிங்க'' என்று சொல்லிவிட்டு தங்கம் சிரித்தார். வெட்கமாக இருந்தாலும் பத்திரிகைக்காரர்களும் சிரிக்கவே செய்தனர். அப்போது உள்ளே வந்த இசக்கி, ''திருத்தங்கல் ஒன்றியம் மாடசாமி கல்யாண பத்திரிகை கொண்டு வந்திருக்காரு. கல்யாண வீட்டுக்காரங்களையும் அழச்சிக்கிட்டு வந்திருக்காரு'' என்று சொன்னதும், இதை வைத்தே வெளியே போய் விடலாம் என்று நினைத்த தங்கம், ''நேரமில்ல உடனே வரச் சொல்லுங்க'' என்று சொல்லிவிட்டு உட்கார்ந்தார். இசக்கி வெளியே போன சிறிது நேரத்திலேயே இருபதுக்கும் மேற்பட்ட ஆட்கள் உள்ளே வந்தனர். வந்த வேகத்திலேயே ஒரு பையன், ''மாவட்டம் வாழ்க, வருங்கால மந்திரி வாழ்க'' என்று கோஷம் போட்டான்.

''வாங்க, வாங்க'' என்று சொல்லிக் கும்பிட்டுக்கொண்டே தங்கம், உள்ளே வந்த கட்சிக்காரர்களை வரவேற்றார். பிறகு, கோஷம் போட்ட பையனைப் பார்த்து, ''மாவட்டம் வாழறது, மந்திரியாவது எல்லாம் அப்பறம். முதல்ல தேர்தல் வேலயப் பாரு'' என்று கண்டிப்பான குரலில் சொன்னார். அப்போது மாடசாமி ஒருவரைக் காட்டி, ''இவர் பொண்ணோட அப்பா'' என்று சொன்னார்.

''வணக்கம்'' என்று தங்கம் சொன்னார். மற்றொருவரைக் காட்டி, ''இவர் பையனோட அப்பா'' என்று மாடசாமி சொன்னார். அவருக்குக்கும் தங்கம் ''வணக்கம்'' என்று சொன்னார்.

''ரெண்டு குடும்பமும் பரம்பர கட்சிக் குடும்பம்'' என்று மாடசாமி சொன்னார்.

''சந்தோஷம்'' என்று தங்கம் சொன்னார். பிறகு, ஒரு தட்டில் வைத்துக் கொடுத்த பத்திரிகையை வாங்கிக்கொண்டு, ''எலக்சன் நேரத்தில வருவனா மாட்டனான்னு யோசிக்க வேண்டாம். கட்டாயம் வந்திடுவன். கல்யாண வேலயில எலக்சன் வேலய வுட்டுடாதிங்க'' என்று சொன்னார்.

''கல்யாண வேல ரெண்டாம்பட்சம்தான். மாவட்டத்த ஜெயிக்க வைக் கிறதுதான் எங்களோட முத வேல'' என்று மாப்பிள்ளையின் அப்பா கருப்புசாமி சொன்னதும், ''ரொம்ப சந்தோஷம்'' என்று சொல்லிக் கையெடுத்துக் கும்பிட்ட தங்கம், ''போயிட்டு வாங்க'' என்று சொன்னார்.

அப்போது, 'மாவட்டம் வாழ்க, எங்க மந்திரி வாழ்க' என்று முன்பு கோஷம் போட்ட பையன், ''அண்ணே நேத்து நீங்க ஓட்டுக் கேக்குறப்ப எடுத்த போட்டோவப் பேஸ்புக்குல போட்டிருந்தன் பாத்திங்களாண்ணே'' என்று கேட்டதும், ''தேர்தல் முடியுறவர பேஸ்புக்கு, வாட்ஸ்அப்ன்னு அலயக் கூடாது. ஒழுங்காத் தேர்தல் வேலயப் பாரு'' என்று சொன்னார். அப்போது கருப்புசாமி தங்கத்தின் காலைத் தொட்டுக் கும்பிட்டார். சட் டென்று தங்கத்திற்குக் கோபம் வந்துவிட்டது, ''என்னண்ணே செய்யுறிங்க? நம்பக் கட்சி என்னா கட்சி? நீங்க எல்லாம் எந்தக் காலத்துக் கட்சிக்காரங்க? நீங்க பாத்து வளந்த பையன் நானு, தயவுசெஞ்சி இனிமே இந்த மாதிரி செஞ்சி என்னெக் கஷ்டப்படுத்தாதிங்க'' என்று கண்டிப்பதுபோல தங்கம் சொன்னார். உடனே கருப்புசாமியின் முகம் வாடிப்போனதைக் கவனித்தார். அவரைச் சமாதானப்படுத்துவதற்காக, ''இங்க வாங்கண்ணே'' என்று சொல்லி கருப்புசாமியைப் பக்கத்தில் அழைத்துத் தோளில் கை போட்டுக் கொண்டு, ''அண்ணனையும் என்னையும் ஒரு போட்டோ எடுங்க'' என்று சொன்னதுதான் ஒரே நேரத்தில் ஆறு, ஏழு பேர் செல்போனில் போட்டோ எடுத்தனர். மறுகணமே கருப்புசாமியின் முகம் மலர்ந்தது. முன்பு கோஷம் போட்ட பையன், ''அண்ணே ஒரு செல்ஃபி'' என்று சொல்லிவிட்டு தங்கத்துடன் ஒரு போட்டோ எடுத்துக்கொண்டான். அவனுடைய முதுகில் செல்லமாகத் தட்டிய தங்கம், ''ஒன்னோட பூத் ஓட்டு கொறஞ்சா

ஒன்னெக் கொன்னேபுடுவன்'' என்று சொன்னார். ''சரிண்ணே'' என்று சொல்லிவிட்டு அந்தப் பையன் ஒதுங்கி நின்றுகொண்டான்.

''எல்லாரும் போயிட்டு வாங்க'' என்று சொல்லி தங்கம் கும்பிட்டதும், ''கிளம்பலாம் வாங்க'' என்று சொல்லித் தன்னுடன் வந்தவர்களை அழைத்துக்கொண்டு வெளியே போனார் மாடசாமி.

அப்போது சுவர் ஓரமாக நின்றுகொண்டிருந்த இசக்கி, ''நாளைக்கு மதியத்துக்கு மேலதாண்ணே ஒட்டுக் கேக்க முடியும்'' என்று சொன்னார்.

''காலயில வேற நிகழ்ச்சி இருக்கா?'' என்று கேட்டார்.

''நாளைக்கி மொத்தம் பன்னண்டு கல்யாணம் இருக்கு. நாலு புதுமனை புகுவிழா இருக்குண்ணே.''

''அப்படியா?'' என்று கேட்டார் தங்கம்.

இசக்கி சொன்னதைக் கேட்டு ஆச்சரியப்பட்ட வெற்றிவேல், ''அத்தன நிகழ்ச்சிக்கும் போவ முடியுமாண்ணே?'' சந்தேகத்துடன் கேட்டார்.

''போயித்தான் ஆவணும்.''

''ஆச்சரியமா இருக்குண்ணே'' என்று ஆதவன் சொன்னார்.

''இதிலென்ன ஆச்சரியம் இருக்கு? பத்திரிக வச்சி போவலண்ணா என் வீட்டு விசேஷத்துக்கு வராத மாவட்டச் செயலாளரை மாத்துங்கன்னு தலைவருக்கு பெட்டிஷன் போடுவாங்க. கட்சிக்காரர மதிக்கலன்னு மாவட்டச் செயற்குழுவுல ஒப்பனாப் பேசுவாங்க. எங்க கட்சி அப்படி. மாவட்டச் செயலாளர் கொடுக்கிற மனு மேல நடவடிக்க எடுக்கிறாரோ இல்லியோ, சாதாரண கட்சிக்காரன் மனு கொடுத்தா உடனே நடவடிக்க எடுத்திடுவாரு எங்க தலைவரு. இது மத்த கட்சி மாதிரி இல்ல'' என்று சொல்லிச் சிரித்தார்.

''பணமும் கரயும். அலச்சலும் கூடும். எப்படிண்ணே சமாளிக்கிறாங்க?''

''என்னா செய்ய? மாவட்டச் செயலாளரு, முன்னாள் மந்திரி, இப்போதைக்கு எம்.எல்.ஏ. போகாம இருக்க முடியுமா? போனாலும் ஆயிரம் ஐநூறுன்னு மொய் வைக்க முடியாது. ஒரு நிகழ்ச்சிக்கு அஞ்சாயிரம்ன்னா நாளைக்கு ஒரு நாள் மட்டும் எவ்வளவு செலவு ஆகும்னு கணக்குப் பாருங்க.''

''முக்கா லட்சம் வரும்ண்ணே.''

''ஒரு நாளைக்கே முக்கா லட்சம்னா, ஒரு வருஷத்துக்கு எவ்வளவு செலவு ஆகும்?''

''கற்பன செய்யவே பயமா இருக்குண்ணே''

''ஒரு லட்சமானாலும் ஒரு கோடியானாலும் போய்த்தான் ஆகணும். ஏன்னா, அதுதான் போதை.'' தங்கம் வாய்விட்டுச் சிரித்தார்.

''போதயா?''

‘‘ஆமாம். பத்துக் கட்சிக்காரன் வந்து பாக்கலன்னா பைத்தியமாயிடும். விசேஷத்துக்குக் கூப்புடலன்னா, வந்து பாக்கலன்னா போன போட்டு, ‘என்னப்பா ஆளயே காணும்’ன்னு கேட்டு வரவழச்சி நாங்களே பேசிக் கிட்டிருப்பம். பணம் கரயுறதவிட, அலயுறதவிட தனியா இருக்கிறதுதான் எங்கள மாதிரி ஆளுங்களுக்குப் பிரச்சன. என்னெச் சுத்தி எவ்வளவு கூட்டம் இருக்கோ அதெ வச்சித்தான் கட்சியில எனக்கு மரியாத. அரசியல்வாதிக்குக் கூட்டம்தான் மூலதனம்’’ என்று சொன்ன தங்கம் வாய்விட்டுச் சிரித்தார். ‘‘நீங்க ஆறு பேரு மட்டும்தான?’’ என்று கேட்டார்.

‘‘இன்னம் ஏழு பேர் வந்துகிட்டு இருக்காங்கண்ணே’’ என்று தாடிக்காரப் பத்திரிகையாளர் சொன்னார். அவர் சொன்னதைக் காதில் வாங்காத தங்கம் இசக்கியைக் கூப்பிட்டு, ‘‘ஆறு கவர் ரெடி பண்ணுங்க’’ என்று காதோடு காதாகச் சொன்னார்.

தங்கம் இசக்கியிடம் என்ன சொல்லியிருப்பார் என்பதைப் புரிந்து கொண்ட வெற்றிவேல், ‘‘அதெல்லாம் இன்னிக்கி வேணாம்ண்ணே. பேக்கேஜுக்கு மட்டும் ‘ஓகே’ன்னு சொன்னா போதும். தலமயில டார்ச்சர் செய்யுறாங்க’’ என்று சொன்னார் வெற்றிவேல்.

‘‘பேக்கேஜ்ங்கிறதப் புதுசா ஆரம்பிச்சியிருக்கிங்களா?’’

‘‘இந்தத் தேர்தல்ல இருந்துதாண்ணே.’’

‘‘எல்லாப் பத்திரிகைக்காரங்களுமா?’’

‘‘ஆமாண்ணே.’’

கோபம் வந்தாலும் அது வெளியே தெரியாததுபோல் முகத்தை வைத்துக் கொண்டு, ‘‘இதுவர நீங்க எதெக் கேட்டு நான் இல்லன்னு சொல்லி யிருக்கன்? பாத்துக்கலாம் போயிட்டுவாங்க’’ என்று சொல்லிக் கையெடுத்துக் கும்பிட்டார் தங்கம்.

‘‘அண்ணன இன்னிக்கா பாக்குறம். எங்களோட நலம் விரும்பி நீங்கன்னு எங்களுக்குத் தெரியாதாண்ணே’’ என்று வெற்றிவேல் சொன்னார். மறு நொடியே, ‘‘அண்ணனப் பத்தி இதுவர மோசமா ஒரு நியூஸ்கூட மாவட்டத் தில எந்தப் பத்திரிகையிலயும் வந்ததில்லண்ணே’’ என்று பெருமை பொங்க ஆதவன் சொன்னதைக் கேட்ட தங்கம், ‘‘தெரியும்’’ என்று சொன்னார். அப்போது அவருடைய முகத்தில் எந்தச் சலனமும் எற்படவில்லை.

‘‘தலைமைக்குத் தகவல் கொடுத்திடுறம்ண்ணே’’ என்று வெற்றிவேல் சொன்னார்.

‘‘முடியாதின்னா விடவா போறிங்க?’’ என்று கிண்டலாகக் கேட்டார் தங்கம். ஆறு பேரும் கூச்சத்துடன் சிரித்தார்கள்.

‘‘தலம சொல்றதத்தான் நாங்க செய்யுறம்’’ என்று வெற்றிவேல் சொன்னார்.

''ஆளுங்கட்சியா இருந்தப்ப நீங்க கேட்டதெல்லாம் செஞ்சனா இல்லியா? எவ்வளவு விளம்பரம், எத்தன ட்ரான்ஸ்பர், எத்தன அப்பாயிண்மண்ட்?''

''எல்லாம் செஞ்சிங்கண்ணே. இல்லன்னு சொல்லல. அதனாலதான் ஆளுங் கட்சியா இருந்தாலும், எதிர்க்கட்சியா இருந்தாலும் இந்த மாவட்டத்தப் பொருத்தவர நீங்கதாண்ணே எங்களுக்கு நிரந்தர மந்திரி'' என்று புகழ்ந்தார் ஆதவன். மறுநொடியே, ''வருங்கால மந்திரி வாழ்க'' என்று கோஷம் போட்டார் வெற்றிவேல். அவரைத் தொடர்ந்து மற்ற பத்திரிகைக்காரர்களும் கோஷம் போட்டனர்.

பத்திரிகைக்காரர்கள் கோஷம் போட்டதைப் பார்த்துக் கேலியாகச் சிரித்து விட்டு, ''நீங்க மட்டும்தான் பாக்கின்னு நெனச்சன்'' என்று சொன்னார்.

''நீங்கதாண்ணே எப்பவும் எங்களுக்கு மந்திரி'' என்று தாடிக்காரர் சொன்னார்.

''சந்தோஷம்'' என்று சொன்ன தங்கம், ''ஆளுங்கட்சிக்காரங்களப் பாத் திட்டிங்களா?'' என்று பொடிவைத்துக் கேட்டார். உடனே பத்திரிகைக்காரர் களுடைய முகம் செத்துப்போயிற்று. ஆனாலும், சமாளிப்பதுபோல், ''எங்க பொழப்பு நாறப் பொழப்புண்ணே'' என்று சொல்லி மழுப்பினார் வெற்றி வேல். அதைக் காதில் வாங்காத தங்கம், ''இசக்கியப் பாத்திட்டுப் போங்க'' என்று சொல்லிவிட்டுப் பட்டென்று வெளியே வந்தார். அவருக்காகக் காத் திருந்த கட்சிக்காரர்கள் ஓடிவந்து கும்பிட்டனர். அவர்களிடம், ''இருங்க வர்றன்'' என்று சொல்லிவிட்டு காரில் ஏறினார். அப்போதுதான் நினைவுக்கு வந்ததுபோல், ''மாடசாமி ஏறுங்க. சிவகாசி நகரமும் ஏறுங்க'' என்று சொன் னதும் இரண்டு பேரும் காரில் ஏறியபோது ஒரு கார் வந்து நின்றது. அதிலிருந்து ஏழு பேர் இறங்கி வேகமாக வந்து தங்கத்திற்கு, ''வணக்கம்ண்ணே'' என்று சொல்லிக் கும்பிட்டார்கள். அதில் இரண்டு பேர் பத்திரிகைக்காரர்கள், ஐந்து பேர் தொலைக்காட்சிக்காரர்கள். ஏழு பேருக்கும், ''வணக்கம். இருங்க வந்திடுறன், ஒரு அவசரம்'' என்று சொல்லிக் கும்பிட்டுவிட்டு, ''போடா'' என்று டிரைவரிடம் கத்தினார் தங்கம்.

''கண்ணாடியைக் கழற்றித் துடைத்தார். ''மின்னல் வேகத்தில போ. இப்பவே மணி ஆறு. படுத்துத் தூங்கிப்புட்டு வர்றன்னு துட்டி வீட்டுக்கார னுங்க முணுமுணுப்பானுங்க'' என்று சொன்னார். பாட்டிலை எடுத்துத் தண்ணீர் குடித்தார். பிறகு தனக்குத் தானே சொல்லிக்கொள்வதுபோல், ''ஒரு மணி நேரம் போயிடிச்சி. பத்திரிகக்காரன, டி.வி.க்காரனச் சமாளிக்கிறதே பெரிய எழவா இருக்கு. எலக்சன் நேரத்திலகூடக் கட்சிக்காரன்கிட்ட பேச முடிய மாட்டங்குது. கட்சிக்காரனச் சமாளிக்கிறது, எதிர்க்கட்சிக்காரனச் சமாளிக்கிறது, சனங்களச் சமாளிக்கிறதுகூடப் பெருசில்ல. பத்திரிகக் காரனயும், டி.வி.க்காரனயும் சமாளிக்கிறதுதான் இப்ப பெரும் பாடா

இருக்கு. தாவு தீந்துபோவுது'' என்று சொன்னார். பிறகு டிரைவரைப் பார்த்து, ''நீயும் ஏண்டா உயிர வாங்குற? போ வேகமா'' என்று சொல்லிக் கத்தினார். தங்கம் கோபமாக இருப்பது தெரிந்தும் மாடசாமியும், சிவகாசி நகரச் செயலாளரும் வாயை மூடிக்கொண்டிருந்தனர்.

கார் காற்றாகப் பறக்க ஆரம்பித்தது.

''பொறுமையாப் போடா, 'கட்சிக்காரன்ங்கிற திமிர்ல என்னா வேகமாகப் போறானுங்க பாரு'ன்னு ரோட்டுல போறவனுங்க திட்டுவானுங்க. கார்ல கொடி இல்லாம போனாக்கூட ஒண்ணுமில்ல'' என்று சொன்னார். •

உயிர்மை, டிசம்பர் 2017

இமையத்தின் மொழிபெயர்க்கப்பட்ட தமிழ் நூல்கள்

ஆங்கிலம்

- *கோவேறு கழுதைகள்* (Beasts of Burden, Niyogi Books, New Delhi, 2019)
- *ஆறுமுகம்* (Arumugam, Katha, New Delhi, 2006)
- *பெத்தவன்* (Begetter, Oxford University Press, New Delhi, 2015)
- *வீடியோ மாரியம்மன்* (Video Mariamman and other short stories, Speaking Tigers, New Delhi, 2021)
- *தாலிமேல சத்தியம்* (If there is a God and other short stories, Ratna Publication, New Delhi, 2022)

கன்னடம்

- *கோவேறு கழுதைகள்* (Hesaragattegalu, Kuvempu Bhasha Bharathi Pradikara, Bangalore, 2009)
- *பெத்தவன்* (Bhagyalatande, Aharnishi Prakashana, Karnataka, 2022)

பிரெஞ்சு

- *பெத்தவன்* (Le Pere, Leticia Ibanez Editions Caracteres, Paris, 2020)

கடலூர் மாவட்டத்தைச் சேர்ந்த இமையத்தின் இயற்பெயர் அண்ணாமலை. இவர் பள்ளி ஆசிரியராகப் பணிபுரிகிறார்; விவசாயக் குடும்பத்தில் பிறந்தவர்.

விருதுகள்

- 1994ஆம் ஆண்டுக்கான அக்னி அக்ஷர விருது.
- 1994ஆம் ஆண்டுக்கான தமிழ்நாடு முற்போக்கு எழுத்தாளர் சங்க விருது.
- 2002ஆம் ஆண்டுக்கான இந்திய அரசின் பண்பாட்டுத் துறையின் இளநிலை ஆய்வு நல்கை.
- 2010ஆம் ஆண்டுக்கான தமிழக அரசின் **தமிழ்த்தென்றல் திரு.வி.க. விருது**.
- 2016ஆம் ஆண்டுக்கான எஸ்.ஆர்.எம். பல்கலைக்கழகத் தமிழ்ப் பேராயத்தின் **புதுமைப்பித்தன் படைப்பிலக்கிய விருது** (கொலைச் சேவல் - சிறுகதைத் தொகுப்பு).
- 2016ஆம் ஆண்டுக்கான **ஆனந்த விகடன் விருது** (நறுமணம் - சிறுகதைத் தொகுப்பு).
- 2018ஆம் ஆண்டுக்கான தி இந்து லிட் ஃபார் லைஃப் தமிழின் ஜெயகாந்தன் விருது.
- 2018ஆம் ஆண்டுக்கான கனடா இலக்கியத் தோட்டத்தின் இயல் விருது.
- 2020ஆம் ஆண்டுக்கான **சாகித்ய அகாடமி விருது** (செல்லாத பணம் - நாவல்).
- 2022ஆம் ஆண்டுக்கான **குவெம்பு ராஷ்டிரிய புரஸ்கார் தேசிய விருது**. (மறைந்த கன்னடக் கவிஞர் குவெம்பு நினைவாக நிறுவப்பட்ட இந்த விருதைப் பெற்ற முதல் தமிழ் எழுத்தாளர் இமையம் என்பது குறிப்பிடத் தக்கது.)